ലക്ഷ്മീകേശവം

lekshmeekesavam

•

k padu menon

•

novel pazhama series editor
n santhosh kumar

•

first chintha edition
january 2013

•

second edition
march 2013

•

typesetting
info needs, kariyam

•

published
chintha publishers, thiruvananthapuram

•

•

cover
black mole

വിതരണം

ദേശാഭിമാനി ബുക്ക് ഹൗസ്

H O തിരുവനന്തപുരം–695 035
www.chinthapublishers.com
chinthapublishers@gmail.com

ബ്രാഞ്ചുകൾ

ഹെഡ്ഡാഫീസ് ബ്രാഞ്ച് കുന്നുകുഴി • ഓവർബ്രിഡ്ജ് തിരുവനന്തപുരം • കെ എസ് ആർ ടി സി ബസ് സ്റ്റേഷൻ ആലപ്പുഴ • കെ എസ് ആർ ടി സി ബസ് സ്റ്റേഷൻ എറണാകുളം • മച്ചിങ്ങൽ ലെയ്ൻ തൃശൂർ • ഐ ജി റോഡ് കോഴിക്കോട് • കെ എസ് ആർ ടി സി ബസ് സ്റ്റേഷൻ കോഴിക്കോട് • എൻ ജി ഒ യൂണിയൻ ബിൽഡിങ് കണ്ണൂർ • സെൻട്രൽ ബസ് ടെർമിനൽ കോംപ്ലക്സ് താവക്കര കണ്ണൂർ

CR - 1254 / 3167

ലക്ഷ്മീകേശവം

നോവൽ പഴമ : 13
1892

കോമാട്ടിൽ പാഡു മേനോൻ

നോവൽ പഴമ സീരീസ് എഡിറ്റർ
എൻ സന്തോഷ് കുമാർ

പഠനം
എൻ അജയകുമാർ

ചിന്ത പബ്ലിഷേഴ്സ്
തിരുവനന്തപുരം-695 035

പ്രസാധകക്കുറിപ്പ്

പത്തൊമ്പതാം നൂറ്റാണ്ടിൽ മലയാളഭാഷയിൽ രചിക്കപ്പെട്ട പതിനഞ്ചു നോവലുകളാണ് 'നോവൽ പഴമ' എന്ന പേരിൽ ചിന്ത പബ്ലിഷേഴ്സ് പുനഃപ്രസിദ്ധീകരിക്കുന്നത്. കൊളോണിയൽ ആധിപത്യവും അതിന്റെ സാംസ്കാരികാധിനിവേശവും കേരളത്തിന്റെ സാമൂഹിക ജീവിതത്തിൽ സൃഷ്ടിച്ച ആഘാതങ്ങളും നിർമിതികളും ഈ നോവലുകളിൽ വായിച്ചെടുക്കാവുന്നതാണ്. കേരളത്തിന്റെ ഉൽപ്പാദന ബന്ധങ്ങൾ, ആൺ-പെൺ ബന്ധം, കുടുംബജീവിതം, ലൈംഗികത, ജാതിവ്യവസ്ഥ, ആചാരങ്ങൾ, ആരാധനാരീതികൾ, വാമൊഴിവഴക്കങ്ങൾ, സൗന്ദര്യദർശനം, രാഷ്ട്രീയബോധം, ആഖ്യാനസമ്പ്രദായങ്ങൾ തുടങ്ങിയവയെല്ലാം വിശദമായി ചർച്ചചെയ്യപ്പെടുന്ന കൃതികളാണിവ. കൊളോണിയൽ സാംസ്കാരികവ്യവസായം എങ്ങനെയാണ് തദ്ദേശീയ ജനകീയ സംസ്കാരങ്ങളുടെമേൽ മേൽക്കൈ നേടിയതെന്നും വിക്ടോറിയൻ സദാചാരബോധത്തിന്റെയും കൊളോണിയൽ ആധുനികതയുടെയും അച്ചിൽ മലയാളികളുടെ സാംസ്കാരിക-സാമൂഹിക ജീവിതത്തെ എങ്ങനെയാണ് പുനർനിർമിച്ചതെന്നും മനസിലാക്കാൻ ഈ കൃതികൾ നമ്മെ സഹായിക്കുന്നതാണ്. ഏഷ്യാറ്റിക് ലോകങ്ങളെയെല്ലാം പ്രാകൃത സമൂഹങ്ങളായും പാശ്ചാത്യലോകത്തെ സാംസ്കാരത്തിന്റെ സ്രോതസായും വിഭാവനം ചെയ്യുന്ന പാശ്ചാത്യയുക്തി ഇന്നും പ്രബലമായി ലോകത്തിൽ നിലനിൽക്കുകയാണ്. അധിനിവേശം എന്ന ഹിംസാത്മകത അതിന്റെ സഹജമായ വംശീയാഹന്തയോടെ ലോകത്തിനുമേൽ നടത്തുന്ന സംഹാരതാണ്ഡവത്തെ പ്രശ്നവൽക്കരിക്കേണ്ട ഈ കാലഘട്ടത്തിൽ മലയാള സാഹിത്യത്തിലെ ഈ അപൂർവ വസന്തങ്ങൾ പുനർവായിക്കപ്പെടേണ്ടത് അത്യാവശ്യമാണ്. കേരളീയ സമൂഹം ഒരു ആധുനിക സമൂഹമായി പരിവർത്തിക്കപ്പെടുമ്പോൾ അതിന് അനിവാര്യമായും അഭിമുഖീകരിക്കേ

ണ്ടിവന്ന പുതിയ പ്രശ്നങ്ങളെയും ഈ നോവലുകൾ അനാവരണം ചെയ്യുന്നുണ്ട്. എന്നാൽ അതേസമയംതന്നെ നവോത്ഥാനത്തിന് തിരി കൊളുത്തിയ കാലഘട്ടത്തിലാണ് ഈ നോവലുകൾ രചിക്കപ്പെട്ടത്. ബ്രാഹ്മണാധിപത്യത്തിനും ജാതിമർദനത്തിനുമെതിരായ നവോത്ഥാന-കീഴാള ഉയിർപ്പുകളെ സാക്ഷ്യപ്പെടുത്തുകയും ചെയ്യുന്നവയാണ് ഇതിലെ പല കൃതികളും.

ഈ പുസ്തകങ്ങളും ഇവയെക്കുറിച്ചുള്ള പഠനക്കുറിപ്പുകളും സമാഹരിച്ചു നൽകിയ എൻ സന്തോഷ് കുമാറിന്റെ ശ്രമം മലയാള സാഹിത്യ ചരിത്രത്തിലെ ഒരു വലിയ സംഭവമായി ഞങ്ങൾ കരുതുന്നു.

ഈ കൃതികൾ മലയാളി വായനാസമൂഹത്തിനു മുമ്പിൽ സസന്തോഷം സമർപ്പിക്കുന്നു.

ചിന്ത പബ്ലിഷേഴ്സ്

കേരളീയ നവോത്ഥാനത്തിന്റെ ഭൂമിക

പത്തൊമ്പതാം നൂറ്റാണ്ടിലെ മലയാള നോവലുകൾ ഇന്ന് വായിക്കുമ്പോൾ

രണ്ടുതരം ആഖ്യാനലക്ഷ്യങ്ങളാണ് തങ്ങളുടെ രചനകളെക്കുറിച്ച് വിശദീകരിക്കുമ്പോൾ പത്തൊമ്പതാം നൂറ്റാണ്ടിലെ മലയാള നോവലിസ്റ്റുകൾ സൂചിപ്പിച്ചിട്ടുള്ളത്. അപ്പുനെടുങ്ങാടിയെയും ചന്തുമേനോനെയും പോലെയുള്ളവർ ഇഷ്ടജനങ്ങളുടെ വിനോദത്തിനായി നോവലുകൾ രചിച്ചപ്പോൾ പോത്തേരി കുഞ്ഞമ്പുവും ജോസഫ് മൂളിയിലും സോദ്ദേശ്യാധിഷ്ഠിതമായിത്തന്നെയാണ് തങ്ങളുടെ രചനകൾ എന്നു തുറന്നുപറയുന്നുണ്ട്. നോവൽ രചനയ്ക്കു പിന്നാലെ പരസ്പരപൂരകങ്ങളായ രണ്ടു ധർമങ്ങളെയും കൂട്ടിയിണക്കുകയായിരുന്നു ഈ എഴുത്തുകാരെല്ലാം തന്നെ. നോവൽ എന്ന സാഹിത്യശാഖ ഇന്ത്യൻ ഭാഷകളിൽ രൂപപ്പെടാനും വളർന്നുവികസിക്കാനും ഈ രണ്ടുഘടകങ്ങളും ഒരുപോലെ കാരണമായിട്ടുണ്ട്. ഒരു നൂറ്റാണ്ടിന് ഇപ്പുറത്തുനിന്ന് ആ നോവലുകൾ വായിക്കുമ്പോൾ അവ കേവലം വിനോദത്തിനുമപ്പുറം അക്കാലത്തെ ചരിത്രപരവും രാഷ്ട്രീയവും സാംസ്കാരികവുമായ വ്യവഹാരങ്ങൾകൂടിയായി മാറുന്നതെങ്ങനെയെന്ന് തിരിച്ചറിയാൻ കഴിയുന്നുണ്ട്.

ഇന്ത്യൻ നവോത്ഥാനമാണ് ആദ്യകാല ഇന്ത്യൻ നോവലുകൾക്ക് ജന്മം നൽകിയതെന്ന വസ്തുത വിസ്മരിച്ചുകൊണ്ട് അവയെ സമീപിക്കുന്നത് ചരിത്രവിരുദ്ധമാണ്. യൂറോപ്യൻ നോവലുകളുടെ കേവലാനുകരണമാണ് ആദ്യകാല ഇന്ത്യൻ നോവലുകൾ എന്ന വാദം അതുകൊണ്ടുതന്നെ അപ്രസക്തമായിത്തീരുന്നു. നോവലുകൾ മുന്നോട്ടുവെക്കുന്ന ആധുനികമായ ഭാവുകത്വവും അനുഭവപരിസരവും കൊളോണിയൽ വിദ്യാഭ്യാസം ലഭിച്ച ഇന്ത്യൻ ഉപരിവർഗത്തിനിടയിലെങ്കിലും വേരോടിയിരുന്നു എന്നതിന്റെ ശക്തമായ തെളിവുകൾകൂടിയാണ് അവ. അത്തരം അനുഭവപരിസരം ബ്രിട്ടീഷ് ഇന്ത്യയിൽ എങ്ങനെ രൂപപ്പെട്ടു എന്നതിന്റെ

രേഖകൾകൂടിയായി സ്വാഭാവികമായും പത്തൊമ്പതാം നൂറ്റാണ്ടിലെ മലയാള നോവലുകൾ മാറുന്നുണ്ട്. അതുകൊണ്ടുതന്നെ കേരളീയമായ നവോത്ഥാനശ്രമങ്ങളുടെ ഒരു മുന്നോടിയായി ഈ നോവലുകളെ വായിച്ചെടുക്കാൻ കഴിയും.

ബംഗാളി ഭാഷയിൽ മിസിസ്സ് കാതറീൻ ഹന്നാ മുല്ലൻസ് രചിച്ച *ഫുൽമോനി ഓ കരുണാർ ബിബരണിന്* റവ. ജോസഫ് പീറ്റ് നിർവഹിച്ച *ഫുൽമോനി എന്നും കോരുണ എന്നും പേരായ രണ്ടു സ്ത്രീകളുടെ കഥ* (1858) വിവർത്തനം ചെയ്യപ്പെട്ടതോടെ ആരംഭിക്കുന്നു മലയാള നോവലുകളുടെ ചരിത്രം എന്നു പറയാം. ബംഗാളിഭാഷയിൽനിന്നും മലയാളവൽക്കരിക്കുമ്പോൾ മലയാള സമൂഹത്തെക്കൂടി അഭിസംബോധന ചെയ്യുന്ന എഴുത്തായി അത് മാറുന്നു. പിൽക്കാലത്ത് 1894ൽ കേരളവർമ വലിയകോയിത്തമ്പുരാൻ വാൻലിം ബർഗ് ബ്യൂവറുടെ ഡച്ച് നോവലായ *അക്ബർ* ഇംഗ്ലീഷിൽനിന്ന് മലയാളത്തിലേക്ക് വിവർത്തനം ചെയ്തപ്പോൾ ഇല്ലാതെപോയതും ഈയൊരു ഗുണമാണ്. ഇങ്ങനെയാണ് റവ. ജോസഫ് പീറ്റ് മൊഴിമാറ്റം നിർവഹിച്ച *ഫുൽമോനിയുടെയും കോരുണയുടെയും കഥ* പത്തൊമ്പതാം നൂറ്റാണ്ടിലെ മലയാള നോവലുകളുടെ സമഗ്രസമാഹാരമായ നോവൽ പഴമയിലെ ആദ്യനോവലായി പരിണമിച്ചത്. പി പി രവീന്ദ്രന്റെ ആമുഖപഠനം വിവർത്തന നോവലുകൾ ഭാഷാനോവലുകളായിത്തീർന്നതിന്റെ പശ്ചാത്തലം വ്യക്തമായിത്തന്നെ വിശദമാക്കുന്നുണ്ട്. ഇങ്ങനെ *ഫുൽമോനിയുടെയും കോരുണ*യുടെയും കഥ എന്ന വിവർത്തനത്തിൽ തുടങ്ങുന്ന പതിനഞ്ച് നോവലുകളുടെ സമാഹാരമാണ് നോവൽ പഴമ എന്ന പത്തൊമ്പതാം നൂറ്റാണ്ടിൽ പ്രസിദ്ധീകരിച്ച മലയാള നോവലുകളുടെ ഒരു പാക്കേജിൽ ഉൾപ്പെടുത്തിയിരിക്കുന്നത്.

നോവലിന്റെ രൂപഘടനയെക്കുറിച്ചുള്ള സാമ്പ്രദായിക വീക്ഷണങ്ങൾ ഇല്ലാതായ പുതിയ കാലത്ത്, നോവലിന്റെ സ്വരൂപഘടനയെക്കുറിച്ചുള്ള അപ്രസക്തമായ വിചാരങ്ങൾക്കപ്പുറത്ത് പത്തൊമ്പതാം നൂറ്റാണ്ടിലെ മലയാള നോവലുകളെ ഇന്നു വായിക്കുമ്പോൾ അക്കാലത്തെ ചരിത്രവും സംസ്കാരവും രൂപപ്പെട്ടതിന്റെ വ്യക്തമായ ദിശാബോധം ലഭിക്കുന്നുണ്ട്. ഒറ്റയൊറ്റയായി വായിക്കുന്നതിനേക്കാൾ ഒരു സമഗ്രസമാഹാരമായി വായിക്കുമ്പോൾ പത്തൊമ്പതാം നൂറ്റാണ്ടിലെ ചരിത്രത്തിന്റെയും സംസ്കാരത്തിന്റെയും തുടർച്ച അതിൽ കണ്ടെത്താനാവും. ആധുനിക കേരളീയ സമൂഹത്തിന്റെ രൂപപ്പെടലും അതിനെ നിയന്ത്രിച്ച വിവിധ ശക്തികളും ഘടകങ്ങളുമെല്ലാം ഈ സമഗ്രവായനയിൽ തെളിയുന്നുണ്ട്. ഈ വായനയ്ക്ക് സഹായകമാകുന്ന തരത്തിൽ തന്നെയാണ് ഇവയുടെ ആമുഖപഠനങ്ങളും രേഖപ്പെടുത്തിയെടുത്തിട്ടുള്ളത്. ഇക്കാര്യങ്ങളെല്ലാം ഓരോ നോവലിന്റെയും ആമുഖ പഠനങ്ങൾ വളരെ വിശദമായി ചർച്ച ചെയ്യുന്നുണ്ട്. പത്തൊമ്പതാം നൂറ്റാണ്ടിലെ നോവലുകളുടെ സമഗ്രതയായ നോവൽ പഴമ പുറത്തുവരുന്നതോടുകൂടി നമ്മുടെ സാഹിത്യ

പാരമ്പര്യത്തിന്റെ പൊതു അന്തരീക്ഷത്തിൽ ഒരു സംവാദം രൂപപ്പെടു മെന്ന് ഉറപ്പുണ്ട്. അധിനിവേശം/ദേശീയ, മേലാളൻ/കീഴാളൻ, സവർണ്ണൻ/അവർണ്ണൻ, പുരുഷൻ/സ്ത്രീ, ആധുനികത/പാരമ്പര്യം തുടങ്ങിയ സംവർഗങ്ങൾ പല പ്രകാരത്തിൽ സംഘർഷത്തിലേർപ്പെടു ന്നതിന്റെ സൂചനകൾ ഈ നോവലുകളിൽ തെളിയുന്നുണ്ട്. സ്ത്രീ വിദ്യാ ഭ്യാസവും സ്ത്രീ സ്വാതന്ത്ര്യവും ഉൾപ്പെടുന്ന വിഷയങ്ങൾ മലയാള ത്തിൽ ആദ്യമായി ചർച്ച ചെയ്ത മാധ്യമവും ഈ നോവലുകൾ തന്നെ. കീഴാളരുടെ ഉദ്ഗ്രഥനവും മതപരിവർത്തനവും അടക്കമുള്ള വിഷയ ങ്ങളും ഇവയെ സജീവമാക്കുന്നു. ഒപ്പം മാറിവരുന്ന ലോകബോധവും നീതിന്യായക്രമങ്ങളും സജീവമായ ചർച്ചയാവുന്നു. വൃത്തിയും വെടിപ്പും ആധുനികമായ കുടുംബവും വിദ്യാഭ്യാസവുമൊക്കെ ഉൾപ്പെടുന്ന ആധു നികവൽക്കരണ പ്രക്രിയയും നിരന്തര സംവാദമായിത്തീരുന്നുണ്ട്. ഒപ്പം പിൽക്കാലത്ത് കേരളീയ നവോത്ഥാന പ്രക്രിയയുടെ രൂപീകരണത്തിലേക്ക് നയിച്ച സാഹചര്യങ്ങളും പരിഗണിക്കപ്പെടുന്നുണ്ട്. ഇങ്ങനെ പത്തൊ മ്പതാം നൂറ്റാണ്ടിനെ സാംസ്കാരികമായി വായിക്കാനുള്ള മികച്ച ഉപാ ധികൂടിയാണ് അക്കാലത്തെ നോവലുകളുടെ സമഗ്രതയായ നോവൽ പഴമ എന്ന ഈ സമാഹാരം.

ഈ നോവലുകൾക്ക് വിശദമായ ആമുഖപഠനം തയാറാക്കിത്തന്ന വിശിഷ്ടരായ എഴുത്തുകാർക്കും ഇത്തരമൊരു സമഗ്രതയുടെ പ്രസക്തി മനസിലാക്കി പ്രസാധനത്തിന് മുൻകൈയെടുത്ത ചിന്ത പബ്ലിഷേഴ്സിനും ഞാൻ നന്ദി രേഖപ്പെടുത്തുന്നു. കേരളീയ വായനാസമൂഹം പത്തൊ മ്പതാം നൂറ്റാണ്ടിലെ നോവലുകളുടെ സമഗ്രതയായ നോവൽ പഴമയെ സ്വീകരിക്കുമെന്ന പ്രത്യാശയോടെ.

പിലിക്കോട്
04-01-2013

എൻ സന്തോഷ് കുമാർ
നോവൽ പഴമ സീരീസ് എഡിറ്റർ

പഠനം

ലക്ഷ്മീകേശവം: ആഖ്യാനത്തിന്റെ സാധ്യത; വായനയുടെയും

എൻ അജയകുമാർ

പത്തൊമ്പതാംനൂറ്റാണ്ടിന്റെ രണ്ടാംപകുതിയിൽ പുതിയ രീതിയിലുള്ള ഗദ്യാഖ്യാനങ്ങൾക്കുവേണ്ടി മലയാളത്തിൽ ശ്രമങ്ങൾ നടക്കുന്നുണ്ട്. അധിനിവേശ/നവോത്ഥാന ആധുനികതയുടെ പശ്ചാത്തലത്തിലാണ് ഈ സംരംഭങ്ങൾ എന്ന് എടുത്തുപറയേണ്ടതില്ല. മലയാളത്തിൽ അന്നുവരെ പരിചയമില്ലാതിരുന്ന ഇത്തരം ഗദ്യരീതികളുടെ നിർമിതിയിൽ വിവർത്തനങ്ങൾക്കും അനുകരണങ്ങൾക്കും നല്ല പങ്കുണ്ട്. ആദ്യകാലത്തെ നോവൽ പരിശ്രമങ്ങളിൽ പലതും വിവർത്തനങ്ങളായിരുന്നല്ലോ. ഇവയിലൂടെ രൂപപ്പെട്ടുവന്ന പുതിയ ഗദ്യത്തിന്റെ അടിസ്ഥാന സ്വഭാവങ്ങൾ സമകാലികതയും ദേശീതയുമായിരുന്നുവെന്നു പറയാം. വീട്ടിൽ സാധാരണ സംസാരിക്കുന്ന ഭാഷയിലാണ് തന്റെ നോവലെന്ന് ചന്തുമേനോൻ അവകാശപ്പെടുന്നത് ഒരു പൊതുസ്വഭാവത്തിന്റെ സൂചനയായിട്ടെടുക്കാം. ഈ സമകാലീനതയും സമദേശീയതയും ഭാഷയിലും ഇതിവൃത്തശിൽപ്പത്തിലും പ്രവർത്തിക്കുന്നുണ്ട്. ഇരുപതാം നൂറ്റാണ്ടിലെ മലയാളസാഹിത്യാസ്വാദനം, വിശേഷിച്ച് ഗദ്യസാഹിത്യാസ്വാദനം, സാഹിത്യത്തിന് കാലത്തോടും ദേശത്തോടുമുള്ള ബന്ധത്തെ ഏറക്കുറെ പ്രധാനമായി പരിഗണിച്ചുപോന്നിട്ടുണ്ട്. ആ മട്ടിലുള്ള ആസ്വാദനത്തിന്റെ അടിത്തറയൊരുക്കുന്നതിൽ ഈ ഗദ്യാഖ്യാനങ്ങൾക്ക് സവിശേഷമായ പങ്കുണ്ടെന്നുവന്നേക്കും. എന്തായാലും, മുമ്പുണ്ടായിരുന്നതിൽനിന്നു വ്യത്യസ്തമായ ഒരു പ്രവൃത്തിമണ്ഡലം, ആഖ്യാനത്തിലും ആസ്വാദനത്തിലും സാഹിത്യത്തിന് പത്തൊമ്പതാം നൂറ്റാണ്ടിന്റെ മധ്യത്തോടെ കൈവരുന്നുണ്ട്.

ഈ പുതിയ പ്രവൃത്തിമണ്ഡലത്തെ നിർണയിച്ച ഘടകങ്ങൾ എന്തൊക്കെയായിരുന്നു? അതിന്റെ എടുത്തുപറയാവുന്ന സ്വഭാവങ്ങൾ

എന്തൊക്കെ? പരിവർത്തനഘട്ടത്തിൽ പഴയതും പുതിയതുമായ സംവേദനങ്ങൾ തമ്മിൽ നിലനിന്നിരുന്ന വിനിമയങ്ങളും സംഘർഷങ്ങളും എന്തൊക്കെ? ഇവ അന്വേഷിക്കുന്നതിന് പത്തൊമ്പതാം നൂറ്റാണ്ടിൽ ഉണ്ടായ മലയാളനോവലുകൾ വിലപ്പെട്ട രേഖകളാണ്.

ഈ അർഥത്തിൽ പരിഗണനാർഹമായ ഒരു നോവലാണ് കോമാട്ടിൽ പാഡു മേനോൻ എഴുതിയ *ലക്ഷ്മീകേശവം*. 1892 ലാണ് ഇത് പ്രസിദ്ധീകരിച്ചത്. കൊച്ചിശ്ശീമയിൽ ആദ്യമുണ്ടായ നോവൽ ഇതാണെന്നും *ഇന്ദുലേഖ*യെ അനുകരിച്ചുണ്ടായ നോവലുകളെപ്പോലെയല്ലാതെ, വിശേഷവിധിയായ ചമത്കാരമൊന്നും ഇതിനില്ലെന്നും *വിദ്യാവിനോദിനി*യിൽ സി പി അച്യുതമേനോൻ എഴുതിയിട്ടുണ്ട്. ഈ നിരൂപണം പ്രസിദ്ധീകരിച്ചത് 1893 ലാണ്. നോവൽ പുറത്തിറങ്ങിയ കാലത്തെ പ്രധാനപ്പെട്ട ഒരു വായനാരീതിയുടെ സൂചനയായി ഈ നിരൂപണത്തെ പരിഗണിക്കാം. നോവലിന്റെ മറ്റു സമകാലനിരൂപണങ്ങളെപ്പറ്റി അറിവില്ലതാനും. നോവലിറങ്ങി ഏതാണ്ടു നൂറുവർഷങ്ങൾക്കുശേഷവും ഈ അഭിപ്രായത്തിനു മങ്ങലേറ്റിരുന്നില്ലെന്നതിനു തെളിവാണ് പത്തൊമ്പതാം നൂറ്റാണ്ടിലെ മലയാളനോവലുകളെക്കുറിച്ച് സവിശേഷപഠനം നടത്തിയ ജോർജ് ഇരുമ്പയത്തിന്റെ നിരീക്ഷണങ്ങൾ. *ഇന്ദുലേഖ*യുടെ കേവലാനുകരണമാണെന്നു കരുതിക്കൂടെങ്കിലും *ലക്ഷ്മീകേശവം* ഒരു 'ചീത്തനോവലാ'ണെന്ന് അദ്ദേഹം അഭിപ്രായപ്പെടുന്നു. യാഥാർഥ്യവും യുക്തിഭദ്രതയും കുറവാണെന്നതാണ് അതിനുകാരണം. "എങ്കിലും എഴുതിയ കാലത്തെ സാമൂഹികജീവിതത്തോട് ആഭിമുഖ്യം പുലർത്തുകയും അക്കാലത്തെ കേരളീയരുടെ വൈവിധ്യമുള്ള ജീവിതം പ്രതിഫലിപ്പിക്കാൻ ശ്രമിക്കുകയും പുതിയ ചലനങ്ങൾ ഉൾക്കൊള്ളുകയും ഒരു പ്രണയകഥ പറഞ്ഞൊപ്പിക്കുകയും ചെയ്ത *ലക്ഷ്മീകേശവം* പത്തൊമ്പതാം നൂറ്റാണ്ടിലെ മലയാളനോവലുകളിൽ പരിഗണിക്കപ്പെടേണ്ട ഒന്നാണ്" എന്നും അദ്ദേഹം തുടർന്നെഴുതുന്നുണ്ടെന്നത് ശ്രദ്ധാർഹമാണ്. നോവൽ എന്ന സാഹിത്യരൂപം മലയാളത്തിൽ വേരുറപ്പിക്കാൻ നടത്തിയ ശ്രമങ്ങളുടെ ഭാഗമെന്ന നിലയ്ക്കു "സഹതാപത്തോടെ വേണം" *ലക്ഷ്മീകേശവം* പോലെയുള്ള കൃതികൾ നോക്കിക്കാണാനെന്നും ആ കാലത്തിന്റെ ഭാഷാപരവും ചരിത്രപരവുമായ മുദ്രകൾ വഹിക്കുന്നുവെന്ന അർഥത്തിൽ അവയ്ക്കു പ്രസക്തിയുണ്ടെന്നും മറ്റൊരു സന്ദർഭത്തിൽ അദ്ദേഹം എഴുതുന്നു. നോവൽ എഴുതിയ കാലത്തെ കേരളീയ ജീവിതം പ്രതിഫലിപ്പിക്കുന്നുവെന്നത് കേവലാർഥത്തിൽ സ്വീകരിച്ചുകൂടെങ്കിലും, പത്തൊമ്പതാം നൂറ്റാണ്ടിന്റെ രണ്ടാംപകുതിയിൽ ആധുനികതയിലേക്കു പരിണമിച്ചുകൊണ്ടിരുന്ന കേരളത്തിലെ ചില ജനവിഭാഗങ്ങളുടെ ചില ജീവിതരീതികളെപ്പറ്റി ഈ നോവൽ തരുന്ന സൂചനകളിൽനിന്ന് അന്നു രൂപപ്പെട്ടു തുടങ്ങിയ മധ്യവർഗസംസ്കാരത്തെക്കുറിച്ച് നമുക്ക് ചില നിഗമനങ്ങളിലെത്താൻ കഴിയും. അതുമാത്രമല്ല, പരമ്പരാ

ഗതമായ ആഖ്യാനരീതികളിൽനിന്നു വിട്ട്, നോവലിന്റേതായ ആഖ്യാനവും ഭാഷയും രൂപപ്പെട്ടുവരുന്നതിനിടയ്ക്കുള്ള പ്രവൃത്തികൾ മനസിലാക്കാനും ഈ നോവലിന്റെ പാരായണം സഹായിക്കും.

ആധുനികമായ കുടുംബഘടനയും മൂല്യസങ്കൽപ്പങ്ങളും വ്യക്തിബോധവും അഭിരുചികളും രൂപപ്പെട്ടുവരുന്നതിന്റെ പല സൂചനകളും *ലക്ഷ്മീകേശവ*ത്തിലുണ്ട്, അവയിൽ ചിലത് പരിശോധിക്കാം:

ആധുനികതയുടെ അടിസ്ഥാനഘടകമായി ഈ നോവലിലും പ്രവർത്തിക്കുന്നത് ഇംഗ്ലീഷ് തന്നെയാണ്. ഇംഗ്ലീഷിനോടും, ഇംഗ്ലീഷ് സംസ്കാരത്തോടും ആഭിമുഖ്യമുള്ളവരെല്ലാം വിധിപക്ഷത്തും അല്ലാത്തവർ നിഷേധപക്ഷത്തുമാണ് ഈ നോവലിൽ നിലയുറപ്പിച്ചിട്ടുള്ളത്. ലക്ഷ്മിക്കുട്ടിയെ അവളുടെ അച്ഛൻ മദിരാശിക്കു കൊണ്ടുപോകുന്നതു തന്നെ "കാലാനുസരണം അല്പം ഇംഗ്ലീഷുകൂടി" പഠിപ്പിക്കുന്നതിനു വേണ്ടിയാണ്. കഥാനായകനായ കേശവനുണ്ണിയെ കമ്മാരൻനായർ മദിരാശിയിൽവച്ച് ആദ്യമായി കാണുമ്പോഴുണ്ടാകുന്ന സംഭാഷണംതന്നെ ഇംഗ്ലീഷ് സമ്പ്രദായത്തിലുള്ള വിദ്യാഭ്യാസത്തെ കേന്ദ്രീകരിച്ചുള്ളതാണ്. കാരണവന്മാർ നിർദേശിച്ച വിവാഹത്തിന് കേശവനുണ്ണി സമ്മതിക്കാതിരുന്നത് ആ പെൺകുട്ടിക്കു വിദ്യാഭ്യാസമില്ലായ്മയാലാണെന്നു സൂചിപ്പിച്ച്, സ്ത്രീവിദ്യാഭ്യാസത്തിന്റെ ആവശ്യകതയിലേക്കു സംഭാഷണം പടരുന്നു. വിദ്യാഭ്യാസമെന്നാൽ ഇംഗ്ലീഷ് വിദ്യാഭ്യാസം മാത്രമാണെന്നു സിദ്ധാന്തിക്കുന്നില്ലെന്നു പറയുന്നുണ്ടെങ്കിലും പരമ്പരാഗതവിദ്യാഭ്യാസമല്ല, ഇംഗ്ലീഷുരീതിയിലുള്ള വിദ്യാഭ്യാസമാണ് ഇവിടെ ഉദ്ദേശിക്കുന്നതെന്നു വ്യക്തമാണ്. കേശവന്റെ വാക്കുകളിലൂടെ രൂപപ്പെടുന്ന വിദ്യാഭ്യാസാദർശം സ്ത്രീയെ ആധുനിക (അണുകുടുംബം?) വീട്ടമ്മയാക്കുന്നതിനുവേണ്ടിയുള്ളതാണെന്നു കാണാൻ കഴിയും. സ്വാതന്ത്ര്യബോധം, ശുചിത്വം, മിതവ്യയം മുതലായവയാണ് അതിന്റെ അടിസ്ഥാനഗുണങ്ങൾ. "വീട്ടുസാമാനങ്ങളെ ശുചിയാക്കി വയ്ക്കൽ, പാചകപ്രവൃത്തി, സമാധാനത്തോടുകൂടിയ നല്ല ചട്ടങ്ങളെ ഏർപ്പെടുത്തൽ, മിതമായിട്ടുള്ള ചെലവുചെയ്യൽ മുതലായതുകളെ വിദ്യാഭ്യാസമുള്ള ഒരു സ്ത്രീ അതില്ലാത്തൊരുത്തിയെക്കാൾ വളരെ അധികം വെടിപ്പായി ചെയ്യുമെന്നു നിശ്ചയംതന്നെ" എന്നാണു കേശവന്റെ അഭിപ്രായം. കോപം, 'ഹീനമായും അനാചാരമായും' ഉള്ള വാക്കുകൾകൊണ്ടു കുട്ടികളെയും ഭർത്താക്കന്മാരെയും ശകാരിക്കൽ, അനാവശ്യമായ ആഭരണങ്ങൾക്കുവേണ്ടി അമിതമായി പണം ചെലവുചെയ്യൽ മുതലായവയുടെ നിരാകരണവും വിദ്യാഭ്യാസംകൊണ്ടു സ്ത്രീക്കുണ്ടാകേണ്ട സംസ്കാരത്തിന്റെ ലക്ഷണമായി കേശവൻ പറയുന്നുണ്ട്.

സ്ത്രീവിദ്യാഭ്യാസത്തിന്റെ സ്വഭാവത്തെക്കുറിച്ച് ഇങ്ങനെ വ്യക്തമായ കാഴ്ചപ്പാടുള്ള നായകൻ ലക്ഷ്മിക്കുട്ടിയെ കാണുന്ന ആദ്യസന്ദർഭത്തിൽത്തന്നെ "മകളെ ഇംഗ്ലീഷു പഠിപ്പിച്ചിട്ടില്ലേ?" എന്നു കമ്മാ

രൻനായരോടു ചോദിക്കുന്നതു സ്വാഭാവികമാണല്ലോ. എന്നുമാത്രമല്ല, ആ ചോദ്യത്തിനു മറുപടിയായി പഠിപ്പിച്ചിട്ടുണ്ടെന്നു പറഞ്ഞപ്പോൾ, "ഇവർ തമ്മിൽ ഗുഹ്യമായുണ്ടായ കടാക്ഷത്താലും മന്ദസ്മിതത്താലും അന്യോന്യം മനസ്സറികയും ചെയ്തു" എന്ന് അനുരാഗോദയത്തെ സാധുവാക്കുന്ന പ്രഥമകാരണമായി ഇംഗ്ലീഷ് ഉറപ്പിക്കപ്പെടുന്നു. കഥയിൽ പ്രതിനായകസ്ഥാനത്തുള്ള പ്രഭുവും സുഹൃത്ത് ഇട്ടിവാസുനമ്പൂതിരിയും ഇംഗ്ലീഷ് വിരോധികളാണെന്നതും നോവലിൽ ഇംഗ്ലീഷിനുള്ള സ്ഥാനത്തെ സാധൂകരിക്കുന്നു. ലക്ഷ്മിക്കുട്ടി ഇംഗ്ലീഷ് പഠിച്ചുവെന്നറിഞ്ഞ് പരീക്ഷിക്കാനെത്തിയ ഇട്ടിവാസു, "രാമ, ഇവിടെ വായോ" എന്നതിന് ഇംഗ്ലീഷു പറയാൻ ആവശ്യപ്പെട്ടു. "രാമൻ കം ഹിയർ" എന്നു പറഞ്ഞപ്പോൾ രാമൻ എന്ന വാക്കിന് ഇംഗ്ലീഷ് പറയണമെന്നായി ഇട്ടിവാസു. ഒരു പേരിനെ വേറൊരു ഭാഷയാക്കുന്നതിലെ അസാംഗത്യം ചൂണ്ടിക്കാണിച്ചപ്പോൾ, അത് ഇംഗ്ലീഷിന്റെതന്നെ പരിമിതിയായി ധരിച്ച് അയാൾ പരിഹസിക്കുന്നു. ഈ ആഖ്യാനത്തിലൂടെ ഇംഗ്ലീഷ് ജ്ഞാനമില്ലായ്മയും അതുമൂലമുള്ള പൊതുവിജ്ഞാനമില്ലായ്മയും പരിഹസിക്കപ്പെടുന്നു. പ്രഭുവുമായുണ്ടായേക്കാവുന്ന വിവാഹത്തിൽനിന്നു രക്ഷപ്പെടാൻ ലക്ഷ്മിക്കുട്ടി നാടുവിട്ടുപോയതും ഇംഗ്ലീഷ് പഠിപ്പിന്റെ കുഴപ്പമാണെന്നാണ് അയാളുടെ അഭിപ്രായം. നോവൽ ഇംഗ്ലീഷിനു നൽകുന്ന സ്ഥാനം തിളക്കിക്കാണിക്കുന്നതാണ് ഈ സൂചനകൾ.

വിദ്യാഭ്യാസത്തിന്റെ പ്രതിഫലം വിദ്യാഭ്യാസംതന്നെയെന്ന് കന്മാരൻനായരുമായുള്ള സംഭാഷണത്തിനിടയിൽ കേശവൻ പറയുന്നുണ്ട്. തൊഴിൽനേടുകയോ പണം സമ്പാദിക്കുകയോ ചെയ്യുന്നതിനുള്ള ഉപാധി മാത്രമായി അതിനെ കരുതരുതെന്നാണു വിവക്ഷ. ആധുനികലോകത്തെപ്പറ്റി അറിവുകൾ സ്വരൂപിച്ചുവയ്ക്കുക എന്നത് ഈ വിദ്യാഭ്യാസാദർശത്തിന്റെ പ്രധാനസ്വഭാവമാണ്. മദിരാശിക്കുള്ള യാത്രയിൽ ആവിശക്തിയുടെ സ്വഭാവത്തെക്കുറിച്ച് ലക്ഷ്മിക്കുട്ടി അച്ഛനോടു ചോദിച്ചു മനസിലാക്കുന്നു. മദ്രാസ് നഗരത്തിലെ കാഴ്ചകളും ലക്ഷ്മിക്കുട്ടി അറിവായി സൂക്ഷിക്കുകയും മീനാക്ഷിക്കു പറഞ്ഞുകൊടുക്കുകയും ചെയ്യുന്നു. "മദിരാശിപ്പട്ടണത്തെപ്പറ്റി അവൾ ഈ അൽപ്പസമയത്തിനിടയിൽ സമ്പാദിച്ചിട്ടുള്ളിടത്തോളം അറിവിനെ ലക്ഷ്മിക്കുട്ടി തന്റെ പ്രിയസഖിക്ക് പറഞ്ഞുകൊടുത്തു"വെന്ന വിവരണം ഇക്കാര്യം തെളിച്ചുപറയുന്നു. വിദ്യാഭ്യാസത്തെ സംബന്ധിച്ച ആധുനികസങ്കൽപ്പവും സ്ത്രീകൾക്ക് അതു പ്രാപ്യമാണെന്ന സൂചനയും ഇതിൽ അടങ്ങിയിട്ടുണ്ട്.

ഇപ്രകാരം രൂപപ്പെടുന്ന ആധുനിക സ്ത്രീപ്രജയുടെ ഗുണങ്ങൾ എന്തൊക്കെയാവും? കേശവൻ പറഞ്ഞ ശുചിത്വം, മിതവ്യയം എന്നിവയോടൊപ്പം ഇംഗ്ലീഷിലും സംസ്കൃതത്തിലുമുള്ള ഭാഷാജ്ഞാനം, സംഗീതവൈദഗ്ധ്യം, തുന്നൽപ്പണിയിലുള്ള സാമർഥ്യം എന്നിവയും

പ്രധാനമാണ്. ഇവയെല്ലാം ലക്ഷ്മിക്കുട്ടിയുടെ ഗുണങ്ങളാണ്. ഇവയെല്ലാം ഒത്തിണങ്ങിയ ആ ആധുനിക വനിത പണിയൊന്നും ചെയ്യുന്നതായി നോവലിൽ സൂചനയില്ലെന്നതും ശ്രദ്ധാർഹമാണ്. കേരളത്തിന്റെ ആധുനികീകരണത്തിൽ പ്രധാനപങ്കുവഹിച്ച ഈ വിദ്യാഭ്യാസാദർശം, നോവലിന്റെ ആധുനികതാസങ്കൽപ്പത്തെ നിർണയിക്കുന്ന പ്രധാനസ്വരമാണ്. സംസ്കൃതത്തെ സ്വീകരിക്കുമ്പോൾത്തന്നെ ഇംഗ്ലീഷ്‌രീതിയിലുള്ള വിജ്ഞാനത്തിനാണ് നിർണായകസ്ഥാനം.

വിദ്യാഭ്യാസംപോലെ സമയത്തെക്കുറിച്ചുള്ള സങ്കൽപ്പത്തിൽ വന്ന മാറ്റവും ആധുനികതയിലേക്കു പരിണമിച്ചുകൊണ്ടിരുന്ന കേരളീയജീവിതത്തെ സാരമായി സ്വാധീനിച്ച സംഗതിയാണ്. ആ മാറ്റത്തെ സൂചിപ്പിക്കുന്ന പല വിവരണങ്ങളും നോവലിലുണ്ട്. പ്രതിനായകസ്ഥാനത്തുള്ള കേലുണ്ണിനമ്പ്യാർ ഇംഗ്ലീഷ് വിരോധിയാണെങ്കിലും അയാളുടെ വീടും വീട്ടുപകരണങ്ങളും ആധുനികതയുടെ അടയാളങ്ങൾ വഹിക്കുന്നവയാണ്. അവയിൽ പ്രധാനമാണ് പലതരത്തിലുള്ള ക്ലോക്കുകൾ. വ്യാപാരാവശ്യങ്ങൾക്കായി മൈസൂർരാജാവിനെയും മന്ത്രിയെയും സ്വാധീനിക്കുന്ന ദേവരാജനായിഡുവിന്റെ ബംഗ്ലാവിലും പലതരം ക്ലോക്കുകൾ നിരത്തി തറച്ചിട്ടുണ്ട്. ഈ ബാഹ്യസൂചനകളെക്കാൾ പ്രധാനമാണ് മണിക്കണക്കിനു ചിട്ടപ്പെടുത്തിയ ലക്ഷ്മിക്കുട്ടിയുടെ മദിരാശി ജീവിതം:

> കാലത്തു നാലുമണിക്ക് അവൾ എഴുനീറ്റ് ആറുമണിവരെ പാട്ട് അഭ്യസിക്കുകയും ഏഴുമണിക്കകം കുളിയുംമറ്റും കഴിച്ച് ചായ കുടിക്കുകയും ഏഴുമണി മുതൽ പത്തുമണിവരെ ഇംഗ്ലീഷ് വായിക്കുകയും പത്തുമണിക്കൂണു കഴിച്ചു സ്കൂളിൽ പോകുകയും ചെയ്യും. നാലുമണിക്കു മടങ്ങിവന്നാൽ ഉടനെ കുളിച്ചു തന്റെ സ്നേഹിതയോടുകൂടി ഓരോ നേരമ്പോക്കുകൾ പറഞ്ഞും കളിച്ചും പൂന്തോട്ടത്തിൽപോയി ചില പുഷ്പങ്ങൾ അറുത്തും മറ്റും ഓരോ വിനോദങ്ങളെക്കൊണ്ട് ആറുമണിവരെ കഴിക്കും. പിന്നെ ഒൻപതുമണിവരെ സംസ്കൃതം വായിക്കുകയും ഒൻപതുമണിക്കു തന്റെ മാതാപിതാക്കന്മാരോടൊന്നിച്ചു ഭക്ഷണം കഴിച്ചശേഷം പത്തുമണിവരെ അവരെ പാട്ടുപാടി സന്തോഷിപ്പിച്ചു മീനാക്ഷിയോടൊരുമിച്ചു ശയനമുറിയിൽ പോയി നിദ്രയെ പ്രാപിക്കുകയും ചെയ്യും.

വിവാഹത്തിനുമുമ്പ് ഒരുദിവസം രാത്രി ലക്ഷ്മീകേശവന്മാർ പൂന്തോട്ടത്തിൽ ഒത്തുകൂടുന്നുണ്ട്. ആ പ്രണയരംഗം അവസാനിപ്പിക്കുന്നത്, "ഇതാ മണി ഒന്നടിക്കുന്നു" എന്നറിയുമ്പോഴാണ്. കന്മാരൻനായർ ദിവസവും അഞ്ചുമണിക്ക് കോടതി പിരിഞ്ഞ് കടപ്പുറത്തു കാറ്റു

കൊള്ളാൻ പോകുന്നയാളാണ്. കേശവനും സ്കൂൾവിട്ട് ആ സമയത്ത് അവിടെയെത്താറുണ്ട്. അങ്ങനെ നോക്കിയാൽ ഇതിലെ മുഖ്യകഥാപാത്രങ്ങളെല്ലാം ആധുനികമായ സമയബോധത്തിനനുസരിച്ചു ജീവിതം ചിട്ടപ്പെടുത്തിയവരാണെന്നു കാണാം. 'അമുഖ്യ' കഥാപാത്രങ്ങളാവട്ടെ മുഖ്യകഥാപാത്രങ്ങളുടെ സമയത്തിനനുസരിച്ച് സ്വന്തം ജീവിതം ചിട്ടപ്പെടുത്തേണ്ടവരുമാണ്. പ്രവൃത്തിസമയവും ഒഴിവുസമയവും മണിക്കണക്കുവച്ച് ചിട്ടപ്പെടുത്തിയവരാണ് പ്രധാനകഥാപാത്രങ്ങൾ. ഒഴിവുസമയവും ഒഴിവുസമയ വിനോദവും ഉള്ളവരാണവർ. സ്നേഹിതയോടു നേരമ്പോക്കു പറയുക, പൂന്തോട്ടത്തിൽ പോയി പൂവിറുക്കുക മുതലായവ ലക്ഷ്മിക്കുട്ടിക്ക്; കടപ്പുറത്തുപോയി കാറ്റുകൊള്ളുക കേശവനും കന്മാരനും.

ആധുനികമലയാള വ്യക്തിബോധത്തിന്റെ നിർമിതിയിൽ ഈ സമയസങ്കൽപ്പത്തിന് നല്ല സ്ഥാനമുണ്ട്. ഒറ്റയ്ക്ക് ഒരാളായി മാറിനിന്നുകൊണ്ട്, ഏറക്കുറെ ധ്യാനാത്മകമായി നടത്തുന്ന കലാസ്വാദനം ഈ വ്യക്തിബോധത്തിന്റെ മറ്റൊരു പ്രധാനവശമാണെന്നു തോന്നുന്നു. സംഗീതത്തെ മുൻനിർത്തി അങ്ങനെ ചിന്തിക്കുന്നതിനുള്ള ചില സൂചനകൾ ഈ നോവലിൽനിന്നു കണ്ടെടുക്കാവുന്നതാണ്. കേശവനുണ്ണിയും ലക്ഷ്മിക്കുട്ടിയുടെ അച്ഛനും, കൂടെ അമ്മയും സംഗീതാസ്വാദകരാണ്. അച്ഛനമ്മമാർ ലക്ഷ്മിയെ സംഗീതം വിശേഷാൽ പഠിപ്പിക്കുന്നുണ്ടെന്നു മാത്രമല്ല, ദിവസേന അത്താഴത്തിനുശേഷം മകളുടെ പാട്ടു കേട്ടു സന്തോഷിക്കുന്നുമുണ്ട്. കേശവനാകട്ടെ ഇവരെക്കാൾ വലിയ സംഗീതാസ്വാദകനാണ്. കന്മാരൻനായരുടെ പിറന്നാൾ സദ്യക്കുശേഷം ക്ഷണിതാക്കളെല്ലാം പോയിട്ടും കേശവൻ അവിടെത്തന്നെ തങ്ങിയത് ലക്ഷ്മിക്കുട്ടിയെ കണ്ടുകൊണ്ടിരിക്കാനുള്ള കൗതുകംകൊണ്ടുമാത്രമല്ല പാട്ടിൽ അതിതാൽപ്പര്യം ഉണ്ടായിരുന്നതുകൊണ്ടുമാണ്. അവളുടെ ഇംഗ്ലീഷ് പഠിപ്പറിഞ്ഞ് അങ്കുരിച്ച അനുരാഗം പാട്ടുകേട്ട് പരിപുഷ്ടമാകുന്നു. അങ്ങനെ കേശവനുണ്ണിയുടെ ജീവിതഗതി നിർണയിക്കുന്നതിൽ സംഗീതം സാരമായ പങ്കുവഹിക്കുന്നു.

പിന്നീടും അയാളുടെ ജീവിതത്തിൽ, മറ്റൊരു തരത്തിൽ സംഗീതം വഴിത്തിരിവുണ്ടാക്കുന്നുണ്ട്. മൈസൂർ യുവരാജാവായ മകരധ്വജന്റെ സുഹൃത്തും അതിഥിയുമായി കൊട്ടാരത്തിൽ പാർക്കുമ്പോൾ അവിടെ വരുന്ന ദേവരാജനായിഡു എന്ന വ്യാപാരിയുമായി കേശവൻ പരിചയപ്പെടുന്നുണ്ട്. ക്ഷണമനുസരിച്ച് അയാളുടെ ബംഗ്ലാവിൽ ചെന്ന കേശവൻ, മൈസൂർ മുത്തുമാണിക്യം എന്ന വേശ്യയുടെ തേവിടിശ്ശിയാട്ടം കാണാൻ ക്ഷണിക്കപ്പെടുന്നു. നൃത്തം കാണാൻ വന്നിരുന്നവരെല്ലാം മുത്തുമാണിക്യത്തിന്റെ രൂപസൗന്ദര്യത്തിൽ ഭ്രമിച്ചിരുന്നപ്പോൾ കേശവന്റെ മനസിനെ ആകർഷിച്ചത് അവളുടെ 'ഗാനവിശേഷം' മാത്രം. 'ഗാനമാധുര്യത്തെ മാത്രം' ഓർത്തിട്ട് അയാൾ ഇടയ്ക്കിടെ മുത്തുമാണിക്യത്തിന്റെ വീട് സന്ദർശിക്കാനും തുടങ്ങി. "പാട്ടു കേൾക്കുന്നതി

ലുള്ള പരമാനന്ദം'' അനുഭവിക്കാൻ മാത്രമായിരുന്നു അയാളുടെ സന്ദർശനമെന്നും മറ്റൊരു ദുർവിചാരവും ഇല്ലായിരുന്നുവെന്നും നോവലിസ്റ്റ് എടുത്തുപറയുന്നുണ്ട്. എന്നാൽ വേശ്യയോടു ഗൂഢവേഴ്ചയുണ്ടായിരുന്ന നായിഡു, കേശവന്റെ സന്ദർശനങ്ങളെക്കുറിച്ച് ഏഷണിക്കാർ പറഞ്ഞ വാക്കു വിശ്വസിച്ച്, മന്ത്രിയെ സ്വാധീനിച്ച്, രാജപ്രീതിയിൽ നിന്ന് അയാളെ അകറ്റി അറസ്റ്റു ചെയ്യിച്ചു. അതിനും കാരണമായത് കേശവന്റെ സംഗീതതാൽപ്പര്യം തന്നെ.

ആധുനികതയിലേക്കു പരിവർത്തനം ചെയ്യുന്ന മലയാളിയായ കേശവന്റെ വ്യക്തിത്വരൂപീകരണത്തിൽ സംഗീതാസ്വാദനത്തിനുള്ള സ്ഥാനം വ്യക്തമാക്കുന്നതോടൊപ്പം കല എന്ന നിലയിൽ സംഗീതത്തെയും വ്യക്തി എന്ന നിലയിൽ അതാസ്വദിക്കുന്ന നായകനെയും ശുദ്ധീകരിക്കാൻ നോവലിസ്റ്റ് ശ്രമിക്കുന്നുണ്ടെന്നതും ശ്രദ്ധിക്കണം. നവോത്ഥാനാധുനികതയിൽ രൂപപ്പെട്ട സദാചാരസങ്കൽപ്പം ചില കലകൾക്ക് വിലക്കേർപ്പെടുത്തുകയും ചില കലകളെ പൊരുത്തപ്പെടുത്തി പാരമ്പര്യചിഹ്നമാക്കി ആധുനികതയുടെ ഭാഗമായി സ്ഥാനപ്പെടുത്തുകയും ചെയ്യുന്ന പ്രവൃത്തി പത്തൊമ്പതാം നൂറ്റാണ്ടവസാനവും ഇരുപതാം നൂറ്റാണ്ടാദ്യവുമായി ഇന്ത്യയിൽ നടന്നിരുന്നു. ദക്ഷിണേന്ത്യയിൽ പൊതുവെയും തമിഴ്നാട്ടിൽ പ്രത്യേകിച്ചും കഴിഞ്ഞ നൂറ്റാണ്ടിന്റെ ആദ്യദശകങ്ങളിൽ നടന്നിരുന്ന നൃത്തവിരുദ്ധപ്രസ്ഥാനം ഇതിന്റെ ഭാഗമാണ്. ദേവദാസീനൃത്തത്തിലും ദേവദാസി ജീവിതത്തിലും കണ്ടെത്തിയ സദാചാരവിരുദ്ധതയാണ് ആ നൃത്തത്തോടുള്ള എതിർപ്പിനു കാരണമായത്. ഇതിനോടുള്ള ക്രിയാത്മകപ്രതികരണമെന്ന നിലയിൽ ദേവദാസീത്വം മായ്ചുകളഞ്ഞ് ആ നൃത്തരൂപത്തെ ഭരതനാട്യമാക്കി ആധുനികതയിലേക്കു പൊരുത്തപ്പെടുത്തിയെടുക്കുകയാണ് ഇ കൃഷ്ണയ്യരും രുക്മിണീദേവി അരുൺഡേലും മറ്റും ചെയ്തത്. എന്തായാലും ദേവദാസീനൃത്തത്തിനെതിരായ പ്രസ്ഥാനം ശക്തമായപ്പോൾ ആ കുടുംബങ്ങളിലെ സ്ത്രീകൾ പലരും സംഗീതത്തിൽ ശ്രദ്ധ കേന്ദ്രീകരിച്ചു[1]. കേരളത്തിൽ ഈ അളവിൽ നൃത്തവിരുദ്ധപ്രസ്ഥാനം നിലനിന്നിരുന്നതായി അറിവില്ലെങ്കിലും ആ സന്ദേശം കേരളീയനവോത്ഥാനത്തിലും പ്രവർത്തിച്ചിരുന്നു. 1890 ൽ പ്രസിദ്ധീകരിച്ച, ചെറുവലത്ത് ചാത്തുനായരുടെ *മീനാക്ഷി* എന്ന നോവലിലെ ഏഴാമധ്യായം മോഹിനിയാട്ടത്തിന്റെയും ആട്ടക്കാരികളുടെയും സദാചാരരാഹിത്യത്തെ വിമർശിക്കുന്നതാണ്. മൈസൂർ മുത്തുമാണിക്യത്തിന്റെ അവതരണത്തിലും കേശവന് ആ കഥാപാത്രത്തോടുള്ള സമീപനത്തിലും ഈ വീക്ഷണഗതി അടങ്ങിയിട്ടുണ്ടാവാം. എന്നാൽ ആ സംഗീതത്തെ ശുദ്ധമാക്കി, ആധുനികവ്യക്തിക്ക് ആസ്വാദനയോഗ്യമാക്കി സ്വീകരിക്കുന്നുമുണ്ട്.

ഇങ്ങനെ സംഗീതാസ്വാദനം ഒരു മൂല്യമായി ഒരുവശത്തു നിൽക്കുമ്പോൾ, മറുവശത്ത് ഇംഗ്ലീഷ് വിരോധംപോലെ സംഗീതാസ്വാദനശേഷിയുടെ അഭാവം പ്രതിനായകപക്ഷത്തിന്റെ സ്വഭാവമായി വർണി

ക്കുന്നു. കേലുണ്ണിനമ്പ്യാർക്കും അയാളുടെ ഇഷ്ടൻ ഇട്ടിവാസു നമ്പൂതിരിക്കും സംഗീതത്തിന്റെ ഗന്ധംപോലുമില്ല. ഒന്നാം അധ്യായത്തിന്റെ അവസാനം പ്രഭുവിനെ മുഖം കാണിക്കാൻ വരുന്ന ഒരു തഞ്ചാവൂർക്കാരൻ ഭാഗവതരെപ്പറ്റി പറയുന്നുണ്ട്. പ്രഭുവിന്റെ മുമ്പിൽ സംഗീതം അവതരിപ്പിച്ച് എന്തെങ്കിലും പാരിതോഷികം വാങ്ങിപ്പോകണമെന്നാണ് ഭാഗവതർ വിചാരിച്ചത്. പക്ഷേ, രാഗം വിസ്തരിച്ചപ്പോൾ അതിനെന്താണക്ഷരമില്ലാത്തതെന്നായി പ്രഭു. രാഗവിസ്താരം തന്നെ മനസിലാകാത്ത അയാൾ കിർമ്മീരവധത്തിൽ ഉത്തരന്റെ പദം പാടാനും ആവശ്യപ്പെടുന്നുണ്ട്. അങ്ങനെ കർണാടകസംഗീതവും കഥകളിപ്പദവും അയാൾക്കു മനസിലാവില്ലെന്നു തെളിയിക്കുന്നു. ഒടുക്കം തംബുരുശ്രുതി മൂലമാണു പാട്ടുകേൾക്കാൻ വയ്യാത്തതെന്നൊരു അഭിപ്രായവും തട്ടിവിടുന്നു. ഇതിനെല്ലാം നമ്പൂതിരിയുടെ പിന്തുണയുമുണ്ട്[2]. അതുപോലെ ദേവരാജനായിഡുവിന് മുത്തുമാണിക്യത്തിലല്ലാതെ സംഗീതത്തിന്റെ പ്രത്യേക താൽപ്പര്യമൊന്നും ഉള്ളതായി സൂചനയില്ല.

പ്രഭുവും നായിഡുവും വിഡ്ഢികളോ കാര്യപ്രാപ്തിയില്ലാത്തവരോ അല്ല. പ്രഭു അൽപ്പം പൊങ്ങച്ചക്കാരനാണെങ്കിലും പാട്ടംപിരിവ്, വസ്തു ഒഴിപ്പിക്കൽ മുതലായവ കാര്യക്ഷമതയോടെ നോക്കിനടത്തുന്നയാളാണ്. നായിഡു ഒരു രാജ്യത്തിന്റെ മുഴുവൻ ചാരായക്കുത്തക ഏറ്റെടുക്കാൻ ശ്രമിക്കുന്നയാളും. പക്ഷേ, സംഗീതം ആസ്വദിക്കാൻ കഴിയുന്നില്ലെന്നത് ഇവരുടെ–പ്രത്യേകിച്ചു പ്രഭുവിന്റെ–വ്യക്തിത്വത്തിനു വലിയ കോട്ടമുണ്ടാക്കുന്നതായി സൂചിപ്പിക്കുന്നു. അതിന്റെ അർഥം അയാൾ ആധുനികവ്യക്തിയായിത്തീർന്നിട്ടില്ല എന്നാണ്. എന്നാൽ പ്രഭുവിന്റെ സദസിൽ സംഗീതവും നായിഡുവിന്റെ സദസിൽ നൃത്തവുമുണ്ടെന്നതും നാമോർക്കണം. ആസ്വാദനം എന്ന മൂല്യം അത്തരം സ്ഥാപനവൽക്കരിക്കപ്പെട്ട വേദികളിലല്ല വ്യക്തിമനസുകളിലാണെന്ന ആധുനിക ധാരണയുടെ സൂചനയും ഇവിടെയുണ്ടാകാം. ഇംഗ്ലീഷ് പോലെ കലാസ്വാദനശേഷി അഥവാ സഹൃദയത്വവും വ്യക്തിനിഷ്ഠമായ ഒരു മൂല്യമായി ഇവിടെ അടയാളപ്പെടുന്നുവെന്നർഥം.

ആധുനികവ്യക്തികളായി എന്നു പറഞ്ഞുകൂടെങ്കിലും പ്രഭുവിന്റെയും നായിഡുവിന്റെയും ബംഗ്ലാവുകളുടെ വർണന ശ്രദ്ധിക്കേണ്ടതാണ്. ഇവരുടെയും രമ്യഹർമ്യങ്ങളുടെ അകത്തളങ്ങളിൽ അലമാരികൾ, കൽമേശകൾ, വാൾഷേഡുകൾ തുടങ്ങിയ ആധുനികോപകരണങ്ങളോടൊപ്പം ഭിത്തികളിൽ ചിത്രങ്ങളുമുണ്ട്. പ്രഭുവിന്റെ ഗൃഹത്തിൽ പഴയ പ്രഭുക്കളുടെ ഛായാചിത്രങ്ങൾ; നായിഡുവിന്റെ ബംഗ്ലാവിൽ മനോഹരികളായ യവനസ്ത്രീകളുടെ ഛായാചിത്രങ്ങൾ. ചിത്രങ്ങൾ വരപ്പിച്ച് ഗൃഹാലങ്കാരമായി പ്രദർശിപ്പിക്കുന്ന സമ്പ്രദായം ഇവിടത്തെ പ്രഭുഗൃഹങ്ങളിൽ തുടങ്ങിയതും ആധുനികതയോടെയാണ്. നമ്മുടെ ഛായാചിത്രരചനയിലെ ആദ്യപഥികനായ രാജാരവിവർമ്മയുടെ ആദ്യത്തെ കമ്മീഷൻഡ്

ഛായാചിത്രരചന 1870 ലായിരുന്നുവെന്നും 1876–78 കാലത്ത് അദ്ദേഹം ധാരാളം ഛായാചിത്രങ്ങൾ രചിച്ചിട്ടുണ്ടെന്നും വിജയകുമാർ മേനോൻ എഴുതുന്നു. ആസ്വാദനശേഷിയില്ലെങ്കിലും ആധുനികതയുടെ ഈ അടയാളം അവർ സ്വീകരിക്കുന്നു. അതുപോലെ പ്രഭുവിന്റെ ഭവനത്തിൽ നിയമപുസ്തകങ്ങളും ശാസ്ത്രപുസ്തകങ്ങളും പ്രത്യേകം അലമാരകളിൽ സൂക്ഷിച്ചിട്ടുണ്ട്. നായിഡുവിന്റെ ഭവനത്തിൽ നാലഞ്ചലമാരകളിലായി പലതരം പുസ്തകങ്ങൾ മാത്രമല്ല, നടുക്കു വീട്ടികൊണ്ടുള്ള ഒരു വട്ടമേശയിൽ എഴുതുവാനുള്ള ഉപകരണങ്ങളും വർത്തമാനക്കടലാസുകളും ഉണ്ട്. അവരുടെ ഗൃഹസങ്കൽപ്പത്തിൽ ഈ ആധുനികതാചിഹ്നങ്ങളുണ്ടെന്നർഥം. അതായത് ആദർശഗൃഹ സങ്കൽപ്പം നോവലിലേക്കു പകർത്തുമ്പോൾ അതിൽ ഈ ആധുനികതാചിഹ്നങ്ങൾ കലരുന്നു. പക്ഷേ, കലാസ്വാദനശേഷി എന്ന മൂല്യം ആധുനികവ്യക്തികൾക്കേയുള്ളൂവെന്ന് ഉറപ്പിക്കുകയും ചെയ്യുന്നു.

ആധുനികവ്യക്തി ബോധനിർമിതിയിൽ പ്രധാനമായ മറ്റൊരു ഘടകമാണു യാത്ര. ലക്ഷ്മിക്കുട്ടി അച്ഛനമ്മമാരോടൊപ്പം ആദ്യം നടത്തിയ മദിരാശിയാത്ര വിശദമായി വർണിക്കുന്നുണ്ട്. തീവണ്ടിയാത്രയുടെ സ്വഭാവവും ഓരോ സ്റ്റേഷനിലും വണ്ടി നിർത്തുമ്പോൾ കാണുന്ന കാഴ്ചകളും വായനക്കാർക്ക് യാത്രയുടെ അനുഭവം തരണമെന്ന ഉദ്ദേശ്യത്തോടെയാണ് വർണിക്കുന്നത്. പ്രഭുവിന്റെ വിവാഹഭീഷണിയിൽനിന്നു രക്ഷപ്പെടാൻ ലക്ഷ്മിക്കുട്ടിയും മീനാക്ഷിയുംകൂടി നടത്തിയ യാത്ര സംഭവബഹുലവും നിർണായകവുമാണ്. ഇതിനിടയിൽ മീനാക്ഷി രോഗംമൂലം മരിച്ചുവെന്നു ധരിക്കുകയും ലക്ഷ്മി ഒറ്റയ്ക്കു യാത്രതുടരുകയും ഇടയ്ക്കൊരു സ്റ്റേഷനിൽ ഇറങ്ങി സമയത്തു വണ്ടിയിൽ കയറാനാവാത്തതുകൊണ്ട് ഒരക്രമിയുടെ കൈയിൽപ്പെടുകയും അവിടെനിന്നു രക്ഷപ്പെട്ട് മൈസൂർ റാണിയുടെ കൊട്ടാരത്തിൽ ചെന്നു ചേരുകയും ചെയ്യുന്നുണ്ട്–കേശവൻ അപ്പോൾ താമസിക്കുന്ന അതേ മൈസൂർ കൊട്ടാരത്തിന്റെ ഒരു ഭാഗത്ത്. സാമാന്യം വിപുലമായാണ് ഈ യാത്രാവർണന. മാത്രമല്ല, ആത്മസ്നേഹിതയായ മീനാക്ഷി മരിച്ചുവെന്നു തോന്നിയപ്പോഴും, ദുഃഖം ഒരുവിധം അടക്കിവച്ചിട്ട് "ഇനി പൂനാ എന്ന പട്ടണം കാണണം" എന്നു വിചാരിച്ച് ലക്ഷ്മി പട്ടണക്കാഴ്ചയ്ക്കായി യാത്ര തുടരുകയാണ്. കേശവന്റെ യാത്രകളെക്കുറിച്ചു വിവരണങ്ങളില്ലെങ്കിലും മദ്രാസും ബാംഗ്ലൂരും മൈസൂരുമായി യാത്ര ചെയ്ത അനുഭവമുണ്ടയാൾക്ക്.

ആധുനികതയുടെ ഈ മൂല്യങ്ങൾ സൂചിപ്പിക്കപ്പെടുമ്പോഴും കഥാപാത്രങ്ങൾ തമ്മിലുള്ള ബന്ധത്തിൽ അതെങ്ങനെ പ്രവർത്തിക്കുന്നു? അഥവാ മനുഷ്യബന്ധങ്ങളെക്കുറിച്ച് ഈ നോവൽ തരുന്ന ചിത്രങ്ങളെന്തൊക്കെയാണ്? സ്വാതന്ത്ര്യബോധമുള്ള ആധുനികവ്യക്തികൾ തമ്മിലേ സ്നേഹബന്ധം സാധ്യമാവുകയുള്ളൂവെന്നു തോന്നുന്നു. ഈ

നോവലിലെ പല കഥാപാത്രങ്ങളും തമ്മിലുള്ളത് ചിട്ടപ്പെടുത്തിയ മേല് കീഴ്ബന്ധമാണ്. പ്രഭുവിന് 'എത്രയും ഇഷ്ടനാണ്' ഇട്ടിവാസുനമ്പൂതിരിയെങ്കിലും അവർ തമ്മിൽ സ്നേഹിതന്മാരെപ്പോലെയല്ല പെരുമാറുന്നത്. പ്രഭുവിന്റെ ഒരു വിദൂഷകനെപ്പോലെയേ തോന്നൂ. പ്രഭുവിനു പാട്ടക്കാരുമായും മാനേജരുമായും തികച്ചും ഔപചാരികമായ ബന്ധമാണുള്ളത്. മൈസൂർ രാജകുമാരന്റെ അതിഥിയായി താമസിക്കത്തക്ക അടുപ്പമുണ്ട് കേശവന്. അവർ കണ്ടുമുട്ടിയപ്പോൾ നായർ വിവാഹബില്ലിനെപ്പറ്റിയാണു ചർച്ചചെയ്യുന്നത്. അതിന്റെ സംഗ്രഹം അവതരിപ്പിച്ച് ചില വകുപ്പുകളോടു വിയോജിപ്പു പ്രകടിപ്പിക്കുന്നുമുണ്ടയാൾ. സുഹൃത്തുക്കളെപ്പോലെയാണ് ഈ സംഭാഷണമെങ്കിലും അടിയൻ എന്ന ആചാരപദം ഉപയോഗിച്ചാണു കേശവൻ രാജകുമാരനോടു സംസാരിക്കുന്നത്. കന്മാരൻനായരും ഭാര്യ ഇക്കാവമ്മയുമായുള്ള സംസാരത്തിലെന്നതിനെക്കാൾ അയാളും കേശവനുമായുള്ള സംസാരത്തിൽ സ്വാതന്ത്ര്യബോധമുള്ള രണ്ടു വ്യക്തികളുടെ സ്വരം കേൾക്കാം. ലക്ഷ്മീകേശവന്മാരും സ്വതന്ത്രവ്യക്തികളെപ്പോലെയാണു പെരുമാറുന്നത്. വിവാഹപൂർവമുള്ള രഹസ്യ സമാഗമങ്ങളും ആലിംഗനചുംബനാദികളും മോതിരംമാറലുമെല്ലാം തുല്യതയുള്ള രണ്ടുപേരുടെ പ്രവൃത്തികൾപോലെയാണു വർണിക്കുന്നത്. സ്നേഹബന്ധത്തിനുവേണ്ട സ്വാതന്ത്ര്യം ഈ കഥാപാത്രങ്ങളൊക്കെ തമ്മിലേ ഉള്ളൂവെന്നു തോന്നുന്നു. മീനാക്ഷിയെ ലക്ഷ്മിയുടെ ശിഷ്യത്തി എന്നാണു വിശേഷിപ്പിക്കുന്നത്. ശിഷ്യൻ എന്ന വാക്കിന് വിദ്യാർഥി എന്നതിനോടൊപ്പം വേലക്കാരൻ എന്നൊരർഥംകൂടി *ശബ്ദതാരാവലി* നൽകുന്നുണ്ട്. മീനാക്ഷി ലക്ഷ്മിയുടെ വിദ്യാർഥിനിയല്ല. അപ്പോൾ വേലക്കാരിയാകുമോ? സുഹൃത്തിന്റെയോ, അതിനെക്കാളധികം സംസ്കൃതനാടകങ്ങളിലെ സഖിയുടെയോ സ്ഥാനമാണു നോവലിൽ മീനാക്ഷിക്കുള്ളതെങ്കിലും വേലക്കാരി എന്നർഥം വരാവുന്ന ഒരു വാക്കാണു പ്രയോഗിക്കുന്നതെന്നു ശ്രദ്ധിക്കുക. പരീക്ഷ കഴിഞ്ഞ് ലക്ഷ്മിക്കുട്ടിയെ കാണാൻ വന്ന കേശവൻ പുറത്തുനിന്ന ശിഷ്യനോടാണ് കന്മാരൻനായരെയും ഇക്കാവമ്മയെയും പറ്റി ചോദിക്കുന്നത്. ഇവിടെ വേലക്കാരൻ എന്ന അർഥം സ്പഷ്ടമാണ്. ഇങ്ങനെ, ബന്ധങ്ങളിൽ ആധുനികതയിലേക്ക് എത്താത്തവരാണ് ഈ നോവലിലെ പല കഥാപാത്രങ്ങളുമെന്നു പറയാം.

ആധുനികവ്യക്തിബോധത്തിന്റെ മറ്റൊരു പ്രധാനമൂല്യമാണു സ്വകാര്യത. വ്യക്തിയുടെ സ്വകാര്യത ഇതിൽ കാര്യമായി പരിഗണിക്കപ്പെടുന്നില്ല. മുമ്പു പറഞ്ഞതുപോലെ ചിട്ടപ്പെട്ട ബന്ധങ്ങൾക്ക് പ്രാധാന്യമുള്ളതുകൊണ്ടാകണം സ്വകാര്യതയുടെ ആവിഷ്കരണങ്ങൾ കുറയുന്നതെന്നു തോന്നുന്നു. സ്വകാര്യതയുടെ ആവിഷ്കാരത്തിന് ആധുനികാഖ്യാനങ്ങളിൽ സ്വീകരിക്കപ്പെടാറുള്ള സ്വകാര്യകത്തുകളോ പ്രേമലേഖനങ്ങളോ ഈ നോവലിൽ കാണുന്നില്ല. *മീനാക്ഷി*യിലെ നായികാനായകന്മാരായ മീനാക്ഷിയും കുഞ്ഞിശ്ശങ്കരമേനോനും തമ്മിൽ കത്തിട

പാടുകളുണ്ടെന്നതും ഇവിടെ ഓർമിക്കാം. എന്നാൽ ഈ നോവലിൽ കത്തുകളേ ഇല്ലാതില്ല. ലക്ഷ്മിയും മീനാക്ഷിയും ദേശാന്തരം പോകുന്ന വിവരം കത്തെഴുതി വച്ചിരുന്നു. കന്മാരൻനായരെ മൈസൂർക്കു വരുത്താൻ മന്ത്രിയുദ്യോഗം ലഭിച്ച കേശവനുണ്ണി കത്തയയ്ക്കുന്നുണ്ട്. പക്ഷേ, അവ അറിയിപ്പുകൾ മാത്രം. അതുപോലെ ലക്ഷ്മിയും മീനാക്ഷിയും ലക്ഷ്മിയും കേശവനും തമ്മിലുള്ള സംഭാഷണങ്ങളും പഴയ വർണനാസങ്കേതങ്ങൾ നിറഞ്ഞവയാകുന്നു.

ഒരുപക്ഷേ, ഇതിനെക്കാൾ പ്രധാനമായ ഒരഭാവം ഈ നോവലിലുണ്ട്. *ഇന്ദുലേഖ*യ്ക്കുശേഷം ഇറങ്ങിയ ഈ കൃതിയിൽ ആധുനികതയുടെ അടയാളമായി ഇംഗ്ലീഷ് വരുന്നുണ്ടെങ്കിലും ആധുനികരാഷ്ട്രസങ്കൽപ്പത്തെയോ ഉണർന്നുവരുന്ന ദേശീയബോധത്തെയോ കുറിക്കുന്ന ഒന്നുംതന്നെയില്ല. എന്നുമാത്രമല്ല നായകനായ കേശവനുണ്ണിനായർ മൈസൂർമഹാരാജാവിന്റെ മന്ത്രിയാകുന്നതോടെയാണ് നോവൽ അവസാനിക്കുന്നത്. ഈ നോവലിലെ ആധുനികതാസങ്കൽപ്പത്തിന്റെ ഒരു പരിമിതിയായിത്തന്നെ ഈ വസ്തുത കണക്കാക്കാം.

ആധുനികതയോടെ കേരളീയ കുടുംബഘടനയിൽ ഉണ്ടാകുന്ന മാറ്റത്തെക്കുറിച്ച് നോവൽ സൂചനതരുന്നുണ്ട്. കേലുണ്ണിനമ്പ്യാരുടെ വസ്തുവിൽ കൃഷിചെയ്തു ജീവിക്കുന്ന പാട്ടക്കുടിയാന്മാരാണ് ലക്ഷ്മിയുടെ അമ്മാവനും മറ്റും. നോവലിന്റെ തുടക്കത്തിൽ ലക്ഷ്മിയുടെ കുടുംബം അമ്മാവന്റെ കുടുംബംതന്നെ. അതായത് അമ്മാവൻ ചാത്തരമേനോനും അമ്മ ഇക്കാവമ്മയും താനും അടങ്ങുന്ന കുടുംബം. പക്ഷേ, കന്മാരൻനായർ ഭാര്യ ഇക്കാവമ്മയെയും മകൾ ലക്ഷ്മിയെയും മദിരാശിയിലെ ജോലിസ്ഥലത്തേക്കു കൂട്ടിക്കൊണ്ടുപോകുന്നതോടെ അമ്മാവനിൽനിന്ന് അച്ഛനിലേക്കു കേന്ദ്രം മാറുന്നുണ്ട്. മകളെ പഠിപ്പിക്കുന്നതിനു മദിരാശിക്കു കൊണ്ടുപോകാൻ അവളുടെ അമ്മാവന്റെ അനുവാദം ചോദിക്കുന്നുണ്ടെങ്കിലും അത് ഔപചാരികം മാത്രമായേ തോന്നൂ. മാത്രമല്ല, ഭാര്യയെക്കൂടി കൊണ്ടുപൊയ്ക്കൊള്ളാൻ ചാത്തരമേനോൻ നിർദേശിക്കുന്നുമുണ്ട്.

ലക്ഷ്മിക്കുട്ടിയെ വിവാഹം കഴിക്കാനുള്ള മോഹം വിഫലമായതിന്റെ പ്രതികാരമായി ജന്മി ചാത്തരമേനോനിൽനിന്ന് വസ്തുവകകൾ ഒഴിപ്പിക്കാൻ വട്ടംകൂട്ടി. അങ്ങനെ ചെയ്താൽ അവർ അഗതികളായി തന്നെ ആശ്രയിക്കുമെന്നായിരുന്നു അയാളുടെ വിചാരം. വസ്തുവും കൃഷിയുമില്ലാതെ ഇരന്നുനടക്കുന്നതിനെക്കാൾ അഭികാമ്യമായി ചാത്തരമേനോൻ കാണുന്നത് മരുമകളെ ജന്മിയുടെ നേത്യാരാക്കുന്നതാണ്. അതിനു വിസമ്മതിച്ച അവളെ നല്ലവണ്ണം ശകാരിക്കുന്നുമുണ്ട്. അവൾ നാടുവിട്ടുപോയിട്ടും തന്റെ തീരുമാനം കടന്നുപോയെന്ന് അയാൾക്കു തോന്നുന്നില്ലതാനും. തനിക്ക് വലിയ താൽപ്പര്യമില്ലെങ്കിലും "പ്രഭുവിന്റെ സ്ഥിതി എല്ലാവർക്കും നല്ലവണ്ണം അറിഞ്ഞുകൂടേ? അദ്ദേഹം അങ്ങനെ ആവശ്യപ്പെട്ടാൽ അതിനു വിരോധം പറയുവാൻ പാടുണ്ടോ?"

എന്ന് അയാൾ ചോദിക്കുന്നു. അമ്മാവന്റെ നിലപാട് ഇതാണെങ്കിൽ അച്ഛനായ കന്മാരൻനായരുടെ അഭിപ്രായം നോക്കുക: "എന്തുതന്നെ സംഭവിച്ചാലെന്താ? 'തവിടു തിന്നാലും തകർതം കളയരുത്' എന്നു കേട്ടിട്ടില്ലേ? പ്രഭുവിന്റെ ഭാര്യയായിരിപ്പാൻ അവൾക്കൊട്ടും താത്പര്യമില്ലാതിരിക്കുമ്പോൾ ശാസിച്ചിട്ടെങ്കിലും അങ്ങനെ ആക്കണമെന്നു വിചാരിക്കുന്നതു പെണ്ണിനെ പണത്തിനു വിൽക്കുന്നതിനു തുല്യമല്ലേ?"

ഇങ്ങനെ സ്ത്രീയുടെ ഇച്ഛയ്ക്കും സ്വാതന്ത്ര്യത്തിനും ആശയതലത്തിൽ പ്രാധാന്യം നൽകുകമാത്രമല്ല, അതിനുള്ള പ്രായോഗികമാർഗം കണ്ടെത്തുന്നുമുണ്ടയാൾ. കോഴിക്കോട്ട് തന്റെ വീട്ടിനടുത്തുള്ള സ്വന്തം കളംകൃഷി ഇക്കാവമ്മയ്ക്കു തീറെഴുതിക്കൊടുക്കാൻ അയാൾ നിശ്ചയിക്കുന്നു. ചാത്തരമേനോനും ഇക്കാവമ്മയ്ക്കും ജന്മിയുടെ ഭീഷണിയില്ലാതെ അവിടെ ജീവിക്കാം. പാട്ടബാക്കി വിട്ടുകൊടുക്കാമെന്നു ജന്മി സമ്മതിച്ചിട്ടുണ്ടെങ്കിലും ആ സൗജന്യം വേണ്ടെന്നാണ് കന്മാരൻ പറയുന്നത്. പാട്ടബാക്കി കൊടുത്തു തീർക്കാനുള്ള സംഖ്യ അയാൾ അയച്ചുകൊടുക്കാമെന്നേറ്റു. അങ്ങനെ ജന്മിയുടെ കുടിയാന്മാരായല്ലാതെ സ്വതന്ത്രരായി ജീവിക്കാനുള്ള വക നോവലിലെ അമ്മാവന് ഉണ്ടാക്കിക്കൊടുക്കുന്നത് നോവലിലെ അച്ഛനായ കന്മാരൻനായരാണ്. സ്വന്തം കുടുംബസ്വത്തല്ല ഭർത്താവിന്റെ സ്വത്താണ് ഭാര്യക്കും ഭാര്യാസഹോദരനും ആശ്രയമാകുന്നത്. അതു സാധിക്കുന്നത് അയാൾക്ക് ജന്മിസമ്പ്രദായത്തിന്റെ കെട്ടുപാടില്ലാത്ത ഒരു സ്വതന്ത്രജീവിതം ഉള്ളതുകൊണ്ടുമാണ്. മരുമക്കത്തായത്തിൽനിന്ന് മക്കത്തായത്തിലേക്കുള്ള മാറ്റത്തിന്റെ സൂചന ഈ സ്വത്തുകൈമാറ്റക്കഥയിലുണ്ടാവാം.

അച്ഛൻ യുക്തിയുടെ സ്ഥാനവുമാണ്. ലക്ഷ്മിക്കുട്ടി നാടുവിട്ടതറിഞ്ഞിട്ടും ആത്മസംയമനത്തോടെയാണു കന്മാരൻനായർ പെരുമാറുന്നത്. മറ്റാരും അന്വേഷിച്ച് അപകടമുണ്ടാക്കരുതെന്നും താൻതന്നെ ഗൂഢമായി അന്വേഷിച്ചുകൊള്ളാമെന്നും അയാൾ പറയുന്നു. ഓരോ ദിക്കിലേക്കും എഴുത്തയച്ച്, മറുപടി കിട്ടി, അഞ്ചെട്ടുദിവസം കഴിഞ്ഞേ മറ്റൊരിടത്തേക്ക് എഴുത്തയയ്ക്കൂ. സംശയം തോന്നാതിരിക്കാൻ അത്ര സുചിന്തിതമായാണയാൾ പ്രവർത്തിക്കുന്നത്. ഇക്കാവമ്മയും ചാത്തരമേനോനും വികാരത്തിനടിപ്പെട്ടാണ് അഭിപ്രായങ്ങൾ പറയുന്നതെന്നോർക്കുക.

അച്ഛന്റെ സ്ഥാനത്തെക്കുറിച്ചോ അച്ഛനും മക്കളും തമ്മിലുള്ള ബന്ധത്തെക്കുറിച്ചോ മറ്റൊരു പരാമർശവും നോവലിലുണ്ട്. കന്മാരൻനായരോട് ആദ്യമായി സംസാരിക്കുന്നതിനിടയ്ക്ക് നായന്മാർക്കിടയിൽ നിലവിലുള്ള വിവാഹസമ്പ്രദായത്തെ കേശവനുണ്ണി ഇങ്ങനെ വിമർശിക്കുന്നു:

> നമ്മുടെ ഇപ്പോഴത്തെ നടപ്പും ആചാരവും ആലോചിച്ചു നോക്കുമ്പോൾ ഭാര്യ, പുത്രൻ ഇവരോടൊരുമിച്ചു യാതൊരു ക്രിയയും

ചെയ്വാനില്ലെന്നാണ് ഇനിക്കു തോന്നുന്നത്. നമ്മെ സംബന്ധിച്ചെടത്തോളം അതിന്റെ ഉദ്ദേശ്യം ഇഹസുഖം എന്നു മാത്രമേ ഉള്ളൂ. അതുകൊണ്ടു ഭാര്യയെ സ്വീകരിക്കുന്നതു നല്ലവണ്ണം ആലോചിച്ച് അവനവന്റെ താൽപ്പര്യപ്രകാരമാവാഞ്ഞാൽ വളരെ ബുദ്ധിമുട്ടുതന്നെയാണ്.

വിവാഹജീവിതത്തിൽ ഭാര്യാഭർത്താക്കന്മാർ തമ്മിലുണ്ടാകേണ്ട ഉള്ളിണക്കത്തോടൊപ്പം പിന്തുടർച്ചാവകാശം സംബന്ധിച്ച ചില സൂചനകളും ഇവിടെ ഉണ്ടായി എന്നുവരാം. പിന്തുടർച്ചാവകാശം നിശ്ചയിച്ചിരുന്നത് ശേഷക്രിയകൾക്കുള്ള അവകാശം ആർക്ക് എന്നതിന്റെ അടിസ്ഥാനത്തിലായിരുന്നു. *കൊച്ചിൻ നായർ റെഗുലേഷനെ സംബന്ധിച്ച ഒരു വിചിന്തനം* എന്ന രേഖയിൽ പാലിയത്ത് ചെറിയ കുഞ്ഞുണ്ണി അച്ഛൻ പറയുന്നത് പി ഭാസ്കരനുണ്ണി ഇങ്ങനെ ഉദ്ധരിക്കുന്നു:

> പിന്തുടർച്ച എന്നാലെന്ത്? അതുകൊണ്ട് അവകാശം സിദ്ധിക്കുന്നതെങ്ങനെ? ഇതിന്ന് അധികാരി ആരാണ്?..... ഒരുവൻ മരിച്ചാൽ അയാളുടെ ആത്മാവിന് ഔത്കൃഷ്ട്യത്തെയും ശാന്തിയെയും ഉണ്ടാക്കുവാൻവേണ്ടി അലൗകികങ്ങളും വൈദികങ്ങളുമായ ചില അനുഷ്ഠാനങ്ങളെ നിർവഹിപ്പാൻ ഒരുവൻ ന്യായമായി ചെയ്യുന്ന സമാരംഭമാണ് പിന്തുടർച്ചയുടെ സ്വരൂപം. ഈ കൃത്യങ്ങളെ നിർവഹിക്കുന്നതുകൊണ്ടാണ് അയാളുടെ സ്വയാർജിതത്തിന്മേൽ അവകാശം സിദ്ധിക്കുന്നത്...... ഇതു ധർമശാസ്ത്രസിദ്ധമാണ്..... ശേഷക്രിയാദികൾക്ക് അധികാരം യാതൊരുത്തനിൽ ഇരിക്കുന്നുവോ അവന്നാണു പിന്തുടർച്ചാവകാശം.

ഭാര്യ, പുത്രൻ ഇവരോടൊന്നിച്ചു യാതൊരു ക്രിയയും ചെയ്യാനില്ലെന്നു കേശവനുണ്ണി പറയുന്നതിൽ മുകളിൽ പറഞ്ഞതരം അനുഷ്ഠാനങ്ങൾ സൂചിപ്പിക്കുന്നുണ്ടാവണമെന്നില്ല. പക്ഷേ, ദാമ്പത്യത്തിന്റെ അർഥം ഇപ്പോൾ ഇഹസുഖം മാത്രമാണെന്നു വിമർശിക്കുന്നിടത്ത് പിന്തുടർച്ചാവകാശത്തെക്കുറിച്ചും ചില സൂചനകളുണ്ടാവുമെന്നു കരുതുന്നതു പന്തികേടാവുമോ? നോവലിൽ അച്ഛൻ എന്ന സ്ഥാനത്തിനു കൈവരുന്ന പ്രാധാന്യത്തിന്റെ ഒരടയാളമായി ഈ പരാമർശം കണക്കാക്കാമെന്നു തോന്നുന്നു.

നോവലിലാകെ വിധ്യാത്മകമായ ഊർജം (Positive energy) നിറഞ്ഞുനിൽക്കുന്നതായി അനുഭവപ്പെടും. പല പ്രതിസന്ധികളിലൂടെയും തിരിച്ചടികളിലൂടെയും കടന്നുപോയാലും ജീവിതം ശോഭനമായ ഒരു പരിണാമത്തിലെത്തുമെന്ന ആദർശം ഇതിലുണ്ട്. ആധുനികതയുടെ വിധ്യാത്മകമായ ഊർജംതന്നെയാണത്. വിധിപക്ഷത്തു നിൽക്കുന്ന കഥാപാത്രങ്ങളെല്ലാം പുതുമകളെയും മാറ്റത്തെയും സംശയരഹിതമായി സ്വീകരിക്കുന്നവരാണ്. ആധുനികവിദ്യാഭ്യാസവും നാഗരികസം

സ്കാരവും പരിഷ്കാരവും അഭികാമ്യമാണ്. കേരളത്തിൽ രൂപപ്പെട്ടു വന്ന മധ്യവർഗത്തിൽ ഒരുവിഭാഗത്തിന്റെ അഭിരുചികളും സ്വഭാവങ്ങളും തനതായ രീതിയിൽ ചിത്രീകരിക്കുന്നുവെന്ന സവിശേഷത അങ്ങനെ, ഈ നോവലിനുണ്ട്.

മലയാളത്തിലെ ആദ്യകാല നോവൽ പരിശ്രമങ്ങളെ പുതിയ മലയാളഗദ്യാഖ്യാനത്തിനുവേണ്ടിയുള്ള അന്വേഷണങ്ങളായും പരിഗണിക്കാമെന്ന് ഈ ലേഖനത്തിന്റെ ആദ്യഭാഗത്ത് സൂചിപ്പിച്ചുവല്ലോ. *ലക്ഷ്മീകേശവ*ത്തെ മുൻനിർത്തി ആ വശം അൽപ്പംകൂടി അന്വേഷിക്കുവാനാണ് ഇനി ശ്രമിക്കുന്നത്. വിവർത്തനങ്ങളിലൂടെയും അനുകരണങ്ങളിലൂടെയും ഇംഗ്ലീഷ്നോവൽ ആദ്യകാലനോവൽ പരിശ്രമങ്ങളെ സ്വാധീനിച്ചിട്ടുണ്ടെന്നതിൽ സംശയമില്ല. പക്ഷേ, അതുമാത്രമാണോ? ഇംഗ്ലീഷ് മാതൃകയായി നിൽക്കുമ്പോൾത്തന്നെ, നിലവിലുണ്ടായിരുന്ന മലയാളാഖ്യാനങ്ങളും അവയിൽ ചിലതിനെ പ്രചോദിപ്പിച്ചിരിക്കാവുന്ന സംസ്കൃതാഖ്യാനങ്ങളും നോവൽ ആഖ്യാനത്തിലേക്ക് ഒരു വഴിയും തുറന്നില്ലെന്നു പറയാനാവുമോ? ആദ്യകാലനോവലുകളെ സംബന്ധിച്ചെങ്കിലും അങ്ങനെ പറയുന്നതു ശരിയാവുമെന്നു തോന്നുന്നില്ല. ഇംഗ്ലീഷിന്റെയും സംസ്കൃതത്തിന്റെയും മലയാളത്തിന്റെയും നിലവിലുള്ള മാതൃകൾക്കിടയിലൂടെ പുതിയൊരു ഗദ്യാഖ്യാനം ലക്ഷ്യമാക്കിയുള്ള യാത്രയിലെ ഇടത്താവളങ്ങളായി ആദ്യകാലനോവലുകളിൽ പലതിനെയും പരിഗണിക്കാനാകും. ഓരോ ഘടകവും ഏറിയും കുറഞ്ഞുമാകും വ്യത്യസ്ത നോവലുകളിൽ പ്രവർത്തിക്കുന്നത്.

*ലക്ഷ്മീകേശവ*ത്തിൽത്തന്നെ ഇംഗ്ലീഷ്മട്ടിനെക്കാൾ മുഴച്ചു നിൽക്കുന്നത് ഒരുപക്ഷേ, സംസ്കൃതരീതിയോ മലയാളരീതിയോ ആണെന്നുവരാം. അവ അന്വേഷിക്കുന്നതിലൂടെ പുതിയ ഗദ്യാഖ്യാനശ്രമങ്ങളിലെ ചില സങ്കീർണതകൾ മനസിലാക്കാൻ പറ്റിയേക്കും. ഇംഗ്ലീഷ് നോവലുകളുടെ ജ്ഞാനം പാഡു മേനോന് ധാരാളമായിട്ടില്ല എന്ന് *ലക്ഷ്മീകേശവ*നിരൂപണത്തിൽ സി പി അച്യുതമേനോൻ എഴുതുന്നതും ഇവിടെ പരിഗണിക്കേണ്ടതാണ്.

കവിതയായി മനസിലാക്കപ്പെടുന്ന താളാത്മകാഖ്യാനരൂപങ്ങൾ കഴിഞ്ഞാൽ പത്തൊമ്പതാം നൂറ്റാണ്ടിന്റെ മധ്യത്തിൽ കേരളത്തിലെ സാഹിത്യമണ്ഡലത്തിൽ പരിചിതമായിരുന്ന ഒരു പ്രധാനരൂപം സംസ്കൃതനാടകമായിരിക്കണം. കേരളവർമ്മ വലിയകോയിത്തമ്പുരാന്റെ *ശാകുന്തളം വിവർത്തനം* 1882 ൽ പുറത്തുവന്നു. പാശ്ചാത്യനാടകങ്ങളിൽ ചിലതും ഇക്കാലയളവിൽ വിവർത്തനം ചെയ്യപ്പെടുന്നുണ്ട്. *ലക്ഷ്മീകേശവ*ത്തിന്റെ ആഖ്യാനത്തിൽ സംസ്കൃതനാടകങ്ങളുടെ ശിൽപ്പം കുറച്ചൊക്കെ സ്വാധീനം ചെലുത്തിയിട്ടുണ്ടെന്നു വരാം.

കൃത്യമായി പൊരുത്തപ്പെടുത്താൻ കഴിഞ്ഞേക്കില്ലെങ്കിലും, സംസ്കൃതനാടകങ്ങളിലെ പഞ്ചസന്ധികളുടെ അടിസ്ഥാനത്തിൽ വിശകലനം ചെയ്യത്തക്കവിധമാണ് നോവലിലെ ഇതിവൃത്തം. നമ്മുടെ ആദ്യ

കാലനോവലുകളിൽ ഈ നാടകസങ്കേതം ഒരളവിൽ പ്രവർത്തിച്ചിട്ടുണ്ടെന്നതിന്, നോവലിലെ പഞ്ചഘടകങ്ങളെപ്പറ്റിയുള്ള എം പി പോളിന്റെ വിശദീകരണവും തെളിവാണ്. *ഇന്ദുലേഖ, മാർത്താണ്ഡവർമ്മ, ഭാസ്കരമേനോൻ* മുതലായ നോവലുകൾ മുൻനിർത്തിയാണ് എം പി പോൾ ഈ വിശകലനം അവതരിപ്പിക്കുന്നത്.

ലക്ഷ്മിയുടെയും കേശവന്റെയും അനുരാഗവും അതിനുവരുന്ന തടസങ്ങളും അവയെ അതിജീവിച്ചുള്ള വിവാഹവുമാണല്ലോ കഥാതന്തു. മൂന്നാമധ്യായത്തിലാണ് ലക്ഷ്മീകേശവന്മാരുടെ അനുരാഗോൽപ്പത്തി വർണിക്കുന്നത്. കന്മാരൻനായരുടെ പിറന്നാളിനു ക്ഷണിക്കപ്പെട്ട കേശവനുണ്ണി, പൂമുഖത്തു നിന്ന ലക്ഷ്മിക്കുട്ടിയെ കണ്ടനിമിഷംതന്നെ അവർ ആകർഷിക്കപ്പെട്ടു. ലക്ഷ്മി ഇംഗ്ലീഷ് പഠിച്ചിട്ടുണ്ടെന്നറിഞ്ഞതോടെ അനുരാഗം ഇളക്കിവച്ചുറപ്പിക്കുകയും ചെയ്തു. നാലാമധ്യായത്തിൽ പ്രഭു ലക്ഷ്മിക്കുട്ടിയെ കണ്ടു ഭ്രമിച്ചു ഭാര്യയാക്കാൻ ആലോചിക്കുന്നതോടെ അനുരാഗവിഘ്നം ശങ്കിക്കാവുന്ന അടുത്ത സന്ധി തുടങ്ങുന്നതായി പറയാം. പരിണാമത്തെക്കുറിച്ച് വായനക്കാരിൽ ഉൽക്കണ്ഠ നിലനിർത്തുംവിധമാണ് നാലാമധ്യായത്തിന്റെ അവസാനം മുതൽ ഏഴാമധ്യായംവരെ കഥ പറഞ്ഞുപോകുന്നത്. ലക്ഷ്മിക്കുട്ടി നാടുവിടുന്നതും സത്രത്തിൽ തങ്ങിയ അവസരത്തിൽ മോഷണക്കുറ്റം ആരോപിക്കപ്പെട്ട് പൊലീസ് പിടിയിലാകുന്നതും സന്തതസഹചാരിണിയായ മീനാക്ഷി മരിച്ചുവെന്നു ധരിക്കുന്നതും ഒറ്റയ്ക്കു യാത്ര തുടർന്ന് അക്രമിയായ പട്ടാണിയുടെ പിടിയിലാകുന്നതും ഒരു നായാട്ടുകാരന്റെ സമയോചിതമായ പ്രവൃത്തിമൂലം രക്ഷപ്പെട്ട് മൈസൂർ രാജകുമാരിയുടെ അന്തഃപുരത്തിലെത്തുന്നതുംവരെ ഈ അധ്യായങ്ങളിൽ വിവരിക്കപ്പെടുന്നു. ഒരു വശത്തുകൂടി ലക്ഷ്മി അങ്ങനെ ഒഴുകി മൈസൂർ രാജധാനിയിൽ എത്തിച്ചേരുന്നതിനു മുമ്പുതന്നെ കേശവൻ അവിടെയെത്തിയിരുന്നു. പക്ഷേ, നായകപക്ഷത്തുമുണ്ട് പ്രതിസന്ധികൾ. ദേവരാജനായിഡു എന്ന വ്യാപാരിയുമായുള്ള പരിചയത്തിൽ, മുത്തുമാണിക്യം എന്ന വേശ്യയുടെ വീട്ടിൽ പാട്ടുകേൾക്കാൻ പോകുന്നതും അസൂയമുഴുത്ത നായിഡു മന്ത്രിയെ തെറ്റിദ്ധരിപ്പിച്ചതുമൂലം അറസ്റ്റിലാകുന്നതും മറ്റും. ഈ ദീർഘവിവരണങ്ങളിൽ ഗർഭവിമർശസന്ധികൾ കലർന്നു പ്രവർത്തിക്കുന്നതായി പറഞ്ഞുകൂടേ? എട്ടാമധ്യായം നിർവഹണമാണെന്നും പറയാം. തെറ്റിദ്ധാരണ മാറിയ മന്ത്രി കേശവനെ മോചിപ്പിച്ചു. രാജാവിന്റെ കാലശേഷം ഭരണമേറ്റെടുത്ത രാജകുമാരന്റെ മന്ത്രിയായി അയാൾ നിയമിക്കപ്പെട്ടു. കൊട്ടാരത്തിലെത്തിച്ചേർന്ന ലക്ഷ്മിയെ തിരിച്ചറിഞ്ഞ്, അവളുടെ അച്ഛനമ്മമാരെയും അമ്മാവനെയും വിളിച്ചുവരുത്തി, വിവാഹവും ചെയ്തു. മൂന്നാമധ്യായത്തിലേ അനുരാഗാങ്കുരം കാണുന്നുള്ളൂവെങ്കിലും ഒന്നും രണ്ടും അധ്യായങ്ങൾ തീരെ അവഗണിക്കത്തക്കതല്ല. രാജ്യം കമ്പനിയുടെ കീഴിലായതോടെ ജനങ്ങൾക്കു സ്വാതന്ത്ര്യവും അറിവും വർധിച്ചുവെന്ന് ഒന്നാമധ്യായത്തിൽ മാനേജർ

പ്രഭുവിനോടു പറയുന്നതും സ്ത്രീവിദ്യാഭ്യാസത്തെക്കുറിച്ചുള്ള ആദർശം രണ്ടാമധ്യായത്തിൽ കേശവൻ വിവരിക്കുന്നതും തുടർന്നുള്ള കഥാഗതിയെ സാധൂകരിക്കാൻ ഉദ്ദേശിച്ചുതന്നെയാണ്.

ഘടനയിൽ മാത്രമല്ല, സംഭാഷണങ്ങളിലും വർണനകളിലും നാടകത്തിന്റെ രീതി ചിലപ്പോഴൊക്കെ കാണാം. കേശവൻ പോയതിനുശേഷമുണ്ടായ വിപ്രലംഭത്തിൽ ലക്ഷ്മിക്കുട്ടിയും മീനാക്ഷിയും തമ്മിലുള്ള സംഭാഷണം നോക്കുക. മീനാക്ഷി ഇങ്ങനെ വിചാരിക്കുന്നു:

> ഇവളുടെ ദേഹം ഉഗ്രമായ വെയിൽകൊണ്ടു വാടിയ തളിരുപോലെ തളർന്നിരിക്കുന്നു. മുലകൾക്കു കാഠിന്യം ഒട്ടുംതന്നെ കാണുന്നില്ല. എത്രയും കനം കുറഞ്ഞ മേഘങ്ങളുടെ ഇടയിൽപെട്ട പൂർണചന്ദ്രനെപ്പോലെ ഇരിക്കുന്നു മുഖം. വീശിക്കൊണ്ടിരിക്കെ ഉഷ്ണിക്കുന്നു എന്നു പറയുന്നു. മരുന്നുകൾ കൊടുത്തതൊന്നും ഫലിക്കുന്നില്ല.
> മീനാക്ഷി– "ലക്ഷ്മിക്കുട്ടി, നിയ്യെന്നോടു യഥാർഥം പറയുമോ?"
> ലക്ഷ്മിക്കുട്ടി– "നിന്നോടു പറഞ്ഞില്ലെങ്കിൽ പിന്നെ ആരോടാണു ഞാൻ പറയുന്നത്?"

ഈ ഭാഗങ്ങൾക്ക് *ശാകുന്തള*ത്തോടുള്ള കടപ്പാട് ജോർജ് ഇരുമ്പയം ചൂണ്ടിക്കാണിച്ചിട്ടുണ്ട്.

മീനാക്ഷിയുടെ മറ്റു ചില വാക്കുകൾ നോക്കുക.

> മറ്റു യാതൊരു സ്ത്രീയുടെയും അനുരാഗഭാരവാഹി ഭാഗ്യവാനാകുന്നില്ല. ഗജേന്ദ്രകുംഭത്തോടുരസിക്കൊണ്ടിരിക്കുന്ന നിന്റെ പീനപയോധരങ്ങളുടെ ആശ്ലേഷണങ്ങൾ ലഭിക്കാൻ സംഗതി വരുന്നവൻ യാതൊരു പുരുഷനോ, അവനുതന്നെയാണു ഭാഗ്യം എന്നുള്ള വസ്തു മൂർത്തിധരമായി ഭവിക്കുന്നത്.

ലക്ഷ്മീകേശവന്മാർ പ്രണയലോലരായി പൂന്തോട്ടത്തിൽ ഇരിക്കുമ്പോഴുള്ള ഒരു സംഭാഷണം ഇങ്ങനെ:

> ലക്ഷ്മി: "കയറുകൂടാതെ കെട്ടിയിടുക എന്നു ഞാൻ കേട്ടിട്ടേയുള്ളു. ഇപ്പോൾ അത് അനുഭവമായി".
>
> കേശവൻ: "നിന്നെ കെട്ടിയിട്ടിട്ടല്ലേ ഉള്ളൂ? എന്നെ അത്രയല്ലല്ലോ. നിന്റെ ചടുലകടാക്ഷങ്ങളെക്കൊണ്ടുണ്ടാക്കപ്പെട്ട വലയിൽ എന്നെ പിണച്ചു മന്മഥനെക്കൊണ്ടു കൂർത്ത അസ്ത്രങ്ങൾ എയ്യിക്കയല്ലേ ചെയ്യുന്നത്? ആരുടെ അവസ്ഥയാണ് അധികം വ്യസനകരമായിട്ടുള്ളതെന്നു വിചാരിച്ചുനോക്കൂ".

ഇങ്ങനെ അനേകം സ്ഥലങ്ങളിൽ നാടകസംഭാഷണംപോലെ അലങ്കാരസഹിതമായ സംഭാഷണങ്ങളാണുള്ളത്. വർണനകളിലും അലങ്കാ

രങ്ങളും സങ്കേതങ്ങളും കാണാം. പ്രഭുവിനെയും പ്രഭുവിന്റെയും നായിഡുവിന്റെയും ഭവനങ്ങളും തീവണ്ടിയാത്രയും മദിരാശിപ്പട്ടണവും കഴിഞ്ഞാൽ നായികാസൗന്ദര്യവും വിരഹം പോലുള്ള അവസ്ഥകളുമാണ് പ്രധാനമായി വർണിക്കപ്പെടുന്നത്. നോവലിന്റെ തുടക്കത്തിൽ പ്രഭുവിനെ വർണിക്കുന്നതിൽ നിന്നൊരു ഭാഗം:

> കുബേരനെക്കൂടി ജയിക്കുന്ന തന്റെ അമിതമായ സമ്പത്തിന്റെ ആധിക്യത്താലും തന്നെ ആശ്രയിച്ചുനിൽക്കുന്നവർക്കു ചെയ്തുകൊടുക്കുന്ന അളവില്ലാത്ത ഗുണങ്ങളാലും തന്നെ ബഹുമാനിക്കാത്തവരും തന്റെ കൽപ്പനകൾക്ക്, പക്ഷേ, അവ അനീതിയായിരുന്നാലും, അല്പമെങ്കിലും ഒരു വിമുഖതയെ കാണിക്കുന്നവരും ആയ ജനങ്ങൾക്കു കഴിയുന്നിടത്തോളം ഉപദ്രവം ചെയ്വാൻ ഉത്സാഹിക്കുന്ന ശീലത്താലും നിസ്സാരമായ ഓരോ കാര്യസാദ്ധ്യങ്ങൾക്കുവേണ്ടി അസംഖ്യം പണം ചെലവുചെയ്വാനുള്ള ലക്ഷ്യമില്ലായ്മയാലും ചെറുപ്പത്തിൽത്തന്നെ കാരണവസ്ഥാനം ലഭിച്ചതിനാൽ വിദ്യാഭ്യാസമാകുന്ന കോടാലിയുടെ മൂർച്ചയെ അറിവാൻ ഇടവരാത്തതായ തന്റെ മനസാകുന്ന കാട് അസൂയ, സിദ്ധാന്തം, ക്രൂരത മുതലായ ദ്വിജക്കൂട്ടങ്ങളുടെ ശ്രുതിപ്പെട്ട അഭയസ്ഥലമായിരിക്കുന്നതിനാലും മറ്റും പാരൊക്കെ കീർത്തിപ്പെട്ടിരിക്കുന്ന അക്കരപ്പാട്ടു കേലുണ്ണിനമ്പിയാർ എന്ന പ്രഭുവിനെ സകലരും കേട്ടിരിപ്പാനിടയുള്ളതുകൊണ്ട് അദ്ദേഹത്തിന്റെ വാസസ്ഥലവും മറ്റും എല്ലാവർക്കും അറിയാമല്ലോ എന്നുവെച്ചിവിടെ പ്രസ്താവിക്കുന്നില്ല.

പ്രഭുവിന്റെ സ്വഭാവമാണ് നീണ്ടുപോകുന്ന ഈ വാക്യത്തിലൂടെ പ്രതിപാദിക്കാൻ ശ്രമിക്കുന്നതെങ്കിൽ ലക്ഷ്മിയുടെ ശരീരസൗന്ദര്യമാണ് സങ്കേതബദ്ധമായി വർണിക്കുന്നത്:

> ശിലീമുഖങ്ങളിൽനിന്നു നിരന്തരം കപ്പം വാങ്ങിക്കുന്നതും കണങ്കാലോളം നീണ്ടുകിടക്കുന്നതും ചുരുണ്ടതും ആയ കചദരം. പഞ്ചമിച്ചന്ദ്രനെ തോല്പിക്കുന്ന നിടിലഭംഗി. മന്മഥവില്ലിന്നാതങ്കമേകുന്ന ചില്ലീലതകൾ. വ്യാഘ്രഭയം ഹേതുവായിട്ടു ബദ്ധപ്പെട്ടോടുന്ന മാൻപേടകളുടെ നോട്ടങ്ങൾക്കൊത്ത ഈ ക്ഷണഭംഗിയോടുകൂടിയ നയനങ്ങൾ. തൊണ്ടിപ്പഴത്തിനെ ലജ്ജിപ്പിക്കുന്ന അധരങ്ങൾ. കുരുക്കുത്തിമുല്ല പ്രസൂനത്തിന്റെ ഭംഗിയെ കവരുന്ന ദന്താളികൾ. പികനാദങ്ങൾക്കാധി നൽകുന്ന ശബ്ദങ്ങൾ പുറപ്പെടുന്ന കണ്ഠം. ഹേമകുംഭങ്ങൾപോലും സാദൃശ്യമില്ലെന്നു വിചാരിച്ചും മാറിടം തിങ്ങിവിങ്ങിയും മദിച്ചു നിൽക്കുന്ന സ്തനകലശങ്ങൾ. ഇവളുടെ ജഠരഭംഗിയെ കണ്ടാധിപിടിച്ചാണോ ആലിലകൾ സദായ്പോഴും വിറച്ചുകൊണ്ടിരിക്കുന്ന

> തെന്നു സംശയിക്കുന്നു. കൈതപ്പൂങ്കുലകൾക്കു സാമ്യമായിരിക്കുന്ന കണങ്കാലുകൾ. അർദ്ധചന്ദ്രസദൃശങ്ങളായ നഖരങ്ങൾ *എന്നിങ്ങനെ കേശാദിപാദവർണ്ണനയാണത്.*

പ്രധാനമായും സംസ്കൃതത്തിൽനിന്ന് മധ്യകാല മലയാളകാവ്യസാഹിത്യത്തിൽ സ്വീകരിച്ചു തുടർന്നുപോന്ന വർണ്ണനാപാറ്റേണുകളാണ് സ്വഭാവവും രൂപസൗന്ദര്യവും പ്രതിപാദിക്കാൻ ഉപയോഗിക്കുന്നതെന്നർഥം. പ്രണയം, വിരഹം, വിലാപം മുതലായ അനുഭവങ്ങൾ അവതരിപ്പിക്കാനും ഇതേ മാതിരിയുള്ള പാറ്റേണുകളാണ് ഉപയോഗിക്കുന്നത്. പിറന്നാൾ സദ്യക്കു തനിക്കഭിമുഖമായിരുന്നുണ്ണുന്ന ലക്ഷ്മിയുടെ രൂപസൗന്ദര്യത്തിൽ മതിമറന്ന കേശവന് ഭക്ഷണസാധനങ്ങളുടെ സ്വാദ് വെവ്വേറെ തിരിച്ചറിയാതായത്രെ. 'കാളൻ നന്നായോ?' എന്ന ചോദ്യം അയാൾ കേൾക്കാത്തതും അതു മറച്ചുവയ്ക്കാൻ 'പുളി ഇഷ്ടമാണോ?' എന്നായിരുന്നു ചോദ്യമെന്നു പറഞ്ഞതും മറ്റും വായിക്കുമ്പോൾ *കൃഷ്ണഗാഥ*യിലെ ചില വർണ്ണനകളുടെ സംസ്കാരം അതിലുണ്ടെന്നു തോന്നും. *രുക്മിണീസ്വയംവര*ത്തിൽ സ്വയംവരത്തിനെത്തുന്ന രാജാക്കന്മാരിൽ ചിലർ രുക്മിണിയുടെ സൗന്ദര്യത്തിൽ മുഗ്ദ്ധരായി വീടികവാങ്ങാൻ നീട്ടിയ കൈ അങ്ങനെ തന്നെ നീട്ടിനിന്നതും വീണവായിച്ചിരുന്ന രാജാവ് വീണ വീണുപോയതറിയാതെ വായുവിൽ വായിച്ചതും പാടുവാൻ വായ പിളർന്ന ഒരാൾ അങ്ങനെതന്നെ നിന്നുപോയതും മറ്റും വർണിക്കുന്നുണ്ടല്ലോ. *സൗഭദ്രികകഥ*യിൽ സന്യാസിവേഷത്തിലുള്ള അർജുനന് സുഭദ്ര പഴം കളഞ്ഞ് തൊലി വിളമ്പുന്നതും അർജുനൻ അത് പഴത്തെക്കാൾ നന്നായി ആസ്വദിക്കുന്നതും വർണിക്കുന്നു. ഇവയെല്ലാം സങ്കേതങ്ങളാണ്. ചാക്യാർവർണ്ണനയിലും നമ്പ്യാർ വർണ്ണനയിലും കാണുന്നവ. ആ സംസ്കാരമാണ് നോവൽ എന്ന ആധുനികരൂപത്തിലേക്കും സ്വീകരിക്കുന്നതെന്നതാണ് ശ്രദ്ധിക്കേണ്ടത്. വിപ്രലംഭാവസ്ഥയിൽ ലക്ഷ്മിക്കുട്ടി സ്വപ്നത്തിൽ പറയുന്ന വാക്കുകളും ഈ ജനുസിലുള്ളവയാണ്:

> അയ്യോ! പ്രാണനാഥാ! അങ്ങ് എവിടേയ്ക്കാണു പോയത്? പ്രിയ ഭർത്താവേ! എന്നെ പരീക്ഷിപ്പാനായി അങ്ങു മറഞ്ഞുനില്ക്കുകയാണോ? സാധുവായ എന്നെ കഷ്ടപ്പെടുത്തല്ലേ. എന്നെ പരീക്ഷിച്ചിട്ടു കാര്യമില്ലേ. യാതൊരു സമയത്ത് എന്റെ ദൃഷ്ടികൾ അങ്ങയുടെ വദനാരു വിന്ദത്തിങ്കൽ പതിച്ചുവോ, ആ സമയം മുതല്ക്കു ഞാൻ അങ്ങയുടെ ദാസിയായി ഭവിച്ചിരിക്കുന്നുവല്ലോ......

മറ്റും മറ്റും ഏതാണ്ടിതുപോലെ സങ്കേതബദ്ധമാണ് മീനാക്ഷി മരിച്ചുവെന്നു തോന്നിയപ്പോൾ ലക്ഷ്മി നടത്തുന്ന വിലാപവും.

നാടകോചിതമായ സംഭാഷണങ്ങളും കാവ്യോചിതമായ അനുഭവ-അവസ്ഥാവർണനകളും നോവലിന്റെ ആഖ്യാനത്തിൽ സ്വീകരിക്കപ്പെടാൻ കാരണമെന്തായിരിക്കും? ഇപ്പോൾ കൃത്രിമമായി തോന്നാമെങ്കിലും ഒരുകാലത്തെ സാഹിത്യാനുഭവത്തിന്റെ സജീവഘടകങ്ങളാണിവ. പുതിയ ആഖ്യാനരൂപത്തിന്റെ പ്രധാനപ്രേരണ ഇംഗ്ലീഷ് നോവലുകളാണെങ്കിലും, അതിന്റെ സൃഷ്ടിയിൽ പരിചിതമായ ഈ ആഖ്യാനങ്ങളിലും അന്വേഷണം നടത്തുന്നതുകൊണ്ടാവും. പരിചിതമായവയെ പൂർണമായി ഉപേക്ഷിച്ച് പുതിയ ഗദ്യം നിർമിക്കുന്നതിനെ സംശയത്തോടെ വീക്ഷിക്കുന്നതുകൊണ്ടാവും, ഇത്തരം സങ്കേതബദ്ധവർണനാരീതികൾ മെല്ലെ അപ്രത്യക്ഷമാവുകയും സ്വാഭാവികത തോന്നിക്കുന്ന ഗദ്യത്തിലേക്ക് മലയാളനോവൽ മാറുകയും ചെയ്തതുകൊണ്ട് ഇത്തരം സങ്കേതബദ്ധ വർണനാരീതികളിൽ പഴക്കം ചുവച്ചു. എങ്കിലും പുതിയ ഗദ്യാഖ്യാനത്തിനുവേണ്ടിയുള്ള പ്രയാസപ്പെടലിൽ ഇവയ്ക്കും ഒരു സ്ഥാനമുണ്ടായിരുന്നുവെന്ന് ഈ നോവൽ ഓർമിപ്പിച്ചേക്കും.

ഇപ്പോൾ അഭംഗി തോന്നാവുന്ന വാക്യരീതികളും പദച്ചേർപ്പുകളും മറ്റും ഇതിന്റെ ഭാഗമായി നോവലിൽ കടന്നുവരുന്നുണ്ട്. വർണനാഭാഗങ്ങളിൽ വാക്യങ്ങൾക്കു കാണുന്ന അസാധാരണദൈർഘ്യമാണൊന്ന്. ഒന്നാമധ്യായത്തിലെ ഒന്നാം വാക്യംതന്നെ ഉദാഹരണം. ഇത്തരം വാക്യങ്ങൾ നോവലുകളിലെ യഥാതഥഗദ്യത്തെക്കാൾ *കാദംബരി*യിലെ അലങ്കാരബഹുലമായ ഗദ്യത്തെ അനുസ്മരിപ്പിക്കുന്നുവെന്ന് ജോർജ് ഇരുമ്പയം പറയുന്നുണ്ട്. എന്തായാലും സംസ്കൃതഗദ്യപദ്യവർണനകളുടെ സംസ്കാരമുള്ള ഗദ്യരീതി ഈ നോവൽ ഗദ്യത്തിന്റെ ഒരു പ്രധാനഭാഗമാണ്.

മറ്റൊന്ന് *ദൂതവാക്യം* പോലുള്ളവയിലെ പഴയ പാഠകഗദ്യത്തെ അൽപ്പാൽപ്പം അനുസ്മരിപ്പിക്കുന്ന വാക്യരീതിയാണ്. രണ്ടധ്യായങ്ങളുടെ തുടക്കഭാഗങ്ങൾ ഉദാഹരണമെന്ന നിലയ്ക്കു ശ്രദ്ധിക്കുക: ഏഴാം അധ്യായം ഇങ്ങനെ തുടങ്ങുന്നു:

> അക്കരപ്പാട്ടു പ്രഭുവിന്റെ ഭാര്യയായിരിക്കണമെന്നുള്ള നിർബന്ധത്തിൽനിന്ന് ഒഴിഞ്ഞു നില്ക്കേണ്ടതിന്നുവേണ്ടി ലക്ഷ്മിക്കുട്ടി മീനാക്ഷിയോടൊന്നിച്ചു ദേശസഞ്ചാരത്തിനായിക്കൊണ്ടു നിശ്ചയിച്ച് ഒരുദിവസം രാത്രി മൂന്നു മണിക്ക് അവളുടെ വീട്ടിൽനിന്ന് ആരും അറിയാതെ പുറപ്പെട്ടുപോയി എന്നു മുമ്പേ പറഞ്ഞുവെച്ചിട്ടുണ്ടല്ലോ.

എട്ടാം അധ്യായമാരംഭം:

> അംഗനാമൂലമുള്ള ദുഷിവാക്കുകളെ നേരെന്നു വിശ്വസിച്ചു ക്രോധവശനായ ദേവരാജനായിഡുവിന്റെ കപടവചനങ്ങളെ

> മാത്രം ഗണ്യമാക്കിച്ചെയ്തു വേറെ യാതൊരന്വേഷണവും നടത്താതെ മകരധ്വജരാജകുമാരന്നു ദുർബോധനകൾ ചെയ്യുന്നു എന്നുള്ള കാരണത്തിന്മേൽ രാജകുമാരന്റെ ആത്മസ്നേഹിതനായ കേശവനുണ്ണിനായരെ പെട്ടെന്നു പിടിച്ചു തടവിൽ പാർപ്പിച്ചിരിക്കുന്ന വിവരം മുമ്പേ പറഞ്ഞുവെച്ചിട്ടുണ്ടല്ലോ.

നോവലിന്റെ അവസാനം ഏതാണ്ടു മുത്തശ്ശിക്കഥയുടെ മട്ടിലാണ്:

> കന്മാരൻനായർ, ഇക്കാവമ്മ, ചാത്തരമേനോൻ ഇവർ ഏകദേശം ഒരു മാസത്തോളം അവിടെത്തന്നെ ലക്ഷ്മീകേശവന്മാരോടൊന്നിച്ച് അതിരില്ലാത്ത സുഖത്തോടെ താമസിച്ചതിന്റെ ശേഷം തങ്ങളുടെ സ്വദേശത്തേക്കാനന്ദാബ്ധിയിൽ നിമഗ്നന്മാരായിട്ടു മടങ്ങിപ്പോരുകയും ചെയ്തു. മറ്റും മറ്റും.

ഇവിടെ ശ്രദ്ധേയമായി തോന്നുന്ന മറ്റൊരു വസ്തുത പലേടത്തും പദങ്ങൾ ചേർത്തെഴുതുന്ന രീതിയാണ്. പണിപ്പെട്ടതികൗതുകത്തിൽ, തിരിച്ചറിയുന്നതിന്നതിസാമർത്ഥ്യം, വെച്ചിട്ടൻപതുറുപ്പികയും, പക്കൽനിന്നായിരത്തഞ്ഞൂറുപറനെല്ല്, ഉച്ചതിരിഞ്ഞിട്ടിവാസുനമ്പൂതിരിപ്പാട്ടിലെ ഇല്ലത്തുചെന്ന്, അവലംബിച്ചവളോടുരചെയ്തതാകുന്നു, അതുവിചാരിച്ചവർതന്നെ, മീനാക്ഷിക്കന്നുരാത്രി, വന്നിവൾക്ക്, കാലത്തേകദേശം ഇങ്ങനെ ധാരാളം സ്ഥലങ്ങളിൽ വാക്കുകൾ പതിവില്ലാത്തവിധം സന്ധിചെയ്യുന്നതുകാണാം. ഇവയെല്ലാം പിരിച്ചെഴുതുന്നതാണു പുതിയ മലയാളഗദ്യത്തിന്റെ രീതി. ചിലേടത്തെങ്കിലും ചേർത്തെഴുതുന്നതുകൊണ്ട് അർഥസന്ദിഗ്ദ്ധതയും ഉണ്ടാകാം. ഉദാഹരണത്തിന് 'അതുവിചാരിച്ചവർതന്നെ' എന്നെഴുതുന്നത് 'അതുവിചാരിച്ച്+അവർതന്നെ' എന്ന അർഥത്തിലാണെങ്കിലും 'അതു വിചാരിച്ചവർ+തന്നെ' എന്നും പിരിക്കാമല്ലോ. മറ്റു പഴയ മലയാളനോവലുകളിലും ഈ രീതി ഈ അളവിൽ കാണുന്നുണ്ടെന്നു തോന്നുന്നില്ല. അപ്പോൾ ഇങ്ങനെ പ്രയോഗിക്കുന്നതിനു വല്ല കാരണവുമുണ്ടാകുമോ?

പഴയ മലയാളഗദ്യത്തെ അനുസ്മരിപ്പിക്കുന്ന ആ വാക്യങ്ങൾക്ക് ഒരു താളമുണ്ട്. അത് പറച്ചിലിന്റെ കഥാഖ്യാനത്തിന്റെ താളമാണ്. അച്ചടിയിലൂടെ നാം പരിചയിച്ച എഴുത്തുഗദ്യത്തിൽനിന്ന് അതൽപ്പം വ്യത്യസ്തമാണെന്നു വരാം. അച്ചടിയിലൂടെ ഗദ്യം വ്യാപകമാകുന്നതിനുമുമ്പ് കവിതയോട് ചില അംശങ്ങളിൽ അടുപ്പം പുലർത്തുന്ന പറച്ചിൽഗദ്യമാവണം നിലനിന്നിരുന്നത്. ചില അംശങ്ങൾ എന്നതിൽ പ്രധാനം ഒരുതരം താളബോധം തന്നെയാണ്. അസാധാരണമാംവിധം പദങ്ങൾ ചേർത്തെഴുതുന്നതും പറച്ചിലിന്റെ താളം നിലനിർത്താനാണെന്നു തോന്നുന്നു. എഴുത്തിലോ അച്ചടിയിലോ ഈ താളം പ്രതീക്ഷിക്കപ്പെടാത്തതുകൊണ്ട് ഈ ചേർത്തെഴുത്ത് വിചിത്രമായി തോന്നുന്നതാവാം.

എന്തായാലും മലയാളത്തിലെ പഴയ കവിതാപാരമ്പര്യവുമായി ചാർച്ച യുള്ള പഴയ ഗദ്യത്തിന്റെ സംസ്കാരം ഈ നോവലിൽ പരിഗണനാർഹ മായ തോതിലുണ്ട്. കാവ്യോചിതമായ സങ്കേതബദ്ധ വർണ്ണനകൾക്കും ഈ സ്വഭാവത്തിനും തമ്മിൽ പൊരുത്തമുണ്ടുതാനും.

ഇവയെല്ലാം പുതിയ നോവൽ ആഖ്യാനങ്ങളിൽനിന്ന്, മലയാളഗ ദ്യത്തിൽനിന്നു തന്നെ അപ്രത്യക്ഷമായി. പക്ഷേ, പുതിയ ഗദ്യം രൂപ പ്പെടുന്നതിനുവേണ്ടിയുള്ള പ്രവർത്തനങ്ങളിൽ പ്രധാനപ്പെട്ട ചില സ്വഭാ വങ്ങൾ ഈ നോവലിന്റെ ആഖ്യാനസവിശേഷതകളിൽനിന്നു മനസി ലാക്കാം. എന്തായാലും ആധുനികതയിലേക്കു പരിവർത്തനം ചെയ്യുന്ന ഒരു സമൂഹത്തിന്റെയും ഗദ്യത്തിന്റെയും പ്രവർത്തനരീതികൾ നിരീക്ഷി ച്ചറിയാൻ കോമാട്ടിൽ പാഡു മേനോന്റെ *ലക്ഷ്മീകേശവം* നമ്മെ സഹാ യിക്കും.

കുറിപ്പുകൾ

1. തമിഴ്നാട്ടിൽ നൃത്തവിരുദ്ധപ്രസ്ഥാനം 1893 ൽ ഔപചാരികമായി ഉൽഘാടനം ചെയ്യപ്പെട്ടു. ദേവദാസികൾ സംഗീതത്തിലേക്കു തിരി ഞ്ഞെങ്കിലും അവരെ സംശയത്തോടെ വീക്ഷിക്കുന്ന ശീലം പൂർണമായി മാറിയില്ല. പരിവർത്തനദശയിൽ ദേവദാസികുടുംബ ത്തിലെ മുതിർന്ന സ്ത്രീകളെ നിലനിർത്തിയിരുന്നത് സംഗീത മാണ്. ഈ ആശയങ്ങൾ ഇന്ദിരാമേനോൻ *മദ്രാസ് ക്വാർടെറ്റ്* എന്ന കൃതിയുടെ ആദ്യഭാഗത്ത് വിശദീകരിക്കുന്നുണ്ട്.
2 ഭാഗവതരും പ്രഭുവും തമ്മിലുള്ള സംഭാഷണം തമിഴ്ബ്രാഹ്മണനെ പരിഹസിക്കാനാണെന്നു ജോർജ് ഇരുമ്പയം പറയുന്നുണ്ടെങ്കിലും അതാണു ലക്ഷ്യമെന്നു തോന്നുന്നില്ല. പ്രഭുവിന്റെയും ഇട്ടിവാസു വിന്റെയും സഹൃദയത്വരാഹിത്യത്തെയാണ് പരിഹസിക്കുന്നത്.

ഗ്രന്ഥസൂചി

1 അച്യുതമേനോൻ, സി പി. 1994: *സി പി അച്യുതമേനോന്റെ നിരൂപ ണങ്ങൾ* (സമ്പാ: ടി ടി പ്രഭാകരൻ), കേരളഭാഷാ ഇൻസ്റ്റിറ്റ്യൂട്ട്, തിരുവനന്തപുരം.

2 ചാത്തുനായർ, ചെറുവലത്ത്. 1990: *മീനാക്ഷി*, കേരളസാഹിത്യ അക്കാദമി, തൃശൂർ.

3 ചെറുശ്ശേരി. 1978: *കൃഷ്ണഗാഥ*, ആര്യഭാരതി പബ്ലിക്കേഷൻസ്, കോട്ടയം.

4 ജോർജ് ഇരുമ്പയം. 1988: *ആദ്യകാല മലയാളനോവൽ*, സാഹിത്യ പ്രവർത്തകസഹകരണ സംഘം, കോട്ടയം.

5 ജോർജ് ഇരുമ്പയം. 1997: *മലയാള നോവൽ പത്തൊമ്പതാം നൂറ്റാ ണ്ടിൽ*, സാംസ്കാരിക പ്രസിദ്ധീകരണവകുപ്പ്, തിരുവനന്തപുരം.

6 പാഡു മേനോൻ, കോമാട്ടിൽ. 1985: *ലക്ഷ്മീകേശവം (നാലുനോവലുകൾ*, എഡി: ജോർജ് ഇരുമ്പയം), കേരളസാഹിത്യഅക്കാദമി, തൃശൂർ.

7 പോൾ, എം പി 1980: *നോവൽ സാഹിത്യം*, സാഹിത്യപ്രവർത്തക സഹകരണസംഘം, കോട്ടയം.

8 ഭാസ്കരനുണ്ണി, പി 2000: *പത്തൊമ്പതാംനൂറ്റാണ്ടിലെ കേരളം*, കേരളസാഹിത്യഅക്കാദമി, തൃശൂർ.

9 വിജയകുമാരൻമേനോൻ. 2000: *രവിവർമ്മ*, കേരള ലളിതകലാ അക്കാദമി, തൃശൂർ.

10 Indira Menon. 1999: *The Madras Quartet*, Roli Books, New Delhi.

മുഖവുര

മഹത്തുക്കളായ അനേകം ബുദ്ധിമാന്മാർ അതിശയിക്കത്തക്ക ശബ്ദാർത്ഥാലങ്കാരങ്ങളോടുകൂടെ മനോരഞ്ജ്ജനമാകുംവണ്ണം ഇയ്യിട യിൽ രചിക്കപ്പെട്ടിട്ടുള്ള അനവധി പുസ്തകങ്ങളുടെ ഇടയിൽ അവസാന സ്ഥാനംകൂടി ലഭിക്കുന്നതിനുള്ള യാതൊരു ഗുണവും ഈ പുസ്തക ത്തിന്നില്ലെങ്കിലും അത്യുത്സാഹംകൊണ്ടുമാത്രം ചാടിപ്പുറപ്പെട്ട അല്പ പ്രജ്ഞനായ എന്റെ ഈ ശ്രമത്തെ മഹാജനങ്ങൾ, ഇതിലുള്ള സകല അബദ്ധങ്ങളെയും ന്യൂനതകളെയും ത്യജിച്ചു ബുദ്ധിവിശാലതയോടെ അഭിനന്ദിച്ചു സ്വീകരിക്കുമെന്നു ഞാൻ പൂർണ്ണമായും വിശ്വസിക്കുന്നു. ഇംഗ്ലീഷ് ഭാഷാപരിചയമില്ലാത്ത അസംഖ്യം ജനങ്ങൾക്ക് ഉപരിപ്ലവമായ ഒരു മനോഭാവമെങ്കിലും കൊടുക്കേണ്ടതിനെ ഉദ്ദേശിച്ചുമാത്രം ബഹു മാനപ്പെട്ട സി. ശങ്കരനായരവർകളുടെ വിവാഹബീലിന്റെ ഒരു ചുരുക്കം ഇതിൽ ചേർത്തിരിക്കുന്നതാകുന്നു.

എന്നു കെ. പാഡു മേനോൻ

തൃപ്പൂണിത്തുറ

1068 തുലാം 9-ാംനു-

കൊച്ചി ഇളയ തമ്പുരാൻ തിരുമനസ്സിലെ സർട്ടിഫിക്കറ്റ്

തൃപ്പൂണിത്തുറ
68 മകരം 7–ാംനു–

കോമാട്ടിൽ പാഡുവിന്

*ലക്ഷ്മീകേശവ*ത്തെ ഞാൻ ഒരുവിധം ശ്രദ്ധയോടെ വായിച്ചുനോക്കി. അതിലെ ഗുണദോഷങ്ങളെ വെവ്വേറെ വ്യാഖ്യാനിക്കുന്നതായാൽ അധിക വിസ്താരമായ്പ്പോയെങ്കിലോ എന്നു ഭയപ്പെട്ടു ചുരുക്കത്തിൽ പറയുന്നു. സാമാന്യവാചകരീതിയും പാത്രങ്ങളുടെ സംവാദങ്ങളിൽ അതാതു രസങ്ങളും സ്വഭാവങ്ങളും സാമാന്യമായി വളരെ നന്നായിട്ടുണ്ട്. കഥയുടെ രചനാഭംഗിയും ഒരുവിധം നന്നായിട്ടുണ്ട്. ഈ ഗ്രന്ഥകർത്താവിന്റെ ഈ യത്നം പ്രഥമമാണെന്നുകൂടി ഓർമ്മവെയ്ക്കുമ്പോൾ ഈ ജാതിയിലുള്ള ഗ്രന്ഥനിർമ്മാണത്തിങ്കൽ ഈ ഗ്രന്ഥകർത്താവിന്റെ വാസന ആശ്ചര്യപ്പെടേണ്ടതുതന്നെയാകുന്നു. ദോഷത്തെത്തന്നെ ആലോചിക്കുന്നതായാൽ പലദിക്കിലുമായി ചില ദോഷങ്ങൾകൂടി ഉണ്ടായിരിക്കുമെങ്കിലും ആകപ്പാടെ കൂടി നോക്കിയാൽ ഈ കൃതിയിൽ ദോഷത്തെക്കാൾ ഗുണം വളരെ അധികമാണെന്നാണ് എന്റെ അഭിപ്രായം. മഹത്തുക്കൾ ഈ ഗ്രന്ഥകർത്താവിന്ന് ഈവിധമുള്ള യത്നത്തിൽ ഉത്സാഹം വർദ്ധിച്ചുവരത്തക്കവിധത്തിൽ വേണ്ടവിധം സഹായം ചെയ്തുകൊടുക്കുമെന്നും വിശ്വസിക്കുന്നു.

ഈ പുസ്തകത്തിന്റെ മുപ്പതു പ്രതികളെ ഇനിക്കയച്ചുതന്നാൽ ഞാൻ സന്തോഷപൂർവ്വം സ്വീകരിക്കുന്നതാകുന്നു.

(ഒപ്പ്) രാമവർമ്മ

കൊച്ചി ഇളയരാജ

ഈ കഥയിൽ മുഖ്യമായി പറയുന്നവരുടെ പേരുവിവരം

1. അക്കരപ്പാട്ടു കേലുണ്ണിനമ്പിയാർ എന്ന പ്രഭു
2. അക്കരപ്പാട്ടു മാനേജർ കൃഷ്ണപ്പണിക്കർ
3. ചെമ്പകശ്ശേരി ചാത്തരമേനോൻ
4. അദ്ദേഹത്തിന്റെ സഹോദരി ഇക്കാവമ്മ
5. ഇക്കാവമ്മയുടെ പുത്രി ലക്ഷ്മിക്കുട്ടി
6. ലക്ഷ്മിക്കുട്ടിയുടെ അച്ഛൻ ഹൈക്കോർട്ടുവക്കീൽ കന്മാരൻനായർ
7. ലക്ഷ്മിക്കുട്ടിയുടെ ശിഷ്യത്തി മീനാക്ഷി
8. അപ്പാത്തിക്കരി ഗണപതിരായർ
9. അരുണോദയത്തു കേശവനുണ്ണിനായർ
10. മൈസൂരിലെ ക്ഷപാകമഹാരാജാവ്
11. അദ്ദേഹത്തിന്റെ പുത്രൻ മകരധ്വജരാജകുമാരൻ
12. മന്ത്രി വിജയരങ്കയ്യഗാറു
13. മൈസൂർപ്പട്ടണത്തിലെ പ്രധാന കച്ചവടക്കാരൻ ദേവരാജനായിഡു
14. മൈസൂർ മുത്തുമാണിക്യം തേവിടിശ്ശി
15. ഒരു പട്ടാണി
16. ഒരു നായാട്ടുകാരൻ

സംഗ്രഹം

1

പ്രാരംഭം

കുബേരനെക്കൂടി ജയിക്കുന്ന തന്റെ അമിതമായ സമ്പത്തിന്റെ ആധിക്യത്താലും തന്നെ ആശ്രയിച്ചു നില്ക്കുന്നവർക്കു ചെയ്തുകൊടുക്കുന്ന അളവില്ലാത്ത ഗുണങ്ങളാലും തന്നെ ബഹുമാനിക്കാത്തവരും തന്റെ കല്പനകൾക്ക്, പക്ഷേ, അവ അനീതിയായിരുന്നാലും, അല്പമെങ്കിലും ഒരു വിമുഖതയെ കാണിക്കുന്നവരും ആയ ജനങ്ങൾക്കു കഴിയുന്നെടത്തോളം ഉപദ്രവം ചെയ്വാൻ ഉത്സാഹിക്കുന്ന ശീലത്താലും നിസ്സാരമായ ഓരോ കാര്യസാദ്ധ്യങ്ങൾക്കുവേണ്ടി അസംഖ്യം പണം ചെലവുചെയ്വാനുള്ള ലക്ഷ്യമില്ലായ്മയാലും ചെറുപ്പത്തിൽത്തന്നെ കാരണവസ്ഥാനം ലഭിച്ചതിനാൽ വിദ്യാഭ്യാസമാകുന്ന കോടാലിയുടെ മൂർച്ചയെ അറിവാൻ ഇടവരാത്തതായ തന്റെ മനസ്സാകുന്ന കാട്, അസൂയ, സിദ്ധാന്തം, ക്രൂരത മുതലായ ദ്വിജക്കൂട്ടങ്ങളുടെ ശ്രുതിപ്പെട്ട അഭയസ്ഥലമായിരിക്കുന്നതിനാലും മറ്റും പാരൊക്കെ കീർത്തിപ്പെട്ടിരിക്കുന്ന അക്കരപ്പാട്ടു കേലുണ്ണിനമ്പിയാർ എന്ന പ്രഭുവിനെ സകലരും കേട്ടിരിപ്പാനിടയുള്ളതുകൊണ്ട് അദ്ദേഹത്തിന്റെ വാസസ്ഥലവും മറ്റും എല്ലാവർക്കും അറിയാമല്ലോ എന്നു വെച്ചിവിടെ പ്രസ്താവിക്കുന്നില്ല. ഇദ്ദേഹത്തെക്കുറിച്ചു യാതൊരു പരിചയവും ഇല്ലാത്തവർക്ക് ഇദ്ദേഹത്തിന്റെ ദർശനം വളരെ നയനാനന്ദകരമായിരുന്നു. എങ്കിലും പരിചയമുള്ളവരുടെ മനസ്സിനെ ഒട്ടും സന്തോഷിപ്പിച്ചിരുന്നില്ല. അക്കരപ്പാട്ടു പ്രഭുക്കന്മാർക്കുണ്ടായിരുന്ന അസാധാരണയായും ബഹുമാനിക്കത്തക്കതായും ഉള്ള സ്ഥാനമാനങ്ങളെക്കൊണ്ടും പണ്ട് ഇവർ നടത്തിവന്നിരുന്ന അധികാരങ്ങളെയും ഇവർക്ക് പണ്ടിനാൽത്തന്നെ ഒതുങ്ങീട്ടുള്ള ഭൂമിയുടെ വലിപ്പത്തെയും മറ്റും ഓർത്തിട്ടും അവരുടെ ആശ്രയത്താൽ കാലക്ഷേപം ചെയ്തുവന്നിരുന്ന അസംഖ്യം ജനങ്ങൾ പ്രഭുവിനെ ഒരു രാജാവിനെ

പ്പോലെ ആയിരുന്നു വിചാരിച്ചിരുന്നത്. വിദ്യാഭ്യാസസൗകര്യം അതിന്റെ ഘനമുള്ളപാദങ്ങളെ നമ്മുടെ പ്രഭുവിന്റെമേൽ പതിപ്പിച്ചിട്ടില്ലെങ്കിലും അദ്ദേഹത്തിന്റെ പൂർവ്വികന്മാരുടെമേൽ അതികഠിനമായി പതിപ്പിച്ചിട്ടുണ്ടായിരുന്നതിനാൽ ആഗ്രഹിക്കാവുന്നെടത്തോളം സുഖം കിട്ടത്തക്കവണ്ണമായിരുന്നു അവർ തങ്ങളുടെ ഭവനം പണിചെയ്യിച്ചിട്ടുണ്ടായിരുന്നത്. അതിനാൽ അതിൽനിന്നുണ്ടാകുന്ന സുഖങ്ങൾ അനുഭവിക്കുന്നതിന്ന് ഇദ്ദേഹത്തിന്നും സംഗതിവന്നു. ഭവനവിശേഷത്തെ കുറഞ്ഞൊന്നെങ്കിലും വിവരിക്കേണ്ടതത്യാവശ്യമായിരിക്കുന്നതിനാൽ അതിനെപ്പറ്റി അല്പം പറയാം:-

അതിഭയങ്കരന്മാരായിരിക്കുന്ന ശിപായികളെക്കൊണ്ടു സൂക്ഷിക്കപ്പെട്ടിരിക്കുന്നതും ഉന്നതങ്ങളും ഭവനത്തിൽനിന്ന് ഏകദേശം ഒരു ഫർലോങ്ങ് ദൂരത്തിൽ ഇരിക്കുന്നതും നാലു ഭാഗത്തും ഉള്ളതുമായ ഓരോ പടിപ്പുരകളിൽനിന്ന് ഇരുഭാഗത്തും അർദ്ധചന്ദ്രാകൃതിയിൽ കമാൻ വളച്ചതിന്റെ ചുവട്ടിൽ അനേകതരത്തിലുള്ള പുഷ്പവല്ലികൾ പൂച്ചട്ടികളിൽ പിടിപ്പിച്ചുവെയ്ക്കപ്പെട്ടിരിക്കുന്നതും നിലത്തു വളരെ ഭംഗിയിൽ കരിങ്കൽ വിരിക്കപ്പെട്ടിരിക്കുന്നതും മയിൽ, കുയിൽ, ശുകം മുതലായ വിശേഷപക്ഷികളുടെ കൂടുകൾ നിരത്തിവെയ്ക്കപ്പെട്ടിരിക്കുന്നതും ഉയർന്നതും ആയ നടപ്പുരകളിൽക്കൂടി ചെന്നാൽ, ചന്ദ്രമാർഗ്ഗത്തെ ആക്രമിച്ചിരിക്കുന്ന വെണ്മാടസൗധങ്ങളുടെ വ്രാന്തകളിൽ പല വർണ്ണത്തിലുള്ള ലതകളെക്കൊണ്ടു ശോഭിച്ചിരിക്കുന്ന വിശേഷതരം ബ്ലാത്തിയിഷ്ടികകൾ നിലത്തു പതിച്ചിരിക്കുന്നതും ഉണ്ണിപ്പിണ്ടികൊണ്ടുണ്ടാക്കപ്പെട്ടതോ എന്നു തോന്നത്തക്കവിധത്തിൽ പണിചെയ്യപ്പെട്ടിട്ടുള്ള കരിങ്കൽത്തൂണുകളും പല നിറത്തിൽ ഉടുപ്പുകൾ ധരിച്ചു കാവല്ക്കാർ നിന്നുലാത്തുന്നതും കാണാം. ഇവരുടെ അനുവാദത്തോടെ ഒന്നോ രണ്ടോ കോണികൾ കയറിച്ചെന്നാൽ അവിടെ ഒരു ഭാഗത്തു തവണക്കാർ കിടന്നുറങ്ങുന്നതിനെ കാണാം. വളരെ പ്രയാസപ്പെട്ട് അവരുടെ സമ്മതം ഒരുവിധത്തിൽ കിട്ടിയതിന്റെ ശേഷം ഒരു കോണികൂടി കയറിച്ചെന്നാൽ കാണാവുന്നത്: തോൽകൊണ്ടു ബയിണ്ടുചെയ്തു തങ്കരേഖയിട്ട നിയമപുസ്തകങ്ങളും ശാസ്ത്രപുസ്തകങ്ങളും ഭംഗിയിൽ അടുക്കിവെയ്ക്കപ്പെട്ടിരിക്കുന്ന ചില്ലലമാരികൾ, പലതരറിക്കാട്ടുകൾ വെയ്ക്കപ്പെട്ടിരിക്കുന്ന വേറേ ചില അലമാരികൾ, ചതുരമേശകൾ, ആലിപ്പഴത്തെ തോല്പിക്കുന്നതും അതിധവളമായുള്ളതുമായ കൽമേശകൾ, ഏറ്റവും കരകൗശലത്തോടെ പണിച്ചെയ്യപ്പെട്ടിരിക്കുന്ന കസേരകൾ, ചാരുകസേരകൾ, പലതരത്തിലുള്ള ക്ലോക്കുകൾ, വളരെ വിലപിടിച്ച ലസ്റ്റർകൾ, വാൾഷേഡുകൾ, മുമ്പുണ്ടായിരുന്ന ഗംഭീരന്മാരായ പ്രഭുക്കന്മാരുടെ ഛായാപടങ്ങൾ ആദിയായ സാമാനങ്ങളെക്കൊണ്ടു നിറയപ്പെട്ടിരിക്കുന്ന വലിയ കാര്യാലോചനമുറികൾ, പൊൻതകിടുകളെക്കൊണ്ടു പൊതിയപ്പെട്ട വടികളിന്മേൽ തൂക്കിയിരിക്കുന്നതും വീട്ടികൊണ്ടുണ്ടാക്കി ദന്തംകൊണ്ടു വളരെ പണിപ്പെട്ടതിങ്കൗതുകത്തിൽ ഓരോ ലതകൾ പതിക്കപ്പെട്ടതും പട്ടുശയ്യകൾ ഭംഗിയിൽ വിരിച്ചു

വലിയ തലേണകൾ വെയ്ക്കപ്പെട്ടിരിക്കുന്നതും ആയ ആട്ടുകട്ടിലുകളും പലതരത്തിലുള്ള കോച്ചുകളും തങ്കരേഖയിട്ട ചട്ടങ്ങളോടുകൂടിയ വലിയ വെള്ളക്കണ്ണാടികളും മാത്രം ഉള്ള ശയനമുറികൾ, ജനാലകളുടെ ചുരുക്കത്താലും ഉള്ളവയ്ക്കു മൂന്നോ നാലോ വരി ഇരിമ്പഴികൾ ഇട്ടിരിക്കുന്നതിനാലും താഴത്തെ നിലയിൽ വെളിച്ചംതന്നെ ചുരുക്കമായിരിക്കുന്ന ഈ മുറിയിൽ ആന പിടിച്ചാൽ ഇളകാത്തതായ വലിയ ഇരിമ്പുപെട്ടികൾ ചങ്ങലയിട്ടു പൂട്ടിയിരിക്കുന്നതും വളരെ കാണാം. ഇങ്ങനെയുള്ള സൗധങ്ങളോടു ചേർന്നിരിക്കുന്ന നിലാമുറ്റങ്ങൾ എത്രയും മനോഹരങ്ങൾതന്നെ. ചെന്താമരകളെക്കൊണ്ടലങ്കരിക്കപ്പെട്ടതും നാലു ഭാഗവും കരിങ്കൽകൊണ്ടു പടവു കെട്ടിയിറക്കപ്പെട്ടിട്ടുള്ളതും കരിമീൻ അങ്ങും ഇങ്ങും ധാരാളമായി വിനോദിച്ചു നടക്കുന്നതും നിർമ്മലജലത്തോടുകൂടിയതും ആയ കുളങ്ങൾ. നിയമശാസ്ത്രങ്ങളിൽ വളരെ പരിചയവും കാര്യാകാര്യങ്ങളെ തിരിച്ചറിയുന്നതിന്നതിസാമർത്ഥ്യവും ഉള്ള ഉദ്യോഗസ്ഥന്മാർ കച്ചേരിചേരുന്ന ആസ്ഥാനമുള്ള കെട്ടിടങ്ങൾ ഊട്ടുപുരകൾ, കളപ്പുരകൾ, കുതിരലായങ്ങൾ ആദിയായ സ്ഥലങ്ങൾ അനേകം കാണാം. ചുറ്റും ഉള്ള ഉദ്യാനങ്ങളിൽനിന്നു ചമ്പകം, പിച്ചകം, റോജ, കൈനാറി, ശിരീഷം മുതലായ സുഗന്ധപുഷ്പങ്ങളുടെ പരിമളത്തെ കവർന്നുംകൊണ്ടു മന്ദവായുകൾ തത്പ്രദേശമെല്ലാം സഞ്ചരിക്കുന്നു. രക്തവർണ്ണമായ ഫലങ്ങളോടുകൂടിയതും താംബൂലലതകളാൽ ചുറ്റപ്പെട്ടിരിക്കുന്നതും ആയ ക്രമുകങ്ങൾ പാടലാധരിമാരുടെ മദിച്ചുനില്ക്കുന്ന സ്തനകുംഭങ്ങളെ ലജ്ജിപ്പിക്കുന്ന നാളികേരങ്ങളുള്ള ചെന്തെങ്ങുകൾ എന്നു വേണ്ടാ അവിടെയുള്ള സകലപദാർത്ഥങ്ങളുടെയും സ്ഥിതി ആലോചിച്ചുനോക്കിയാൽ ഇങ്ങനെയുള്ള പ്രഭുക്കന്മാർക്ക് അറിഞ്ഞും അറിയാതെയും ന്യായമായും അന്യായമായും ഗുണകരമായും ദോഷകരമായും അനേകം പ്രവൃത്തികൾ ചെയ്‌വാനുള്ളതുകൊണ്ടു മരണശേഷം സ്വർഗ്ഗപ്രാപ്തിക്കു തരം ഉണ്ടായില്ലെങ്കിലോ എന്നു വിചാരിച്ച് ഇപ്പോൾത്തന്നെ ആ സുഖങ്ങൾ ഒക്കെയും അനുഭവിപ്പാൻവേണ്ടി ഉണ്ടാക്കിയ സ്ഥലമാണോ എന്നു ചിലർ ശങ്കിച്ചേയ്ക്കാം. പ്രഭുവിന്റെ സകലകാര്യങ്ങളും നടത്തുന്നതിന്നായി കിളിപ്പറമ്പിൽ കൃഷ്ണപ്പണിക്കർ എന്നൊരാളെ അക്കരപ്പാട്ടു മാനേജരായി നിശ്ചയിച്ചിരുന്നു. ഒരു ദിവസം പ്രഭു ആലോചനമുറിയിൽ ഒരു ചാരുകസേരയിന്മേൽ കിടക്കുമ്പോൾ ആരോ കോണി കയറിവരുന്ന ശബ്ദം കേട്ടിട്ട്:

പ്രഭു: ആരാണ്?

മാനേജർ: (നേരിട്ടു വന്ന്) ഞാനാണ്.

പ്രഭു: അ്. മാനേജർ വിശേഷിച്ചൊന്നുമില്ലല്ലോ.

മാനേജർ: വിശേഷിച്ചൊന്നുമില്ല.

പ്രഭു: തെക്കുംപുറംകാര്യത്തിന്ന് ആളെ വെച്ചില്ലല്ലോ.

മാനേജർ: ഗോവിന്ദരായരെന്ന ഒരു പട്ടർ ഹർജി കൊടുത്തിട്ടുണ്ട്. അദ്ദേഹം കാര്യപ്രാപ്തിയുള്ള ഒരാളാണെന്നാണ് തോന്നുന്നത്. അദ്ദേഹത്തിനെ

ത്തന്നെ വെയ്ക്കാം. എന്നാൽ മുമ്പുണ്ടായിരുന്ന ശമ്പളം കൊടുത്താൽ പോരാ.

പ്രഭു: മുമ്പുണ്ടായിരുന്ന ശമ്പളം എന്തായിരുന്നു?

മാനേജർ: മുപ്പതുറുപ്പികയും മുപ്പതു പറ നെല്ലും ആയിരുന്നു.

പ്രഭു: എന്നാൽ അദ്ദേഹത്തിനെത്തന്നെ വെച്ചിട്ടൻപതുറുപ്പികയും അൻപതു പറ നെല്ലും ശമ്പളം കൊടുക്കുക.

മാനേജർ: അങ്ങനെയാവാം. ആ രാമന്നായരുടെ കാര്യം എങ്ങനെയാണ് വേണ്ടത്? അയാളുടെ പക്കൽനിന്നായിരിത്തഞ്ഞൂറു പറ നെല്ലു കഴിഞ്ഞാണ്ടത്തെ പാട്ടത്തിൽ കുടിശ്ശികയുള്ളതും ഈ കൊല്ലത്തെ അഞ്ഞുറുംകൂടി രണ്ടായിരം പറ നെല്ലു തീരണം. അറുനൂറു പറയ്ക്കു നിലം തീരെ ഉണങ്ങിപ്പോയെന്നാണ് പറയുന്നത്.

പ്രഭു: ഏതാവൻ? ഞാൻ ദിവസോം കുളിക്കാൻ പോവുമ്പോൾ ആ മിറ്റത്തു നിന്നു നാലഞ്ചു തൊഴും. അവനാണല്ലേ? അവൻ സാധുവാണ്. അവനല്ലേ അന്നു വിശേഷമായ കുറേ മാമ്പഴം കൊണ്ടു വന്നു നമുക്കു കാഴ്ച വെച്ചത്?

മാനേജർ: അതേ. അയാൾതന്നെയാണ്.

പ്രഭു: അവന്റെ പകുതി നെല്ലു വിട്ടുകൊടുക്ക. പകുതി തവണ വെച്ചും തീർക്കട്ടെ. (ജനാലയിൽകൂടി പുറത്തേയ്ക്കു നോക്കീട്ട്) ആരാണ് ആ പച്ചക്കുട പിടിച്ചു നമ്മുടെ പടിക്കൽകൂടി ഒരു കൂസൽകൂടാതെ പോണത്?

മാനേജർ: അത് ആ പണ്ടാരപ്പറമ്പിൽ നാരായണനാണ്. അവൻ ഇംഗ്ലീഷ് പഠിക്കയാണത്രേ. അന്നവിടെ ഒരു സഭ കൂടിയതിൽവെച്ച് ഈ ദിക്കിൽ ഒരു സ്കൂളില്ലെന്നും ഇവിടെയ്ക്കിത്ര വളരെ പണമുണ്ടായിട്ടും ഒരു സ്കൂൾ വെയ്ക്കാത്തത് ഇവിടത്തെ അറിവില്ലായ്മയാലാണെന്നും മറ്റും കുറേ ആക്ഷേപമായി പറഞ്ഞതിവനാണത്രേ.

പ്രഭു: അഹാ! അമ്പട! നമ്മെ ആക്ഷേപിച്ചതിന് അവനെ ഇവിടെ വരുത്തി, നാലു കൊടുത്താലെന്താ?

മാനേജർ: പണ്ടത്തെ കാലമല്ല ഇപ്പോൾ. അതിലും വിശേഷിച്ച് അവൻ ഇംഗ്ലീഷുക്കാരനാകയാൽ യോഗ്യന്മാരായ പല താടിക്കാരായിട്ടും സേവയും ഉണ്ടത്രേ. അതുകൊണ്ടങ്ങനെ ചെയ്താൽ ഇവിടേയ്ക്കു വല്ല അപമാനവും സിദ്ധിക്കത്തക്ക വ്യവഹാരങ്ങൾക്കിടവരും.

പ്രഭു: ഞാൻ കുട്ടിയായിരുന്നപ്പോൾ അമ്മാമന്മാർ ചിലരങ്ങനെ ചെയ്യുന്നതു കണ്ടിട്ടുണ്ടല്ലോ.

മാനേജർ: അതുപോലൊന്നും ഇപ്പോൾ ചെയ്‌വാൻ പാടില്ല. രാജ്യമെല്ലാം കമ്പിനിയാരുടെ കീഴിലായതിൽപ്പിന്നെ ജനങ്ങൾക്കു സ്വാതന്ത്ര്യവും അറിവും വളരെ വർദ്ധിച്ചു.

പ്രഭു: എടാ ആരായവിടെ?

ഒരു ഭൃത്യൻ: സ്വാമി!

പ്രഭു: മുറുക്കാൻ കൊണ്ടാ. (ഭൃത്യൻ മുറുക്കാൻ കൊടുക്കുന്നു) പണ്ടാരപ്പറമ്പിൽ കുഞ്ഞൻ ഇവിടെ കുറെ പാട്ടം തീർക്കാനില്ലേ?

മാനേജർ: ഉണ്ട്. അയാൾ ഇരിപത്തഞ്ചുമുറി പറമ്പുകൾക്ക് ഇരുനൂറ്റെഴുപത്തഞ്ചേകാൽ ഉറുപ്പികയും നാനൂറു പറയ്ക്കു നിലത്തിന്ന് ആയിരത്തിരുനൂറു പറ നെല്ലും തീർക്കണം. ചോദിക്കുമ്പോൾ ഇട്ടുരുട്ടുന്നു.

പ്രഭു: ഇനി അവനോടതു ചോദിക്കണ്ടാ. ഉച്ചാരിൽ പിറ്റേ വസ്തുക്കൾ ഒഴിഞ്ഞു പാട്ടം പലിശയോടുകൂടി തീർക്കാനായിട്ടുടനെ അന്യായം കൊടുക്കണം.

മാനേജർ: അങ്ങനെയാവാം. (എന്നു പറഞ്ഞു പോന്നു കച്ചേരിയിൽ വന്നിട്ടു) മേനോന്മാരാരും ഇല്ലേ അവിടെ?

ഒരു മേനോൻ: ഉണ്ട്.

മാനേജർ: വസ്തുക്കൾ ഒഴിഞ്ഞു പാട്ടം, പലിശയൊടുകൂടി തീർക്കാനായിട്ട് അന്യായം കൊടുത്തിരിക്കുന്നു എന്നു പണ്ടാരപ്പറമ്പിൽ കുഞ്ഞൻനായർക്കും പകുതി പാട്ടം വിട്ടുകൊടുത്തതു കഴിച്ചു പകുതി തവണവെച്ചു തീർക്കേണ്ടതിന്നു വേണ്ടുന്നപ്രകാരം നിശ്ചയിപ്പാനായി നാളെ എട്ടു മണിക്കു കച്ചേരിയിൽ ഹാജരാവണമെന്നു വെള്ളശ്ശേരി രാമന്നായർക്കും ഓരോ കല്പണ എഴുതിക്കൊണ്ടു വരണം.

മേനോൻ: കൊണ്ടുവരാം. (എന്നു പോയി)

തന്റെ എത്രയും ഇഷ്ടനായ ഇട്ടിവാസു നമ്പൂരിപ്പാടോടുകൂടി ഓരോ സന്തോഷകരമായ വർത്തമാനങ്ങളെ പറഞ്ഞാനന്ദിച്ചുംകൊണ്ടിരിക്കുമ്പോൾ തവണക്കാരൻ ഉമ്മറത്തു വ്രാന്തയിൽ വന്നു കൈകെട്ടി നില്ക്കുന്നതിനെ കണ്ടിട്ട്:

പ്രഭു: നീയ്യെന്താ നിക്കണ്?

തവണക്കാരൻ: കാണാൻ സമയോണ്ടോ എന്നു ചോദിച്ചുംകൊണ്ട് ഒരു പട്ടർ താഴത്തു വന്നു നില്ക്കുന്നുണ്ട്.

പ്രഭു: എന്തു പട്ടർ, ഏതു പട്ടർ? എവിടുന്നു വരുന്നു?

തവണക്കാരൻ: തഞ്ചാവൂരിൽനിന്നാണത്രേ. ഒരു ഭാഗവതരാണെന്നു പറഞ്ഞു.

പ്രഭു: ആട്ടെ, വരാൻ പറ.

തവണക്കാരൻ പോയി. പറഞ്ഞതിൻപ്രകാരം ഭാഗവതർ മുകളിൽ വന്നതിന്റെ ശേഷം.

പ്രഭു: അങ്ങ് എവിടുന്നാ വരുന്നത്?

ഭാഗവതർ: നാൻ തഞ്ചാവൂർക്കാറനാണ്. ഇങ്ങനെ ഇപ്രം വന്നു എന്നേ ഉള്ളൂ. തഞ്ചാവൂർ വൈത്തിഭാഗവതറെന്നു കെട്ടിർക്കുമല്ലോ.

പ്രഭു: അദ്ദേഹമാണോ അങ്ങ്?

ഭാഗവതർ: അദ്ദേഹമല്ലെങ്കിലും അദ്ദേഹത്തിന്റെ ഭാര്യയുടെ ഉടപ്പിറന്തവനുണ്ടു. അവന്റെ മറുമഹന് എന്റെ ഭാര്യയുടെ അമ്മാവന്റെ മഠത്തിന്നാകും വേളി. തിറുവന്ത്രം, കൊച്ചി ഇങ്കെല്ലാം നല്ല പരിചയമുണ്ടു.

പ്രഭു: തിരുവനന്തപുരത്തെന്താ പരിചയം?

ഭാഗവതർ: അവിടെ ലശ്മിക്കുട്ടിത്തങ്കച്ചി എന്ന പ്രസിദ്ധമായ പാട്ടുകാറത്തിയെ കേട്ടിർക്കില്ലേ? അവളെ വൈത്തിഭാഗവതറാകും അഭ്യസിപ്പിച്ചതു.

നമ്പൂതിരിപ്പാട്: ആട്ടെ, ഇപ്പോൾ എങ്ങന്യാ, പാട്ടു അസാരൊന്നായിക്കൂടേ?

പ്രഭു: അ! അസാരം പാട്ടു കെട്ടാൽ നന്നെ.

ഭാഗവതർ: അങ്ങനെതന്നെ. അതുക്കെന്ന വിരോധം? നാൻ അങ്ങനെ വിശാരിച്ചിട്ടുതന്നെയാണു വന്തിർക്കുന്നതു. (എന്നു പറഞ്ഞു തംബുരു എടുത്തുവെച്ചു ശ്രുതികൂട്ടി പാടുവാൻ തുടങ്ങി. ആദ്യം ഒരു രാഗം ആലാപിക്കുമ്പോൾ)

പ്രഭു: എന്താ അക്ഷരൊന്നുമില്ലേ പാട്ടിന്?

ഭാഗവതർ: ഇതുക്കക്ഷരം നന്നെ കുറയും. രാഗം ആലാപിക്കാകും.

പ്രഭു: അക്ഷരമില്ലാത്ത പാട്ടു വേണ്ടാ. കൃമ്മീരവധത്തിൽ ആ ഉത്തരന്റെ പദൊന്നു കേക്കട്ടെ.

ഭാഗവതർ: സാധാറണയായി നങ്ങൾക്കതൊന്നും അറിയില്ല. ദേശ്യമട്ടു മാത്രം തിരിയും.

പ്രഭു: എന്നാലതെന്താ? കേക്കട്ടെ.

നമ്പൂതിരിപ്പാട് 'ബെലേ ഭേഷ്' എന്ന് അപകടമായി പറയുമ്പോൾ പ്രഭു അതിനെ അനുസരിച്ചു തലയൊന്നു കുണുക്കും. ഒരു കൃതി പാടുന്നതിന്റെ മധ്യത്തിൽ:

പ്രഭു: വരട്ടെ. (തംബൂരുവിനെ ചൂണ്ടിക്കാണിച്ചിട്ട്) ഇതിന്റെ ശബ്ദം കൊണ്ടാണ് പാട്ടു നല്ലോണം കേക്കാൻ പാടില്ലാത്തത്. അതു വേണ്ടാ. അങ്ങു മാറ്റിവെയ്ക്ക്. എന്താ നമ്പൂതിരിപ്പാട്, അങ്ങനെ തന്നേല്ലേ?

നമ്പൂരി: ഇനിക്കും അതു തോന്നീല്ലെന്നില്ല. പക്ഷേ, അങ്ങട്ടു പുറത്താക്കകഴിഞ്ഞില്ലെന്നേയുള്ളൂ.

ഭാഗവതർ ഇവരുടെ യോഗ്യത നല്ലവണ്ണം അറിഞ്ഞു വളരെ താമസിക്കാതെ പാട്ടു മാറ്റുകയും രണ്ടോ മൂന്നോ ഉറുപ്പിക കൊടുത്തതിനെ വാങ്ങിച്ച് ഉടനെ പോവുകയും അനന്തരം നമ്പൂരിപ്പാടും പ്രഭുവിനോടു യാത്ര പറഞ്ഞ് അടുത്തുള്ള തന്റെ ഇല്ലത്തേയ്ക്കു തിരിക്കുകയും ചെയ്തു.

2

ലക്ഷ്മിക്കുട്ടിയുടെ മദിരാശിക്കുള്ള പോക്ക്

അക്കരപ്പാട്ടുപ്രഭുവിന്റെ ഭവനത്തിന്നുത്തരഭാഗത്തായി ഏകദേശം അരമൈൽ ദൂരേ ചെമ്പകശ്ശേരി എന്നു വിളിക്കപ്പെട്ട ഒരു വീടുണ്ടായിരുന്നു. അവിടത്തെ കാരണവൻ ചാത്തരമേന്നും അയാൾക്കു സഹോദര-സഹോദരിമാരായിട്ടു കിട്ടുണ്ണിമേനോൻ, ഇക്കാവമ്മ എന്നിവരും ഇക്കാവമ്മയ്ക്കു ലക്ഷ്മിക്കുട്ടി എന്നൊരു പുത്രിയും മാത്രമേ ആ കുടുംബത്തിൽ ഉണ്ടായിരുന്നുള്ളൂ. ആ പ്രദേശത്ത് ഏകദേശം എട്ടുപത്തു നാഴികയ്ക്കകത്തുള്ള ഭൂമി മുഴുവനും നമ്മുടെ പ്രഭുവിന്റേതായിരുന്നതിനാൽ ചെമ്പകശ്ശേരിവീട്ടുകാർക്കുണ്ടായിരുന്ന സകലവസ്തുക്കളും അദ്ദേഹത്തിന്റേതായിരുന്നു എന്നുള്ളതിലേയ്ക്കു യാതൊന്നും സംശയിപ്പാനില്ല. ഇവരുടെ വസ്തുക്കൾ വളരെ ആദായമുള്ളവയായിരുന്നു എങ്കിലും ചാത്തരമേനോൻ സമ്പാദിച്ചുവെയ്ക്കുന്നതിൽ അധികതാത്പര്യം ഇല്ലാത്തവനായിരുന്നതുകൊണ്ടു നിത്യവൃത്തി വളരെ ഡീക്കായ്ത്തന്നെ കഴിച്ചുവന്നു. ലക്ഷ്മിക്കുട്ടിയുടെ അച്ഛൻ മദിരാശിഹൈക്കോർട്ടിൽ വക്കീലായ കന്മാരനായരും ചാത്തരമേന്നുംകൂടി ഒരു ദിവസം ഓരോ വർത്തമാനങ്ങൾ പറഞ്ഞിരിക്കുമ്പോൾ:

കന്മാരന്നായർ : ചാത്തരമേന്നേ, ലക്ഷ്മിക്കുട്ടിക്കു വയസ്സു പത്തുപന്ത്രണ്ടായല്ലോ. അവളുടെ പഠിത്തം ഇതുവരെ ഒന്നും ആയില്ലതാനും. ഞാൻ അവളെ മദിരാശിയിലേയ്ക്കു കൊണ്ടുപോയെങ്കിലോ? കാലാനുസരണം അല്പം ഇംഗ്ലീഷുകൂടി പഠിപ്പിച്ചാൽ കൊള്ളാമെന്നുണ്ട്. അവിടെ അതിന്നുള്ള സ്കൂളുകളും ഉണ്ടല്ലോ. എന്താ, അതിനു വല്ല വിരോധമുണ്ടോ?

ചാത്തരമേനോൻ: ഇനിക്കു യാതൊരു വിരോധവും ഇല്ല. അവളുടെ അഭി

വൃദ്ധിയിൽ ഇനിക്കത്ര്യാനന്ദമല്ലേ ഉള്ളത്. എന്നാൽ ഇക്കാവും അങ്ങോട്ടു പോന്നോട്ടെ.

കമ്മാരൻ: അങ്ങനെ ആവട്ടെ. ഇനിക്കു മദിരാശിയിലേയ്ക്കു പോവാൻ ഇനി ഒരാഴ്ചവട്ടമേ താമസമുള്ളു. ഞാൻ ഇപ്പോൾ പോവുമ്പോൾത്തന്നെ കൊണ്ടുപോയ്ക്കളയാം. താമസിച്ചിട്ടു കാര്യമില്ലല്ലോ.

ചാത്തരമേനോൻ: അങ്ങനെയായിക്കോളേ വേണ്ടു. ആട്ടെ, നിങ്ങൾ പ്രഭുവിനെ കാണാൻ പോയിട്ട് എന്റെ കാര്യംകൊണ്ടെന്താണ് സംസാരിച്ചത്?

കമ്മാരൻ: അതൊക്കെയും ഞാൻ പറഞ്ഞപോലെ ആക്കീട്ടുണ്ട്. അല്ലെങ്കിൽ നമ്പ്രുകൾ ഞാൻ പൊളിപ്പിച്ചുവിടും. ഒരു കൊല്ലത്തെ പാട്ടമല്ലേ നില്ക്കുന്നുള്ളൂ? അതു തവണവെച്ചു തീർപ്പിക്കാനായിട്ടു മാനേജരോടു പറയാമെന്നാണ് പറഞ്ഞത്.

ചാത്തരമേനോൻ: അതു മതി. ഞാൻ പുറത്തുപോയി വരട്ടെ. (എന്നു ചാത്തരമേനോൻ പോയപ്പോൾ ഇക്കാവമ്മ നേരിട്ടു വന്നിട്ട്)

കമ്മാരൻ: എന്താ, ഇക്കാവിന്റെ മുഖത്ത് അതികഠിനമായ സന്തോഷം സ്ഫുരിക്കുന്നത്?

ഇക്കാവ്: ഒന്നുമല്ല. മദിരാശിയിലെ വിശേഷം അങ്ങ് എന്നോടു പലപ്പോഴും പറയാറില്ലേ? അതൊക്കെ കണ്ടിട്ടെന്റെ കണ്ണുകളെയും ആനന്ദിപ്പിക്കാമല്ലോ എന്നു കരുതിത്തന്നെ.

എന്നാൽ ഇക്കാവമ്മയ്ക്കു ഒരു വിചാരംകൂടി ഉണ്ടായിരുന്നു. അതെന്തെന്നാൽ മദിരാശി എന്നുള്ളത് അനവധി സജ്ജനസംഘങ്ങളെക്കൊണ്ടലങ്കരിക്കപ്പെട്ട ഒരു പട്ടണമാകയാൽ തന്റെ പ്രിയപ്പെട്ട പുത്രിക്ക് അനുരൂപനായ ഒരു ഭർത്താവിനെ സമ്പാദിക്കണമെന്നുള്ള ആഗ്രഹത്തെ പൂർത്തീരകിക്കുന്നതിന്ന് ഏറ്റവും നല്ലതായ ഒരു മാർഗ്ഗം ഇതുതന്നെ എന്നുകൂടി ഉണ്ടായിരുന്നതുതന്നെ.

കമ്മാരൻ: ഇക്കാവു പോരാനായിട്ടു ചാത്തരമേനോന്റെ അനുവാദമില്ല.

ഇക്കാവ്: ഒപ്പ പറേണതു ഞാൻ വാതിലിന്റെ പിന്നിൽ നിന്നു കേട്ടുവല്ലോ. മദിരാശിയിൽ പോയാൽ ശുദ്ധാശുദ്ധം ഉണ്ടാവില്ലെന്നു ചിലർ പറയുന്നുണ്ടല്ലോ. അതെങ്ങനെയാണ്?

കമ്മാരൻ: ഇക്കാവിന്നുണ്ടോ ഭ്രാന്ത്, അതൊക്കെയും ചില വിഡ്ഢികൾ പേനെ ആനയാക്കി പറയാണ്.

ഇക്കാവ്: എന്നാണ് പോവുന്നത്?

കമ്മാരൻ: പന്ത്രണ്ടാന്തി പുറപ്പെടുന്നതിനു വേണ്ട ഒരുക്കങ്ങൾ ഒക്കെ കൂട്ടിക്കോളൂ.

അങ്ങനെ അവർ നിശ്ചയിച്ച ദിവസംതന്നെ കമ്മാരനായർ അദ്ദേഹത്തിന്റെ ഭാര്യ, പുത്രി, വാലിയക്കാരൻ, ലക്ഷ്മിക്കുട്ടിയുടെ ശിഷ്യത്തി മീനാക്ഷി ഇവരോടൊന്നിച്ചു പുറപ്പെട്ടു. അടുത്തതായ ലക്ക്ഡിസ്റ്റേഷ്യ

നിൽ ചെന്നു മദിരാശിയിലേയ്ക്കു ടിക്കറ്റു വാങ്ങി പതിനൊന്നര മണിക്കുള്ള മെയിൽ ട്രെയിനിൽ കേറുകയും ചെയ്തു.

ലക്ഷ്മിക്കുട്ടി: അച്ഛാ, ഈ വണ്ടിക്കു കുതിരേം കാളേം ഒന്നും പൂട്ടിക്കാണാനില്ലല്ലോ. പിന്നെയെങ്ങനെയാണിത് ഇത്ര വേഗത്തിൽ ഓടുന്നത്?

കമ്മാരൻ: അത് ആവിയുടെ ശക്തികൊണ്ടാണ്.

ലക്ഷ്മി: ആവി എന്നുവെച്ചാലെന്താ?

കമ്മാരൻ: ഒരു പാത്രത്തിൽ കുറെ വെള്ളം അടുപ്പത്തുവെച്ചിട്ടു ചോട്ടിൽ തീ ധാരാളമായി കത്തിച്ചാൽ വെള്ളം ചൂടുപിടിച്ചു തിളക്കുമ്പോൾ ആ പാത്രത്തിൽനിന്ന് ഒരു പൊക പോണതു നീ കണ്ടിട്ടില്ലേ?

ലക്ഷ്മി: ഉവ്വ്.

കമ്മാരൻ: അതാണാവി.

ലക്ഷ്മി: അതിനിത്ര വളരെ ശക്തിയുണ്ടോ?

കമ്മാരൻ: ഉണ്ട്. അതിപ്പോൾ നിന്നെ പറഞ്ഞറിയിക്കാൻ പ്രയാസമാണ്. നീ സ്കൂളിൽ ചേർന്നു പഠിച്ചാൽ അതൊക്കെ മനസ്സിലാവും.

ലക്ഷ്മി: എന്നാൽ എന്നെ വേഗം സ്കൂളിൽ ചേർക്കണം. ഇനിക്കതൊക്കെ അറിയാൻ വൈകി.

എന്നിപ്രകാരം അവർ ഓരോരോ വർത്തമാനങ്ങൾ പറഞ്ഞും വിശേഷതരമായ ഓരോ കാഴ്ചകളെ സന്തോഷമാകുംവണ്ണം കണ്ടും അതുകളെപ്പറ്റി ലക്ഷ്മിക്കുട്ടി അതിചാതുര്യത്തോടെ ചോദിക്കുന്ന ചോദ്യങ്ങൾക്കുചിതമായ മറുപടികളെ പറഞ്ഞും അതുകളെ അവൾ ശ്രദ്ധയോടെ കേട്ടു മനസ്സിലാക്കിയുംകൊണ്ട് അവർ പോത്തന്നൂർസ്റ്റേഷ്യനിൽ എത്തിയതിന്റെശേഷം അവിടെ വണ്ടിക്കൊരു മണിക്കൂറു നേരം താമസമുണ്ടാകയാൽ അവിടെയുള്ള വിശേഷങ്ങളെ സാവധാനത്തിൽ കണ്ടു മനസ്സിലാക്കുന്നതിന്നവർക്കു തരമായി. വണ്ടി അവിടെച്ചെന്നുനിന്ന ക്ഷണത്തിൽ ചുകന്ന തൊപ്പിയും കറുത്ത കുപ്പായവും ഇട്ടുകൊണ്ടു കുപ്പായത്തിന്റെ മീതെ അരയിൽ ഒരു ചുകപ്പുറുമാൽ കെട്ടിയും മുഷിഞ്ഞ വസ്ത്രത്തോടുകൂടിയും ഒരുത്തൻ വണ്ടിക്കൊപ്പം അങ്ങും ഇങ്ങും ബദ്ധപ്പെട്ടു നടന്നു "പോത്തന്നൂർ-പോത്തന്നൂർ-പോത്തന്നൂർ-ഇറങ്ങേണ്ടവർ ഇറങ്ങലാം. കേറേണ്ടവർ കേറലാം. ഇറങ്ങലാം-കേറാലാം-കേറലാം-ഇറങ്ങലാം" എന്നു പറഞ്ഞു നിലവിളിക്കുന്നു. അപ്പോഴേയ്ക്ക്:

ഒരു ബ്രാഹ്മണൻ: മിട്ടായ്-മിട്ടായ് നല്ല മിട്ടായ് ഭേഷ്മിട്ടായ്.

ഒരു ഒറ്റക്കണ്ണൻ: റൊട്ടി വാങ്കറയാ റൊട്ടി-റൊട്ടി-റൊട്ടി വാങ്കറയാ-

മറ്റൊരുത്തൻ: കാപ്പി ചൂടുകാപ്പി-കാപ്പി-ചൂടുകാപ്പി-

ഒരു മണ്ണക്കാലൻ: വെത്തിലപ്പാക്ക്-വെത്തിലപ്പാക്ക്-വെത്തിലപ്പാക്ക്-

വേറൊരുവൻ: നാരങ്ങ, മധുരനാരങ്ങ, മധുരനാരങ്ങ

ഒരു സ്ത്രീ: പാലയ്യാ പാല്, പാല്-പാലയ്യാ പാല്, പാലു വാങ്കറയാ-പാലു വാങ്കറയാ-പാല്.

വണ്ടിയിൽനിന്നൊരുത്തൻ: പാലിവിടെ–പാലെ–പാലിവിടെ (എന്നു പാലു മേടിക്കുന്നു)

വണ്ടി നീങ്ങാനുള്ള സമയം അടുത്തപ്പോൾ "വണ്ടിയിൽ സ്ഥലം ഉണ്ടായില്ലെങ്കിലോ, നമുക്കു മുമ്പെ കേറണം" എന്നു വിചാരിച്ചു ചിലർ അങ്ങുമിങ്ങും ഓടുന്ന തിരക്ക്. സാമാനങ്ങൾ വാരിയെടുത്ത് ഓടിവരുമ്പോൾ തലപ്പാവ് അഴിഞ്ഞു താഴെ വീണും അതിനെ എടുക്കാൻ കുനിയുമ്പോൾ മറ്റൊന്നു കയ്യിൽനിന്നു താഴത്തു വീണും ചിലതു വേണ്ടെന്നുപേക്ഷിച്ചു ബദ്ധപ്പെട്ടു വണ്ടിയിൽ കേറുന്ന മറ്റു ചിലരുടെ തിരക്ക്, ടിക്കറ്റു മേടിക്കാനായി പോയ ഭർത്താവു വരുന്നതു കാണായ്കയാൽ ഭയപ്പെട്ടു വണ്ടിയിൽ ഇരിക്കുന്നവരുടെ നേരെ യൗവനയുക്തകളായിരിക്കുന്ന കരംഗനേത്രമാരുടെ സംഭ്രമത്തോടുകൂടിയ നോട്ടം. സാമാനം കൊടുത്തവർക്കു കാശു കിട്ടാതെയും കാശു കൊടുത്തവർക്കു സാമാനം കിട്ടാതെയും കശപിശകൂട്ടുന്ന തിരക്ക്. സാമാനം വണ്ടിയിൽ കൊണ്ടുവന്നു വെപ്പാൻ കൂലിക്കാരെ ഏല്പിച്ചു മുൻകൂട്ടി വണ്ടിയിൽ കയറിയ യോഗ്യന്മാർ കൂലിക്കാരനെയും സാമാനത്തെയും കാണാഞ്ഞിട്ട്, അവരെ അന്വേഷിക്കുന്ന തിരക്ക്. മറ്റു ചില പൊങ്കന്മാർ ഭാര്യയെ വണ്ടിയിൽ കയറ്റി ഇരുത്തി സമാനം എടുത്തു തിരിയെ ചെല്ലുമ്പൊഴേയ്ക്കു മണി അടിക്കുകയും സ്റ്റേഷ്യൻമാസ്റ്റർ വണ്ടിയുടെ വാതിലുകൾ പൂട്ടുകയും വണ്ടി ഇളകിപ്പോകുകയും ചെയ്തതിനാൽ ഓടുന്ന വണ്ടിയിൽക്കിടന്നു ഭാര്യയും സ്റ്റേഷ്യനിൽ കിടന്നു ഭർത്താവും ഉറക്കെ കരയുന്ന തിരക്ക്. പരിചയവും സൂക്ഷ്മവും ഇല്ലാത്ത വഴിയാത്രക്കാരുടെ സാമാനങ്ങൾ വണ്ടിയിൽനിന്നിറക്കി വെച്ചിരിക്കുന്നതിനെ മോഷണംചെയ്തു കയ്ക്കലാക്കേണമെന്നുള്ള വിചാരത്തോടെ അലക്ഷ്യമായി സഞ്ചരിക്കുന്ന കള്ളന്മാരുടെയും അവരെത്തിരഞ്ഞു നടക്കുന്ന പോലീസുകാരുടെയും തിരക്ക്. ചിലർ ഓടുന്ന വണ്ടിയിൽ ഇരുന്നു സ്റ്റേഷ്യനിൽ ഉള്ളവരെ കൈകൊണ്ട് അനാവശ്യമായി വിളിക്കുന്ന നേരമ്പോക്ക്– ഇതുകളെ കണ്ടും കേട്ടും രസിച്ചും അവർ പോത്തന്നൂർസ്റ്റേഷ്യനെ വിട്ടു. ഇവിടെനിന്നു മദിരാശിയിൽ എത്തുന്നതുവരെയുള്ള വിശേഷക്കാഴ്ചകളെയൊന്നും കണ്ടറിയുന്നതിന്ന് അത്ര ശ്രദ്ധവെയ്ക്കുകയാകട്ടെ തരംവരികയാകട്ടെ ഉണ്ടായില്ല. എന്തുകൊണ്ടെന്നാൽ വണ്ടിയിൽ ഇരുന്നു കുറെ ക്ഷീണം എല്ലാവർക്കും പറ്റിയതിനാലും വണ്ടിയിൽ സ്ഥലം ധാരാളമുണ്ടായിരുന്നതിനാലും അവർ അവിടവിടെ കുറച്ചു കിടന്നുപോയി. ചിലർ അല്പം ഉറങ്ങുവാനും തുടങ്ങി. ഇതിന്നു പുറമെ രാത്രിയും വന്നടുത്തു.

അവർ പിറ്റേ ദിവസം മദിരാശിയിൽ എത്തി സ്റ്റേഷ്യനിൽ ചെന്നു വണ്ടിയിറങ്ങിയതിന്റെശേഷം മുൻകൂട്ടി എഴുതി അയച്ചു കുതിരവണ്ടി ശട്ടംകെട്ടീട്ടുണ്ടായിരുന്നതിനാൽ അതിൽ കയറി "ടൗൺ കാണുവാൻ പോകുന്നതു നാളെയാവാ"മെന്നുവെച്ചു വക്കീൽ താമസിക്കുന്ന സ്ഥലത്തേയ്ക്കു പോവുകയും ചെയ്തു. പിറ്റേദിവസം കന്മാരന്നായർ തന്റെ

പുത്രി ലക്ഷ്മിക്കുട്ടിയോടും ഭാര്യ ഇക്കാവമ്മയോടും കൂടി വണ്ടികയറി ടൗൺ കാണുവാൻ പോയിട്ടവർ കണ്ട വിശേഷതരക്കാഴ്ചകളിൽ ചില തെങ്കിലും ഇവിടെ പറയേണ്ടത് ആവശ്യമായി തോന്നുകകൊണ്ട് അവയെ എത്രയും ചുരുക്കി താഴെ പറയുന്നു:-

ചെമ്പിച്ചു നീണ്ട താടികളോടു ധീരത്വമുള്ള നോട്ടങ്ങളോടും രക്ത വർണ്ണമായ മുഖത്തൊടും കൂടിയ യൂറോപ്യൻപുമാന്മാർ കുയിൽനാദത്തെ തോല്പിക്കുന്ന ശബ്ദമുള്ളവരും ലാവണ്യവതികളും ആയ കളത്രസ മേതന്മാരായിട്ടു സവാരിചെയ്യുന്ന വിശേഷതരമായിരിക്കുന്ന വണ്ടികളും കസവുള്ളതും ചുകന്നതും ആയ വലിയ തലപ്പാവുകൾ ധരിച്ചും കണ്ണട വെച്ചും നീണ്ട മേൽമീശകൾ പിരിച്ചും ജാനുക്കൾ കവിഞ്ഞുകിടക്കുന്ന കറുത്ത വില്ലീസ് കുപ്പായം ഇട്ടും പത്തോ പതിനഞ്ചോ ഉറുപ്പിക വിലപി ടിച്ച സോമൻ ഉടുത്തും ഉള്ള അതിഗംഭീരന്മാരായ വലിയ ഉദ്യോഗസ്ഥ ന്മാർ യാത്രചെയ്യുന്ന വണ്ടികളും ഘോരരവത്തൊടുകൂടി അതിവേഗ ത്തിൽ അങ്ങും ഇങ്ങും ഇടവിടാതെ ഓടികൊണ്ടിരിക്കുന്ന തെരുവീഥി കൾ അസംഖ്യം. അൻപതറുപതു കോൽ നീളത്തിലും മുപ്പതുമുപ്പത്തഞ്ചു കോൽ വീതിയിലും നാല്പതു നാല്പത്തഞ്ചു കോൽ ഉയരത്തിലും മൂന്നും നാലും നിലയായും പണിചെയ്യപ്പെട്ട ഷാപ്പുകളിൽ ഒരു നിലയിൽ വളരെ വിലപിടിച്ചതും പലതരത്തിലും വർണ്ണത്തിലും ആയ ശീലത്തര ങ്ങൾ കെട്ടുകെട്ടായി അടുക്കി വെയ്ക്കപ്പെട്ടിരിക്കുന്നതും മറ്റേ നിലയിൽ നാനാവിധമായ ക്ലോക്കുകൾ, വാച്ചുകൾ, ടൈംപീസ്സുകൾ ഒരു ഭാഗത്തും. ടർബിൻ, പിയർസ്സ്, ഗ്ലിസറയിൻ, കാർബോളിക്ക് മുതലായ സോപ്പുകളും പെപ്പർമെണ്ടഅപ്പം, ബിസ്കത്തുമുതലായ മധുരപദാർത്ഥങ്ങളും പലത രത്തിലുള്ള കടലാസ്സ്, പേന, പെൻസിൽ മുതലായതു കോരിക്കൂട്ടപ്പെട്ടി രിക്കുന്നതും വേറെ ഒരു ഭാഗത്തു ചിത്രക്കണ്ണാടി, വെള്ളക്കണ്ണാടി, വാൾഷെഡുകൾ മുതലായതു അതികൗതുകമാകും വണ്ണം നിരത്തിവെ യ്ക്കപ്പെട്ടിരിക്കുന്നതും പലവർണ്ണത്തിലുള്ള ഗുളോപ്പുകളും മനോഹര മായ ലസ്റ്റർകളും മുകളിൽ തൂക്കപ്പെട്ടിരിക്കുന്നതും മറ്റൊരിടത്തു കുട്ടി കൾക്കു കളിപ്പാനുള്ള കളിസ്സാമാനങ്ങൾ പടിപടിയായി അടുക്കി വെയ്ക്ക പ്പെട്ടിരിക്കുന്നതും മറ്റൊരു നിലയിൽ വിലമതിക്കപ്പെടുവാൻ പാടില്ലാത്ത നവരത്നങ്ങളും അവകൾ പതിക്കപ്പെട്ട ഓരോ വിശേഷാഭരണങ്ങളും മറ്റും കാണാം. ഇങ്ങനെയുള്ള ഷാപ്പുകൾക്കെണ്ണമില്ലെന്നുതന്നെ പറയ ണം. വട്ടമേശ, ചതുരമേശ, കസേര, ചാരുകസേര, എഴുത്തുപെട്ടി, അല മാരിമുതലായതു വീട്ടികൊണ്ടു പണിയിച്ചു വാർനീഷ് ഇട്ടു മിന്നുന്നതും ഇരിമ്പുപെട്ടി, തകരപ്പെട്ടി, റെയിൽപ്പെട്ടി ഇവകളും വില്ക്കുവാൻ വെയ്ക്ക പ്പെട്ടിരിക്കുന്ന സ്ഥലങ്ങൾ അനവധി. ബ്രാണ്ടി, വിസ്കി, ബിയർ, സോഡാ, ലമണെഡ് മുതലായതു വില്ക്കപ്പെടുന്ന സ്ഥലങ്ങൾ വളരെ വളരെ. പച്ച പ്പുഴു, പനിനീർ, അത്തൽ, ലവണ്ടർ, കസ്തൂരി, ആംബർ മുതലായ സുഗ ന്ധവർഗ്ഗങ്ങൾ വില്ക്കാനുള്ള സ്ഥലത്തിന്നൊരു നാഴിക ദൂരത്തു വന്നാൽ

ഇതുകളുടെ സൗരഭ്യം സഹിച്ചുകൂടാതെയാകും. വീര്യശൗര്യപരാക്രമത്തോടു കൂടി അതിഗംഭീരമാകുംവണ്ണം ന്യായാധിപന്മാർ കച്ചേരിചെയ്യുന്ന കൊർട്ടുകൾക്കടുത്തു ചെല്ലുന്നതിൽ ഏവനും അഞ്ചിപ്പോകും. വിസ്മയിക്കത്തക്ക കരകൗശലത്തോടുകൂടിയും അത്യുന്നതങ്ങളായും അസംഖ്യം പണം ചെലവു ചെയ്തും പണിയിച്ചിട്ടുള്ള സ്കൂളുകളിലും കോളേജുകളിലും ബുദ്ധിമത്തുക്കളായിരിക്കുന്ന ശാസ്ത്രജ്ഞന്മാർ ഭയഭക്തി, ദൈവവിശ്വാസം, പരമാർത്ഥത, നീതിമാർഗ്ഗം, ധർമ്മജ്ഞാനം ഇതുകളെപ്പറ്റി പ്രതിദിനം പ്രസംഗിച്ചു സമർത്ഥന്മാരായ ബാലന്മാർക്കു മനസ്സിലാക്കുന്നതിനാലും തർക്കം, വ്യാകരണം, തത്ത്വബോധം, പ്രകൃതിജ്ഞാനം, രസവാദം, ബീജഗണിതം, അളവുശാസ്ത്രം, രാജ്യചരിതം, രാജ്യഭാരതന്ത്രം മുതലായ ശാസ്ത്രങ്ങളെ സർവ്വകലാശാലാപരീക്ഷകളിൽ ജയം പ്രാപിക്കണമെന്നത്യാഗ്രഹത്തോടുകൂടിയ യുവാക്കന്മാരെ പഠിപ്പിക്കുന്നതിനാലും ഉണ്ടാവുന്നതായി അകലെ കേൾക്കാവുന്ന ഹുങ്കാരശബ്ദം കർണ്ണാനന്ദകരംതന്നെ. സമ്പന്നനിധികളായിരിക്കുന്ന പ്രഭുക്കന്മാരുടെ അനവധി മണിമാടങ്ങൾ മേഘമാർഗ്ഗത്തെ നിരോധിക്കും എന്നുള്ളതു നിസ്സംശയമാകുന്നു. ചില തെരുവുകളുടെ ഇരുഭാഗത്തും ഉള്ള മാളികമേൽ നിന്നു ജനലയിൽകൂടെ ഇടയ്ക്കിടെയ്ക്കെത്തി നോക്കുന്ന വേശ്യാംഗനമാരുടെ ചേതോഹരങ്ങളായിരിക്കുന്ന വക്ത്രാംബുജങ്ങളെക്കണ്ടു ചില പുരുഷവിഡ്ഢികൾ സംഭ്രാന്തചിത്തന്മാരായി പെട്ടെന്നു നില്ക്കുമ്പോൾ പിറകേ വരുന്നവർ ഇവരെത്തടഞ്ഞു രണ്ടുകൂട്ടരും വീഴുവാൻ പോകുന്ന തിരക്കും കാണാം. ചില ഭാഗത്തു ചെല്ലുമ്പോൾ വീണ, ഫിഡിൽ, സ്വരബിത്ത, സംഗീതപ്പെട്ടി ഇവകളുടെ കർണ്ണപീയൂഷമായ നാദം അവിടെ സദാ കെട്ടുകൊണ്ടിരിക്കും. അപൂർവ്വക്കാഴ്ചകളെ ശേഖരിച്ചു വെച്ചിരിക്കുന്ന മ്യൂസിയത്തിൽ ചെന്നാൽ ആറു മാസം അതികഠിനമായ പനിപിടിച്ചു മാറി ഒന്നോരണ്ടോ കുളികഴിഞ്ഞതിന്റെ ശേഷം പുറത്തിറങ്ങി സഞ്ചരിപ്പാനോ എന്തെങ്കിലും ഒരു ജോലിയിൽ പ്രവേശിപ്പാനോ പാടില്ലാഞ്ഞിട്ടു നേരം പോകാതെ മിന്നിട്ടു മണിക്കൂറുപോലെ തോന്നുന്ന രോഗികൾക്കുംകൂടി കൊല്ലം ദിവസംപോലെ തോന്നും. പത്തുമണിക്കു മടങ്ങിവരാമെന്നുള്ള വിചാരത്തോടുകൂടി കാലത്ത് ഏഴുമണിക്കു ചായ കഴിച്ചു മ്യൂസിയം കാണാൻ പോകുന്ന ചിലർ അവിടെച്ചെന്നു നയനങ്ങൾക്കു തൃപ്തിയാകുംവണ്ണം ഓരോ അത്ഭുതതരക്കാഴ്ചകളെ അങ്ങും ഇങ്ങും നടന്നു നോക്കിക്കൊണ്ടിരിക്കുമ്പോൾ നേരം പോവുന്നതറിയാതെ സൂര്യാസ്തമനംകൊണ്ടാകുന്ന തങ്ങളുടെ കുളി, ഭക്ഷണം മറ്റു ജോലികൾ ഇതുകളെ അവർക്ക് ഓർമ്മ വരുന്നത്– അതിരൂക്ഷങ്ങളായിരിക്കുന്ന വ്യാധികളുടെ അപഹാരത്തിൽ നിന്നു രോഗികളെ നിഷ്പ്രയാസം മോചിപ്പിക്കുന്ന ബ്രഹ്മതുല്യന്മാരായിരിക്കുന്ന ഡോക്ടർമാർ മൃത്യുവിനെ പിടിച്ചു കീശയിൽ ഇട്ടുംകൊണ്ടിരിക്കുന്ന ധർമ്മശാലകളും ഇടയ്ക്കിടെയ്ക്കു കാണാം–എന്നിങ്ങനെ ഈ പട്ടണ

ത്തിന്റെ വിശേഷങ്ങളെ മുഴുവനും പറഞ്ഞറിയിക്കുന്നതിൽ സാമാന്യമായ ബുദ്ധിമുട്ടല്ല ഉള്ളത്.

ഇങ്ങനെ അവർ ടൗൺ മുഴുവനും വളരെ ആശ്ചര്യത്തോടും മനസ്സന്തോഷത്തോടും കണ്ടതിന്റെ ശേഷം ഭവനത്തിലേയ്ക്കു മടങ്ങിവന്നിട്ടു ലക്ഷ്മിക്കുട്ടി ഈ നൂതനക്കാഴ്ചകളെപ്പറ്റി കന്മാരന്നായരോട് ഓരോ ചോദ്യങ്ങളെ ചോദിച്ചും അറിഞ്ഞുംകൊണ്ടുതന്നെ ആ ദിവസം കഴിച്ചുകൂട്ടി. ലക്ഷ്മിക്കുട്ടിക്കു മീനാക്ഷി എന്ന് ഒരു ശിഷ്യത്തി ഉണ്ടായിരുന്നു എന്നുള്ളതു മുമ്പേതന്നെ പറഞ്ഞിട്ടുണ്ടല്ലോ. എന്നാൽ ഇവർ തമ്മിലുള്ള അതിസ്നേഹംഹേതുവായിട്ടു ലക്ഷ്മിക്കുട്ടി ഒരു സഖിയെപ്പോലെയായിരുന്നു മീനാക്ഷിയെ വിചാരിച്ചിരുന്നത്. പിറ്റേ ദിവസം കാലത്തു പത്തുമണിക്കു ലക്ഷ്മിക്കുട്ടിയും മീനാക്ഷിയും ഊണു കഴിഞ്ഞു മാളികമേൽ കയറി ചില പുസ്തകങ്ങളെ വായിച്ചും ഓരോ വർത്തമാനങ്ങൾ പറഞ്ഞും ഇരിക്കുമ്പോൾ:

ലക്ഷ്മിക്കുട്ടി: നിയ്യെന്തേ ഇന്നലെ ഞങ്ങളൊന്നിച്ചു ടൗൺ കാണാൻ വരാഞ്ഞത്?

മീനാക്ഷി: ഇനിക്കു മിനിഞ്ഞാന്നു രാത്രി കുറേ പനിയും തലേക്കുത്തും ഉണ്ടായതിനാൽ ശരീരത്തിന്നു സുഖം ഇല്ലാഞ്ഞിട്ടാണെന്നിന്നലെത്തന്നെ പറഞ്ഞില്ലേ ഞാൻ?

ലക്ഷ്മിക്കുട്ടി: ഒ! ഒ! അതു ഞാൻ വിട്ടുപോയി. ആട്ടെ, ഇപ്പോളൊക്കെ സുഖമായില്ലേ?

മീനാക്ഷി: സുഖമായി–എന്തെല്ലാം, ടൗൺ കാണാൻ പോയിട്ടുള്ള വിശേഷം?

ലക്ഷ്മിക്കുട്ടി: അതൊന്നും പറയാനില്ല–കണ്ടാൽത്തന്നേ അറിയാൻ പാടുള്ളൂ.

മീനാക്ഷി: എങ്കിലും ചിലതു പറയൂ. ഞാനും കുറെ കേക്കട്ടെ.

ലക്ഷ്മി: നമ്മടെ ദിക്കിൽ ഒരു പ്രഭുവല്ലേള്ളൂ?

മീനാക്ഷി: അതേ. അതിനെന്താ?

ലക്ഷ്മി: ഇവിടെ നോക്കുന്നെടത്തൊക്കെ പ്രഭുക്കളും അവരുടെ വലിയ വീടുകളും ഉണ്ട്.

മീനാക്ഷി: നമ്മൾ വണ്ടിയിലിരിക്കുമ്പോൾ ഒരു പുലിയെ വെടിവെച്ചിശ്ശി ആളുകൂടി കൊണ്ടൊന്നു കണ്ടില്ലേ?

ലക്ഷ്മി: ഉവ്വ്.

മീനാക്ഷി: നമ്മളതിനെ നോക്കുമ്പോൾ നിന്റെ അച്ഛൻ പറഞ്ഞില്ലേ, മദ്രാശിൽ വന്നാൽ അതിലും വലുതായ പുലിയെ നോക്കു കാണിച്ചുതരാന്നും, ഇവിടെ എന്താണ്, പറ എന്നോ പാർ എന്നോ ഏണ്ടന്നൊക്കേണ്ടെന്നും? നിയ്യ് അവടെപ്പോയോ?

ലക്ഷ്മി: ഞങ്ങളവടേം പോയി. അതു പറേം നാഴിം ഒന്നുമല്ല. പാർക്ക് എന്നാണത്രേ അതിനു പേര്. ഞങ്ങളവടെ ചെന്നപ്പോൾ എവിടെവിടെ

യാണ് മുമ്പേമുമ്പേ നോക്കേണ്ടതെന്നു പരിഭ്രമായിത്തീർന്നു-ഒന്നിന്റെ അടുക്കൽ ചെന്നു നില്ക്കുമ്പോൾ ഇതു കണ്ടതു പോരെന്നു കണ്ണും മറ്റ തെന്തെന്നറിയാൻ വൈകി എന്നു മനസ്സും ഇങ്ങനെ ലഹളയായി. പുലി കളെ ഇട്ടിരിക്കുന്നേടത്തു ചെന്നു നോക്കിക്കൊണ്ടു നില്ക്കുമ്പോൾ ഒരു ത്തൻ ഒരു നായെ കൊണ്ടന്നു കൂറ്റനായ ഒരു വള്ളിപ്പുലിയെ ഇട്ടിരിക്കുന്ന കൂട്ടിന്റെ ഒരു കുഴൽ തുറന്ന് അതിനെ ഉള്ളിലേയ്ക്കാക്കി കുഴലടച്ചു. എന്നിട്ടു വേറെ ഒരു കുഴൽ തുറന്നു. പുലി അവിടന്നു മെല്ലെ എണീട്ട പ്പൊഴേയ്ക്കു നായ പേടിച്ചരണ്ടു മൂത്രം വീത്തി വ്യസനത്തോടെ മുരണ്ടു തുടങ്ങി. പുലി പതുക്കെ വന്ന് അവന്റെ കൈപരത്തി നായുടെ തല യ്ക്കൊരടി കൊടുത്തിട്ടു കഴുത്തിലൊരു കടി. അപ്പോൾ നായ വാലിട്ടു പിടപ്പിക്കുന്നതും കാലിട്ടു തല്ലുന്നതും നെലോളിക്കുന്നതും കണ്ടാൽ കര ച്ചിൽ വരും.

മീനാക്ഷി: അയ്യയ്യ! പാവം! പാവം! ആ നായ എങ്ങനെ ചത്തു! കഷ്ടം! നിയ്യതു നോക്കിക്കൊണ്ടു നിന്നൂലോ, നായ പിന്നൊന്നും കാട്ടീല്ലേ?

ലക്ഷ്മി: നായ പിന്നെന്താ കാട്ടണ്, ചത്താൽപ്പിന്നെ?

മീനാക്ഷി: എന്നിട്ടോ?

ലക്ഷ്മി: പിന്നെ ഞങ്ങളു വേറൊന്നു കാണാൻ പോയി-അതിനെ തിന്നു ന്നതു കാണാൻ നിന്നില്ല.

ശേഷമുള്ള സംഗതികൾ മിക്കവാറും മുമ്പിൽ വിവരിച്ചിട്ടുള്ളതു കൊണ്ട് അതുകളെ വീണ്ടും പറയുന്നതു യുക്തമല്ലായ്കയാൽ ഇവിടെ പ്രസ്താവിക്കുന്നില്ല. എന്നിങ്ങനെ മദിരാശിപ്പട്ടണത്തെപ്പറ്റി അവൾ ഈ അല്പസമയത്തിന്നിടയിൽ സമ്പാദിച്ചിട്ടുള്ളെടത്തോളം അറിവിനെ ലക്ഷ്മി ക്കുട്ടി തന്റെ പ്രിയസഖിക്കു പറഞ്ഞുകൊടുത്തപ്പൊഴേയ്ക്കു നേരം അഞ്ചു മണി സമയമായതിനാൽ അവർ രണ്ടുപേരുംകൂടി എണ്ണ, താളി, ഇഞ്ച, സോപ്പു മുതലായത് എടുത്തു കുളിപ്പാനായി കുളിമുറിയിൽ ചെന്നിട്ടു കുഴലിന്റെ തിരുകാണി തിരിച്ചുംകൊണ്ട്-

മീനാക്ഷി: ഈ വെള്ളം എത്ര തെളിഞ്ഞതാണ്! നോക്കു! ഇത് എവിട ന്നാണ് വരുത്തണത്?

ലക്ഷ്മി: ഇവടന്നല്പം ദൂരേ റെഡ് ഹിൽസ് എന്നൊരു മലയുണ്ടത്രേ. അവിടന്നാണെന്ന് അച്ഛൻ പറഞ്ഞു.

മീനാക്ഷി: എല്ലാ വീട്ടിലേയ്ക്കും ഇങ്ങനെ കുഴലുണ്ടോ?

ലക്ഷ്മി: എല്ലാ വീട്ടിലേയ്ക്കും ഉണ്ട്.

മീനാക്ഷി: ഇംഗ്ലീഷുകാർ വന്നതിൽ പിന്നല്ലേ ഇതൊക്കെയുണ്ടാക്കിയത്?

ലക്ഷ്മി: ഇംഗ്ലീഷുകാരുടെ ബുദ്ധിസാമർത്ഥ്യം ഒന്നും പറയാനില്ല. തീവണ്ടി, കമ്പിത്തപാൽ ഇതൊക്കെ നീ കണ്ടിട്ടില്ലേ? അതു നമ്മളി പ്പോൾ ദൃഷ്ടാന്തായിട്ടു കണ്ടില്ലെങ്കിൽ അവയെപ്പറ്റി ഒരുത്തൻ പറേ ണതു നമ്മളൊരിക്കലും വിശ്വസിക്കില്ല. ഇതുപോലെതന്നെയാണ് ചിലർ ഹിമവാൻപർവ്വതം കണ്ടുകൂടെന്നും ലങ്കാദ്വീപു ദ്വാരകമു

തലായതിപ്പോൾ ഇല്ലെന്നും മറ്റും വിഡ്ഢിത്തമായി പറയുന്നതെന്ന് അച്ഛൻ പലപ്പോഴും എന്നോടു പറഞ്ഞിട്ടുണ്ട്. എന്നാൽ കാലപ്പഴക്കംകൊണ്ടും ജനങ്ങളുടെ ബുദ്ധികൗശലംകൊണ്ടും രാജ്യങ്ങളിൽ ഓരോ വ്യത്യാസങ്ങളും മാറ്റങ്ങളും വന്നിട്ടുള്ളതും വരുത്തീട്ടുള്ളതും പണ്ടത്തെ പേരുകൾ കളഞ്ഞ് ഓരോ പുതിയ പേരു വിളിക്കുന്നതും അല്ലാതെ വേറെയൊന്നും ഇല്ലത്രേ ഇതിന്നുള്ള കാരണം.

ഇങ്ങനെ അവർ ഓരോന്നു പറഞ്ഞു കുളികഴിച്ചു പോകയും ചെയ്തു. കുറച്ചു ദിവസം കഴിഞ്ഞതിന്റെശേഷം കന്മാരനായർ ലക്ഷ്മിക്കുട്ടിയെ ഇംഗ്ലീഷ്പഠിപ്പിന്നായി സ്കൂളിൽ ചേർക്കുകയും സ്കൂളിൽ പഠിക്കുന്ന സംഗീതം പോരെന്നുകരുതി വീണ അഭ്യസിപ്പിക്കുന്നതിന്നായി പ്രത്യേകിച്ച് ഒരു ഭാഗവതരെ ഏർപ്പെടുത്തുകയും ചെയ്തു. കാലത്തു നാലുമണിക്ക് അവൾ എഴുനീറ്റ് ആറുമണിവരെ പാട്ട് അഭ്യസിക്കുകയും ഏഴുമണിക്കകം കുളിയും മറ്റും കഴിച്ചു ചായ കുടിക്കുകയും ഏഴുമണി മുതൽ പത്തുമണിവരെ ഇംഗ്ലീഷ് വായിക്കുകയും പത്തുമണിക്കൂണു കഴിച്ചു സ്കൂളിൽ പോകുകയും ചെയ്യും. നാലുമണിക്കു മടങ്ങിവന്നാൽ ഉടനെ കുളിച്ചു തന്റെ സ്നേഹിതയോടുകൂടി ഓരോ നേരമ്പോക്കുകൾ പറഞ്ഞും കുളിച്ചും പൂന്തോട്ടത്തിൽ പോയി ചില പുഷ്പങ്ങൾ അറുത്തും മറ്റും ഓരോ വിനോദങ്ങളെക്കൊണ്ട് ആറുമണിവരെ കഴിക്കും. പിന്നെ ഒൻപതുമണിവരെ സംസ്കൃതം വായിക്കുകയും ഒമ്പതുമണിക്കു തന്റെ മാതാപിതാക്കന്മാരോടൊന്നിച്ചു ഭക്ഷണം കഴിച്ചതിന്റെശേഷം പത്തുമണിവരെ അവരെ പാട്ടുപാടി സന്തോഷിപ്പിച്ചു മീനാക്ഷിയോടൊരുമിച്ചു ശയനമുറിയിൽ പോയി നിദ്രയെ പ്രാപിക്കുകയും ചെയ്യും. ബുദ്ധിസാമർത്ഥ്യത്താലും പഠിക്കാനുള്ള അതിതാത്പര്യത്താലും ഇവൾക്കു പഠിപ്പിൽ ഉണ്ടാവുന്ന അതിശയിക്കത്തക്ക വർദ്ധനയെ കണ്ടും നയനാന്ദകരമായിരിക്കുന്ന രൂപത്തെ കണ്ടും ലക്ഷ്മിക്കുട്ടി സ്കൂളിൽ ഉള്ള മിസ്ട്രസ്സുമാർക്ക് എത്രയും പ്രിയപ്പെട്ട ഒരു ഓമനയായിത്തീർന്നു. ഇങ്ങനെ കുറച്ചുകാലം കഴിഞ്ഞപ്പോൾ ലക്ഷ്മിക്കുട്ടിക്കു പഠിപ്പും യൗവനവും ഒരുപോലെ ഞാൻ ഞാൻ മുമ്പിൽ കടക്കണമെന്നുള്ള മത്സരത്തോടെ വന്നു തികഞ്ഞു. പ്രയാസംകൂടാതെ ഇംഗ്ലീഷ് വായിപ്പാനും എഴുതുവാനും സംസാരിപ്പാനും ഉള്ള സാമർത്ഥ്യവും സംസ്കൃതത്തിൽ സാമാന്യം അറിവും തുന്നല്പണിയിൽ അതിചതുരതയും സംഗീതത്തിൽ അസാമാന്യമായ വിദഗ്ദ്ധതയും മറ്റ് ആവശ്യകങ്ങളായ സകലവിദ്യകളെയും അവൾ നാലഞ്ചു കൊല്ലങ്ങൾക്കകം സമ്പാദിച്ചു. ഇപ്രകാരമുള്ള ഈ സ്ത്രീരത്നത്തിന്റെ രൂപലാവണ്യത്തെക്കുറിച്ചും അല്പം കേട്ടാൽ കൊള്ളാമെന്നു സ്വാഭാവികമായി ഒരു ആഗ്രഹം വായനക്കാർക്കുണ്ടാകാതിരിക്കയില്ലെന്നു നിശ്ചയിച്ച് ആ ആഗ്രഹപൂരണാർത്ഥം കുറഞ്ഞൊന്ന് ഇവിടെ പ്രസ്താവിക്കാം.

ശിലീമുഖങ്ങളിൽനിന്ന് നിരന്തരം കപ്പം വാങ്ങിക്കുന്നതും കണങ്കാലോളം നീണ്ടുകിടക്കുന്നതും ചുരുണ്ടതും ആയ കചഭരം. പഞ്ചമിച്ചന്ദ്രനെ തോല്പിക്കുന്ന നിടിലഭംഗി. മന്മഥവില്ലിന്നാതങ്കമേകുന്ന ചില്ലീലതകൾ. വ്യാഘ്രഭയം ഹേതുവായിട്ടു ബദ്ധപ്പെട്ടോടുന്ന മാൻപേടകളുടെ നോട്ടങ്ങൾക്കൊത്ത ഈക്ഷണഭംഗിയോടുകൂടിയ നയനങ്ങൾ. തൊണ്ടിപ്പഴത്തിനെ ലജ്ജിപ്പിക്കുന്ന അധരങ്ങൾ. കുരുക്കുത്തിമുല്ലപ്രസൂനത്തിന്റെ ഭംഗിയെ കവരുന്ന ദന്താളികൾ. പികനാദങ്ങൾക്കാധി നല്കുന്ന ശബ്ദങ്ങൾ പുറപ്പെടുന്ന കണ്ഠം. ഹേമകുംഭങ്ങൾപോലും സാദൃശ്യമില്ലെന്നു വിചാരിച്ചും മാറിടം തിങ്ങിവിങ്ങിയും മദിച്ചുനില്ക്കുന്ന സ്തനകലശങ്ങൾ. ഇവളുടെ ജഠരഭംഗിയെ കണ്ടാധിപിടിച്ചാണോ ആലിലകൾ സദായ്പോഴും വിറച്ചുകൊണ്ടിരിക്കുന്നതെന്നു സംശയിക്കുന്നു. ചെങ്കദളിവാഴയുടെ ഡംഭിനെ അമർത്തേണ്ടതിന്നുവേണ്ടി സൃഷ്ടിച്ചിരിക്കുന്ന ഊരുദ്വയങ്ങൾ മനോഹരങ്ങൾതന്നെ. കൈതപ്പൂക്കുലകൾക്കു സാമ്യമായിരിക്കുന്ന കണങ്കാലുകൾ. അർദ്ധചന്ദ്രസദൃശങ്ങളായ നഖരങ്ങൾ. എന്തിനു വളരെ പറയുന്നു, പഴുത്ത ചെറുനാരങ്ങയുടെ വർണ്ണം തോറ്റോടുന്ന നിറത്തോടുകൂടിയ ഇവളുടെ അംഗകാന്ത്യതിശയങ്ങളെയും ആകൃതികളെയും ശരിയായി വർണ്ണിക്കുന്നത് അസാധ്യംതന്നെ. അംഗനാമകുടരത്നമായിരിക്കുന്ന ഈ കൃശോദരിയുടെ അതിരമണീയങ്ങളായ ചടുലകടാക്ഷപാതങ്ങൾക്കു രംഭപോലും സലാം പറഞ്ഞേ മതിയാവൂ.

ഒരു ദിവസം കന്മാരനായർ അഞ്ചു മണിക്കു കച്ചേരിയിൽനിന്നു വന്നിട്ടു ചായ കഴിച്ചതിന്റെശേഷം വൈകുന്നേരത്തെ സവാരിക്കായി പുറപ്പെട്ടു കടൽവക്കത്തു ചെന്നു സന്ധ്യാസമയത്തിങ്കലെ മന്ദവായുവിൽനിന്നുള്ള അനുഭവയോഗ്യമായിരിക്കുന്ന സുഖത്തെ സ്വീകരിച്ചുംകൊണ്ടിരിക്കുമ്പോൾ, കറുത്ത വില്ലീസ്സിന്മേൽ നാനാവർണ്ണത്തിലുള്ള നൂലുകളെക്കൊണ്ടു പലതരത്തിൽ ലതകളും പൂക്കളും അതിഭംഗിയിൽ ഉണ്ടാക്കീട്ടുള്ള ഒരു തൊപ്പി ധരിച്ചും കാതിൽ വളരെ വിലപിടിച്ച വൈരക്കല്ലു കടുക്കനിട്ടും ഒരു വെള്ളഷർട്ടു ധരിച്ചും തലയ്ക്കൽ വെള്ളികൊണ്ടു ലോലമായി കെട്ടിച്ചിട്ടുള്ളതും എത്രയും ചെറിയതും ആയ ഒരു മുസ്തമ്പിവടി കയ്യിൽ പിടിച്ചുമിരിക്കുന്ന ഒരാൾ അടുത്തു വന്നു വളരെ ഉന്മേഷമുള്ള മുഖത്തോടെ തന്റെ നേരെ നോക്കുന്നതു കണ്ടിട്ട് :

കന്മാരൻ: നിങ്ങൾ ആരാണെന്നിനിക്കു മനസ്സിലായില്ലല്ലോ. വളരെ പ്രാവശ്യം വഴിയിലും മറ്റുംവെച്ചു കണ്ടിട്ടുണ്ടെന്നു തോന്നുന്നു.

മറ്റേ ആൾ: അതു ശരിയാണ്. പല ദിക്കിലുംവെച്ചു കണ്ടിട്ടുണ്ട്. ഞാൻ നിങ്ങളെ ചോദിച്ചറിഞ്ഞിട്ടും ഉണ്ട്.

കന്മാരൻ: ഇവിടെ ഇരിക്കൂ. എന്താണിവിടെ ജോലി?

മറ്റേ ആൾ: ഞാൻ സ്ക്കൂളിൽ പഠിക്കയാണ്.

കന്മാരൻ: പ്രസിഡൻസി കോളേജിലാണെന്നു ചോദിക്കാനില്ലല്ലോ. സാധാരണയായിട്ടു മലയാളികൾക്കവിടെ പഠിക്കാനാണ് സന്തോഷം.

മറ്റേ ആൾ: അതെന്താണ്?

കന്മാരൻ: മലയാളികൾ വളരെ പ്രൗഢന്മാരും സുഖികളും ആണെന്നു പ്രസിദ്ധമല്ലേ? അതു ഗവണ്മെണ്ടുസ്ക്കൂളായതുകൊണ്ട് അവിടെ സ്വാതന്ത്ര്യം കൂടും. മറ്റുള്ളേടത്തു നിർബ്ബന്ധവും കൂടും. അതു കൊണ്ടുതന്നെ.

മറ്റേ ആൾ: അങ്ങനെയായിരിക്കാം. എന്നാൽ ഞാനും പ്രസിഡൻസി കോളേജിൽത്തന്നെ ആണെങ്കിലും ആ വിചാരമൊന്നും ഇനിക്കില്ല.

കന്മാരൻ: അയ്യോ! ഞാൻ നിങ്ങളെ ഉദ്ദേശിച്ചു പറഞ്ഞതല്ല. ഏതിലായാലും വിരോധമില്ല. പക്ഷേ അങ്ങനെയാണൊരു പരബോദ്ധ്യം. അതുകൊണ്ടുമാത്രം പറഞ്ഞതാണേ. ഏതു ക്ലാസ്സിലാണ് പഠിക്കുന്നത്?

മറ്റേ ആൾ: ജൂനിയർ ബി.എൽ ക്ലാസ്സിൽ.

കന്മാരൻ: നിങ്ങടെ വീടും പേരുമൊന്നും പറഞ്ഞില്ലല്ലോ.

മറ്റേ ആൾ: എന്റെ വീട് തലശ്ശേരിക്കു സമീപമാണ്. അരുണോദയത്തു കേശവനുണ്ണിനായരെന്നാണ് പേര്.

കന്മാരൻ: അരുണോദയത്തെയാണ്! വെടിപ്പായി! എന്നിട്ടാ ഞാനറിയാത്തത്! മാധവനുണ്ണിനായരുടെ മരുമകനല്ലേ?

കേശവനുണ്ണിനായർ: അതേ.

കന്മാരൻ: മാധവനുണ്ണിനായർക്കും മറ്റും സുഖം തന്നെയല്ലേ?

കേശവനുണ്ണിനായർ: സുഖം തന്നെയാണ്.

കന്മാരൻ: അദ്ദേഹത്തിന്റെ മകൾ അമ്മാളുവിന് ആരെങ്കിലും സംബന്ധക്കാരനുണ്ടായോ?

കേശവൻ: ഇതുവരെ ആരും ഉണ്ടായിട്ടില്ല. എന്നോടു സംബന്ധമാവണമെന്ന് അമ്മാമനും ജ്യേഷ്ഠനും മറ്റും വളരെ നിർബന്ധിച്ചു. ഞാനതു കഴികയില്ലെന്നു വെച്ചിരിക്കയാണ്. ഭാര്യയുടെ കാര്യത്തിൽ അവർ നിർബ്ബന്ധിച്ചാലോ?

കന്മാരൻ: അതിലൊക്കെ ആരെങ്കിലും നിർബ്ബന്ധിക്കാറുണ്ടോ? "Marry in haste repent at leisure" എന്നമാതിരി വരരുത്. അതൊക്കെ നല്ലവണ്ണം ആലോചിച്ച് ഇവന്റെ ഇഷ്ടപ്രകാരമായിരിക്കണം.

കേശവൻ: നമ്മുടെ ഇപ്പോഴത്തെ നടപ്പും ആചാരവും ആലോചിച്ചു നോക്കുമ്പോൾ ഭാര്യ, പുത്രൻ ഇവരൊടൊരുമിച്ചു യാതൊരു ക്രിയയും ചെയ്‌വാനില്ലെന്നാണ് ഇനിക്കു തോന്നുന്നത്. നമ്മെസംബന്ധിച്ചെടത്തോളം അതിന്റെ ഉദ്ദേശം ഇഹസുഖം എന്നുമാത്രമേ ഉള്ളൂ. അതുകൊണ്ടു ഭാര്യയെ സ്വീകരിക്കുന്നതു നല്ലവണ്ണം ആലോചിച്ച് അവനവന്റെ താത്പര്യപ്രകാരമാവാഞ്ഞാൽ വളരെ ബുദ്ധിമുട്ടു തന്നെയാണ്. നിങ്ങൾ അമ്മാമനായിട്ട് ഇഷ്ടമല്ലേ?

കന്മാരൻ: അതല്ലേ! അദ്ദേഹത്തിന്റെ നമ്പ്രുകൾ ഹൈക്കോർട്ടിൽ

വരുന്നതൊക്കെ ഞാനാണ് നടത്താറ്. ഇതാ, ഇന്നാൾ പടിഞ്ഞാറ്റുങ്കര നമ്പൂതിരിപ്പാടും മാധവനുണ്ണിനായരുമായി ഉണ്ടായ ഊരായ്മത്തർക്കവ്യവഹാരത്തിൽ കീഴ്ക്കോടതിവിധികളെ മാറ്റി രുധിരനേത്രമംഗലം ദേവസ്വത്തിലെ കൈകാര്യകർത്തൃത്വം മാധവനുണ്ണിനായർക്കാണെന്നു ഹൈക്കോർട്ടുവിധി സമ്പാദിച്ചുകൊടുത്തതു ഞാനല്ലേ? പിന്നെ ഞാൻ നിങ്ങടെ വീട്ടിൽ അധികം തവണ പോയിട്ടില്ലെങ്കിലും അദ്ദേഹത്തിന്റെ ഭാര്യവീട്ടിൽ ഞങ്ങൾ ഒരുമിച്ചു വളരെ ദിവസം താമസിച്ചിട്ടുണ്ട്.

കേശവൻ: എന്നാൽ നിങ്ങൾ അമ്മാമനോട് ഇതിനെപ്പറ്റി വേണ്ടപ്രകാരം പറഞ്ഞു സമാധാനമാക്കുമല്ലോ.

കമ്മാരൻ: അതിനൊന്നും തരക്കേടില്ല. ഞാൻ വേണ്ടതുപോലെ പറഞ്ഞു സമാധാനപ്പെടുത്തിക്കൊള്ളാം. എന്നാൽ നമുക്കിനി പോവല്ലേ? നേരം വൈകി.

എന്നു പറഞ്ഞ രണ്ടുപേരും കടൽവക്കത്തുനിന്നു പുറപ്പെടുകയും 'നാളെക്കാണാം' എന്നു വെച്ച് അവരവരുടെ ഭവനത്തിലേയ്ക്കു പോകുകയും ചെയ്തു. പിറ്റേ ദിവസം കേശവനുണ്ണിനായർ പറഞ്ഞതുപോലെ വൈകുന്നേരം അഞ്ചുമണി കഴിഞ്ഞതിന്റെ ശേഷം കടൽവക്കത്തു ചെന്നു കാറ്റുകൊണ്ടിരിക്കുമ്പോൾ കമ്മാരൻനായർ വരുന്നതിനെ കണ്ടിട്ട്:-

കേശവൻ: ഇന്ന് അസാരം വൈകി എന്നു തോന്നുന്നു.

കമ്മാരൻ: അസാരം വൈകി. വഴിക്കൊരു സ്നേഹിതനെക്കണ്ടു കുറെ സംസാരിച്ചു നിന്നുപോയി.

(എന്നു പറഞ്ഞു കേശവനുണ്ണിനായരുടെ അരികെ വന്നിരുന്നിട്ട്)

കമ്മാരൻ: ഇന്നലെ ഒരു കാര്യം പറഞ്ഞില്ലേ? അതിലെന്താ നിങ്ങൾക്കിത്ര വിരോധം? ആ കുട്ടി കണ്ടാൽ വളരെ ഭേദമാണല്ലോ.

കേശവൻ: പുറമേ കണ്ടാൽ വളരെ ഭേദമാണ്. ഉള്ളൊക്കെ കാടുപിടിച്ചു കിടക്കുന്നു. വിദ്യാഭ്യാസമെന്നുള്ളത് അവളുടെ സമീപത്തെങ്ങും ചെന്നിട്ടില്ല. വിദ്യാഭ്യാസമെന്നുവെച്ചാൽ ഇംഗ്ലീഷ് പഠിപ്പുമാത്രമാണെന്നു ചിലർ ഇപ്പോൾ വിചാരിക്കുന്നുണ്ട്. അങ്ങനെ അവർ സിദ്ധാന്തിക്കുന്നില്ല.

കമ്മാരൻ: സ്ത്രീകളുടെ വിദ്യാഭ്യാസത്തിൽ അത്ര നിർബ്ബന്ധമുണ്ടോ?

കേശവൻ: നിർബ്ബന്ധമുണ്ട്. ഇപ്പോഴുള്ള മിക്കവാറും സ്ത്രീകളുടെ സ്ഥിതിപോലെ അവർ സന്തതിക്കുള്ള ഒരു യന്ത്രമായിമാത്രം ഇരിക്കണമെന്നല്ല എന്റെ വിചാരം. അവരുടെ അവയവങ്ങൾ ആഭരണങ്ങളെക്കൊണ്ടെങ്ങനെ അലങ്കരിക്കപ്പെടുന്നുവോ, അതുപോലെ തന്നെ വിദ്യാഭ്യാസത്താൽ മനസ്സും അലങ്കരിക്കപ്പെടണം.

കമ്മാരൻ: സ്ത്രീകൾക്കു വിദ്യാഭ്യാസംകൊണ്ടെന്തു കാര്യമുണ്ട്?

കേശവൻ: പുരുഷന്മാർക്കതുകൊണ്ടെന്താണ് കാര്യം?

കന്മാരൻ: അവർക്കതുകൊണ്ടു പണം സമ്പാദിക്കാം.

കേശവൻ: പണം സമ്പാദിക്കാമെന്നുമാത്രമല്ല വിദ്യാഭ്യാസത്തിന്റെ ഉദ്ദേ്യശം വിദ്യാഭ്യാസത്തിന്റെ പ്രതിഫലം വിദ്യാഭ്യാസംതന്നെ എന്നുമാത്രമേ ഞാൻ പറവാൻ കാണുന്നുള്ളു. അതല്ലാതെ ഇതിന്റെ ഗുണദോഷങ്ങളെപ്പറ്റി പറഞ്ഞുതുടങ്ങിയാൽ എന്നു കഴിയും?

കന്മാരൻ: സ്ത്രീകൾക്കു വിദ്യാഭ്യാസം പാടില്ലെന്നു പറയുന്നുണ്ടല്ലോ.

കേശവൻ: അവർക്കു വിദ്യാഭ്യാസമുണ്ടായാൽ മോക്ഷപ്രാപ്തിക്കു വല്ല വിരോധവുമുണ്ടോ? അവരുടെയോ പുരുഷന്മാരുടെയോ ആയുസ്സിനെ കുറയ്ക്കുന്നുണ്ടോ? ധാന്യങ്ങളുടെ വിളവു കുറയുമോ? ഋതുക്കൾക്കു ദോഷകരമായ വല്ല മാറ്റങ്ങളും വന്നേയ്ക്കുമോ? സമുദ്രം തീരത്തെ ആക്രമിക്കുമോ? പുരുഷന്മാരെപോലെയുള്ള ബുദ്ധിശക്തി സ്ത്രീകൾക്കും നല്കീട്ടില്ലേ? പിന്നെ എന്തുകൊണ്ടാണ് പാടില്ലെന്നു പറയുന്നത്?

കന്മാരൻ: സ്ത്രീകൾക്കുള്ള മുഖ്യമായ ജോലി വീട്ടുകാര്യങ്ങളെ നടത്തുകയാണ്. വിദ്യാഭ്യാസമുണ്ടായാൽ അതുകളിൽ അവർ വളരെ അജാഗ്രത കാണിക്കും.

കേശവൻ: വീട്ടുസാമാനങ്ങളെ ശുചിയാക്കി വെയ്ക്കൽ, പാചകവൃത്തി, സമാധാനത്തൊടുകൂടിയ നല്ല ചട്ടങ്ങളെ ഏർപ്പെടുത്തൽ, മിതമായിട്ടുള്ള ചെലവുചെയ്യൽ മുതലായതുകളെ വിദ്യാഭ്യാസമുള്ള ഒരു സ്ത്രീ അതില്ലാത്തൊരുത്തിയെക്കാൾ വളരെ അധികം വെടിപ്പായി ചെയ്യുമെന്നു നിശ്ചയംതന്നെ.

കന്മാരൻ: പഠിപ്പുണ്ടായാൽ അധികം ജനങ്ങളായിട്ടു സംസർഗ്ഗത്തിനിടവരും. അതിൽനിന്നു പാതിവ്രത്യദോഷമുണ്ടാവാൻ സംഗതിയുണ്ട്.

കേശവൻ: സജ്ജനങ്ങളായിട്ടാണ് സംസർഗ്ഗം എന്നുണ്ടെങ്കിൽ അവരിൽനിന്നു യാതൊരു ദോഷത്തിന്നും ഇടവരുന്നതല്ലല്ലോ. ദുർജ്ജനങ്ങളായിട്ടാണെങ്കിൽ അവർ ദുർജ്ജനങ്ങൾ എന്നറിഞ്ഞ് അകറ്റിനിറുത്തേണ്ടതിന്നും അവരുടെ താരാട്ടുകൾക്കും മുഖസ്തുതികൾക്കും കീഴടങ്ങാതിരിക്കേണ്ടതിന്നും അവരുടെ ദുർവിചാരങ്ങളെ തടത്തുനില്ക്കേണ്ടതിന്നും മറ്റും പഠിപ്പും അറിവും അത്യാവശ്യമാണല്ലോ.

കന്മാരൻ: പഠിപ്പുണ്ടായാൽ സ്ത്രീകൾക്കു സ്വാതന്ത്ര്യവും ധൈര്യവും വർദ്ധിച്ചുവരും.

കേശവൻ: അതുകൾ അത്യാവശ്യമുള്ള ഗുണങ്ങളല്ലേ? പൂച്ചയെക്കണ്ട എലിയെപ്പോലെ ഭർത്താവിന്റെ അടുക്കൽ ഉള്ള വാസത്തിന്ന് എത്രത്തോളം സുഖമുണ്ട്? ഓരോരോ പ്രയാസമുള്ള കാര്യങ്ങളിൽ ഭർത്താവിനെ തക്കതായ ഉപദേശങ്ങളെക്കൊണ്ടു സഹായിപ്പാനും

തന്റെ അഭിവർദ്ധനയ്ക്കും സുഖത്തിനും വേണ്ട സംഗതികളെ ഭർത്താവിനോടു സംശയമെന്ന്യേ പറഞ്ഞറിയിക്കേണ്ടതിന്നും മറ്റും ധൈര്യമല്ലേ വേണ്ടത്? വനത്തിലേയ്ക്കു തന്നെ അനുഗമിപ്പാൻ പാടില്ലെന്നു നിർബ്ബന്ധിച്ച ശ്രീരാമനെ ഓരോരോ ഗുണദോഷങ്ങൾ പറഞ്ഞു സമ്മതിപ്പിച്ചതു സീതാദേവിക്ക് അറിവും ധൈര്യവും ഇല്ലായ്കയാലാണോ?

കമ്മാരൻ: സ്ത്രീകളുടെ വിദ്യാഭ്യാസം അവരുടെ ദുഷ്പ്രവർത്തിക്കുള്ള ശക്തിയെ വർദ്ധിപ്പിക്കുമെന്നു പറയുന്നുണ്ട്.

കേശവൻ: സ്ത്രീവിദ്യാഭ്യാസത്തിന്നു പുരുഷവിദ്യാഭ്യാസത്തിൽനിന്നു വിപരീതസിദ്ധിയാണുള്ളതെന്നു വിചാരിക്കേണ്ടതായ മാർഗ്ഗം എന്തെന്നു ഞാനറിയുന്നില്ല. പഠിപ്പു പുരുഷന്മാരുടെ ദുഷ്പ്രവർത്തിയെ ഇല്ലായ്മചെയ്യുമ്പോൾ സ്ത്രീകളുടെ ദുഷ്പ്രവൃത്തിയെ വർദ്ധിപ്പിക്കുമെന്നാണോ വിചാരിക്കേണ്ടത്? പുരാണങ്ങളിൽ ഘോഷിക്കപ്പെട്ടിട്ടുള്ള ഓരോ വിദുഷികൾ എന്തെല്ലാം ദുഷ്പ്രവർത്തികളാണ് ചെയ്തിട്ടുള്ളത്?

കമ്മാരൻ: പഠിപ്പുണ്ടായാൽ അവർ ശൃംഗാരത്തെ ദീക്ഷിക്കും. അതിൽനിന്ന് അന്യദൃഷ്ടിയെ ആകർഷിപ്പാനും അന്യസംസർഗ്ഗത്തിന്നും ഇടവരും.

കേശവൻ: നന്നായിരുന്നാൽ മറ്റുള്ളവർക്കു കൊടുക്കേണ്ടിവരുമെന്നു വിചാരിച്ചു തന്റെ ഭക്ഷണത്തിൽ കല്ലുകൂട്ടാറുണ്ടോ ആരെങ്കിലും? അങ്ങനെയുള്ള അപകടത്തിൽ പോകാതിരിപ്പാൻവേണ്ടിയാണ് അറിവ് എത്രയും ആവശ്യമായിത്തീരുന്നത്. കോപിച്ചിരിക്കുന്ന സ്ത്രീകൾ ഹീനമായും അനാചാരമായും ഉള്ള വാക്കുകളെക്കൊണ്ടു ശിഷ്യത്തികളെയും കുട്ടികളെയും മറ്റു സ്ത്രീകളെയും ചിലപ്പോൾ ഭർത്താവിനെയും കർണ്ണശ്രൂലമാകുംമവണ്ണം വളരെ മണിക്കൂറുകൾ നേരം ഇടവിടാതെ ശകാരിച്ചുനിൽക്കുന്നത് അവരുടെ വിദ്യാഭ്യാസമില്ലായ്മഹേതുവാലല്ലേ? കുട്ടികൾക്കു ചെറുപ്പകാലത്തിൽ ഭോഷ്ക്കായിട്ടുള്ള ഓരോ കഥകളെ പറഞ്ഞു മനസ്സിലാക്കുകയും ഭയങ്കരമായ സ്വരൂപങ്ങളെ വർണ്ണിച്ച് അവരെ ഭയപ്പെടുത്തുകയും കപടമായ ഭക്തിവിശ്വാസങ്ങളെ ജനിപ്പിക്കുകയും മറ്റും ചെയ്ത് അവരുടെ മനസ്സിനെയും സ്വഭാവത്തെയും ചീത്തയാക്കുന്നത് അവർക്കു പഠിപ്പില്ലായ്മഹേതുവാലല്ലേ? അനാവശ്യമായ ആഭരണങ്ങളിൽ അളവില്ലാത്ത മോഹംഹേതുവായിട്ട് അസംഖ്യം പണം ചെലവുചെയ്യേണ്ടിവരുന്നത് ഇവരുടെ അറിവില്ലായ്മ ഹേതുവാലല്ലേ? ദൈവഭക്തി, വിശ്വാസം, വിനയം, ധർമ്മശീലം, ലൗകികം മുതലായ ഗുണങ്ങളെ ഉണ്ടാക്കുന്നതു വിദ്യയോ അവിദ്യയോ? ചുറ്റും ഉള്ള മാനുഷവർഗ്ഗങ്ങളുടെ ഗുണദോഷങ്ങളെയും കാര്യാകാര്യങ്ങളെയും അറിയാതെ കേവലം ജീവനുള്ള ഒരു പാവയെപ്പോലെയും

സന്താനങ്ങളെ വാർക്കുന്നതിന്ന് ഒരു കരുപോലെയും മാത്രം സ്ത്രീകളെ ആക്കിവെയ്ക്കുന്നതു വിജ്ഞാനക്കടലുകളായിരിക്കുന്ന പുരുഷയോഗ്യന്മാർക്ക് എത്രയും അപമാനകരമായ ഒരു അവസ്ഥയാണെന്നു പറയുന്നതിലേയ്ക്കു ഞാൻ ഒട്ടും സംശയിക്കുന്നില്ല.

കന്മാരൻ: ഞാൻ ഈ പറഞ്ഞതൊക്കെയും എന്റെ അഭിപ്രായമല്ല. സ്ത്രീവിദ്യാഭ്യാസത്തെക്കുറിച്ചു മറ്റു ചിലർക്കുള്ള അഭിപ്രായത്തെ ഞാൻ പറഞ്ഞു എന്നേയുള്ളൂ. ഞാൻ അതോടുകൂടി അല്പമെങ്കിലും യോജിക്കുന്നതുമില്ല.

കേശവൻ: അതു നിങ്ങടെ അഭിപ്രായമാണെന്നു ഞാൻ മുമ്പേതന്നെ വിചാരിച്ചിട്ടില്ല. എങ്കിലും ചിലതൊക്കെ പറഞ്ഞു എന്നേയുള്ളൂ. നേരം കുറെയായി. ഇനി നമുക്കു പോവല്ലേ?

കന്മാരൻ: നാളെ എന്റെ പുറന്നാളാണ്. അതുകൊണ്ടു നിങ്ങൾ ഉണ്ണാൻ അങ്ങോട്ടു വരണമെന്നു ഞാൻ ഇന്നുതന്നെ ക്ഷണിക്കുന്നു.

കേശവൻ: അങ്ങനെയാവുന്നതിലേയ്ക്ക് ഇനിക്ക് ഒട്ടും വിരോധമില്ല. (എന്നുപറഞ്ഞു രണ്ടുപേരും പോകുന്നു.)

3

ലക്ഷ്മീകേശവന്മാരുടെ അനുരാഗോത്പത്തി

പിറ്റേദിവസം പുറന്നാൾസദ്യയ്ക്കായി ക്ഷണിക്കപ്പെട്ടിരുന്നവർ ഓരോരുത്തരായി കേശവനുണ്ണിനായർ ഒഴികെ എല്ലാവരും ഏകദേശം ഒമ്പതരമണിയായപ്പോഴേയ്ക്കു വന്നെത്തുകയും അവരെ ഒക്കെയും കന്മാരന്നായർ ആദരപൂർവ്വം മാളികമേൽ കൂട്ടിക്കൊണ്ടുപോയീ അവരുടെ യോഗ്യതപോലെ സത്ക്കരിച്ചിരുത്തുകയും 'ഊണിന്ന് ഇനി വളരെ താമസമില്ലെ'ന്നു പറഞ്ഞ് അദ്ദേഹം എല്ലാം തയ്യാറാക്കി ഇലവെപ്പിക്കാനായിട്ടു താഴത്തേയ്ക്കിറങ്ങി പോരികയും ചെയ്തു. ലക്ഷ്മിക്കുട്ടി കുളിയും മറ്റും കഴിച്ചു താഴത്തുവ്രാന്തയിൽ വന്നു തലമുടി വേർവിടുർത്തിക്കൊണ്ടു നില്ക്കുമ്പോൾ, ശങ്കരാക്ഷിയാൽ നശിപ്പിക്കപ്പെട്ട മന്മഥാവതാരമോ എന്നു തോന്നത്തക്ക ഒരാൾ പെട്ടെന്നു ഉമ്മറത്തു വന്നുകേറി ഏകദേശം രണ്ടു മൂന്നു മിന്നിട്ടുനേരം ലക്ഷ്മിക്കുട്ടിയുടെ മുഖത്തും അവൾ അങ്ങോട്ടും ഭ്രമിക്കപ്പെട്ട മനസ്സോടെ നോക്കിക്കൊണ്ടെഴുതപ്പെട്ട ചിത്രങ്ങളെന്നപോലെ നില്ക്കുകയും കാന്തം ഇരിമ്പിനെ എന്നപോലെ അന്യോന്യം ആകർഷിക്കപ്പെട്ടു മനസ്സോടുകൂടിയവരായിട്ടു മാറിപ്പോകയും ചെയ്തു. ഈ മനുഷ്യൻ അകത്തേയ്ക്കു കടന്നപ്പോൾ—

കന്മാരൻ: അ്! കേശവനുണ്ണിനായരോ! എന്താണിത്ര വൈകിയത്? നേരത്തെ വരാമെന്നല്ലേ എന്നോടിന്നലെ പറഞ്ഞത്?

കേശവൻ: ഇവിടെ ഒക്കെ തയ്യാറാവട്ടെ എന്നു വിചാരിച്ച് അല്പം താമസിച്ചു എന്നേയുള്ളു. ഇന്നു ഞായറാഴ്ചായ്തുകൊണ്ട് അത്ര തിടുക്കപ്പെടാനില്ലല്ലോ.

കന്മാരൻ: ശേഷം എല്ലാവരും എത്തി. ഞങ്ങൾ നിങ്ങടെ വരവിനെമാത്രം കാത്തിരിക്കാണ്.

കേശവൻ: അതിനെന്താ, ഒക്കെ തയ്യാറായില്ലേ? ഇനി ഇരിക്കാമല്ലോ. (എന്ന് പറഞ്ഞ് എല്ലാവരും ഉണ്ണാനിരിക്കുന്നു.)

പുരുഷന്മാർ എല്ലാവരും ഒരു വരിയിലും മറ്റേ വരിയിൽ കന്മാരന്നായരുടെയും കേശവനുണ്ണിനായരുടെയും നേരിട്ട് ഇക്കാവമ്മ, ലക്ഷ്മിക്കുട്ടി, മീനാക്ഷി ഇവരും ഇരുന്നു. ലക്ഷ്മിക്കുട്ടിയുടെ ഗൂഢമായിരിക്കുന്ന കടാക്ഷവിക്ഷേപങ്ങളെക്കൊണ്ടു കേശവനുണ്ണിനായരുടെ ഹൃദയം മുറിച്ചും അയാൾ തന്റെ കോമളമായു യൗവനപൂർണ്ണമായും ഇരിക്കുന്ന ദേഹഭംഗിയെക്കൊണ്ട് ഇവളുടെ മനസ്സിനെയും അനുരാഗത്തെയും അശേഷം അപഹരിച്ചെടുത്തുംകൊണ്ട് ഇലയിൽ വിളമ്പിയിരിക്കുന്ന പദാർത്ഥങ്ങളുടെ സ്വാദു വെവ്വേറെ തിരിച്ചറിയാതെ ഒരു വിധത്തിൽ രണ്ടുപേരും ഉണ്ണുന്നതിന്നിടയ്ക്കു 'കാളൻ നന്നായോ' എന്ന് ഒരു ഉദ്യോഗസ്ഥൻ കേശവനുണ്ണിനായരോടും ചോദിച്ചതു താൻ അറിയാഞ്ഞതിനാൽ.

ഉദ്യോഗസ്ഥൻ: കേശവനുണ്ണിനായരിപ്പോളെവിടെയാണ്?

കേശവൻ: അയാളിപ്പോൾ മദിരാശിയിൽ ഹൈക്കോർട്ടുവക്കീൽ കന്മാരന്നായരുടെ വീട്ടിൽ ഉണ്ണാനിരിക്കുകയാണ്.

ഉദ്യോഗസ്ഥൻ: എന്തോ കഠിനമായ ഒരു വിചാരം ഉണ്ടായിരുന്നതുപോലെ തോന്നുന്നു.

കേശവൻ: കഠിനമായ വിചാരം യാതൊന്നും ഉണ്ടായിരുന്നില്ല.

ഉദ്യോഗസ്ഥൻ: എന്നാൽ ഞാൻ ചോദിച്ചതു കേട്ടില്ലല്ലോ.

കേശവൻ: കേട്ടു.

ഉദ്യോഗസ്ഥൻ: എന്താണ് ചോദിച്ചത്?

കേശവൻ: (അല്പം ആലോചിച്ചിട്ട്) 'പുളി ഇഷ്ടമല്ലേ' എന്ന്. (എല്ലാവരും ചിരിക്കുന്നു) ഞാൻ തർക്കശാസ്ത്രത്തിൽ പ്രയാസമുള്ള ഒരു ഭാഗം ആലോചിക്കയായിരുന്നു.അതുകൊണ്ടു നല്ലവണ്ണം കേട്ടില്ല.

ഉദ്യോഗസ്ഥൻ: കാളൻ നന്നായോ എന്നാണ് ഞാൻ ചോദിച്ചത്.

കേശവൻ: ശരി! അതുതന്നേല്ലേ ഞാൻ പറഞ്ഞതും? കാളൻ ഇനിക്കു രുചിയുള്ളതായി തോന്നുന്നുണ്ടോ എന്നല്ലേ നിങ്ങടെ ചോദ്യത്തിന്റെ താത്പര്യം? രുചിയുള്ളതായി തോന്നണമെങ്കിൽ പുളി ഇനിക്കിഷ്ടമായിരിക്കണ്ടേ?

ഉദ്യോഗസ്ഥൻ: ചോദ്യത്തിന്റെ താത്പര്യമല്ല ഞാൻ ചോദിച്ചത്. തർക്കമാണ് ആലോചിച്ചിരുന്നതെന്നു പറഞ്ഞില്ലേ? അതുകൊണ്ടുതന്നെയാണ് ഈ ദുസ്തർക്കം.

എന്നിങ്ങനെ ഓരോ നേരമ്പോക്കുകൾ പറഞ്ഞ് എല്ലാവരും ഊണു കഴിക്കുകയും കേശവനുണ്ണിനായർ ഒഴികെ പുറമെയുണ്ടായിരുന്നവർ എല്ലാവരും കന്മാരന്നായരോടു യാത്ര പറഞ്ഞുപോകുകയും ചെയ്തു. കേശവനുണ്ണിനായർക്കു പാട്ടിൽ അതിതാത്പര്യം ഉണ്ടായിരുന്നതു കൊണ്ട് അല്പം പാട്ടുകേൾക്കേണമെന്നാഗ്രഹത്താലും ആ സമയത്തു

കൂടി ലക്ഷ്മിക്കുട്ടിയുടെ നിസ്തുല്യായ രൂപത്തെ നോക്കിക്കൊണ്ടു കണ്ണുകളെ സന്തോഷിപ്പിക്കാമല്ലോ എന്നു കരുതിയും അവിടെ താമസിച്ചതാണ്. എല്ലാവരും പോയതിന്റെ ശേഷം കന്മാരന്നായരും കേശവനുണ്ണിനായരും ഓരോ കോച്ചിന്മേൽ ചെന്നുകിടന്നു പല വർത്തമാനങ്ങളും പറഞ്ഞ് അല്പം ഉറങ്ങുവാൻ തുടങ്ങി. രണ്ടുമണിയായപ്പോൾ അവർ എഴുനീറ്റു ചായ കഴിച്ചതിൽപ്പിന്നെ കന്മാരന്നായർ ലക്ഷ്മിക്കുട്ടിയെ വിളിച്ച് അസാരം പാടുവാൻ പറഞ്ഞു. ഇവളുടെ മനോഹരമായ ഗാനം കേട്ടപ്പോൾ കേശവനുണ്ണിനായരുടെ മനസ്സിൽ ഉണ്ടായ ബഹുവിധ വികാരങ്ങളെ പറഞ്ഞറിയിക്കുന്നതു പ്രയാസമാകയാൽ വായനക്കാർക്ക് ഊഹിച്ചുകൊള്ളാവുന്നതാണ്. “മകളെ ഇംഗ്ലീഷു പഠിപ്പിച്ചിട്ടില്ലേ” എന്നു ചോദിച്ചതിന്ന് ഉണ്ടെന്നു മറുപടി പറഞ്ഞപ്പോൾ ഇവർ തമ്മിൽ ഗുഹ്യമായുണ്ടായ കടാക്ഷത്താലും മന്ദസ്മിതത്താലും അന്യോന്യം മനസ്സറികയും ചെയ്തു. പാട്ടു പാടിക്കഴിഞ്ഞതിന്റെ ശേഷം കേശവനുണ്ണിനായർ ലക്ഷ്മിക്കുട്ടിയെപ്പറ്റി കന്മാരന്നായരോട് ഓരോന്നു ചോദിച്ചറിയുമ്പോൾ അവൾ ഒന്നുംമിണ്ടാതെ അയാൾ പറയുന്നതിനെ വളരെ താത്പര്യത്തോടെ കേട്ടുംകൊണ്ട് അച്ഛന്റെ അരികെത്തന്നെ നിന്നു. അഞ്ചുമണി സമയമായപ്പോൾ കന്മാരന്നായരും കേശവനുണ്ണിനായരും ഒരുമിച്ചു പുറത്തേയ്ക്കു പോവുകയും പതിവുപോലെ കടൽവക്കത്തു ചെന്നു കാറ്റുകൊള്ളുകയും എഴുമണിക്കുമുമ്പേ അവരവരുടെ സ്ഥലത്തേയ്ക്കു മടങ്ങിപ്പോവുകയും ചെയ്തു. രാത്രി ഊണുകഴിഞ്ഞു ലക്ഷ്മിക്കുട്ടിയും മീനാക്ഷിയും അവരുടെ കിടപ്പറയിൽ ചെന്നിട്ട്–

മീനാക്ഷി: എന്താണ് നിന്റെ മുഖത്ത് ഇന്നു പതിവിൽ അധികമായ ഒരു സന്തോഷം ജ്വലിക്കുന്നത്?

ലക്ഷ്മിക്കുട്ടി: പതിവിൽ അധികമായിട്ടു യാതൊന്നുമില്ല.

മീനാക്ഷി: ഇല്ലേ? എത്രയും ഭാരമുള്ളതായ ഒരു ചുമടു വഹിച്ചിരുന്നതു താഴത്തിറക്കിയതുപോലെ തോന്നുന്നു. ആരെയാണത് ഏല്പിച്ചുകൊടുത്തത്?

ലക്ഷ്മിക്കുട്ടി: ആലെയാണേല്പിച്ചതെന്നു ചോദിക്കുമ്പോൾ ഇതുവരെ ഭാരം വഹിച്ചിരുന്നു എന്നുള്ളതു തീർച്ചയാവുന്നല്ലോ.

മീനാക്ഷി: തീർച്ചയായിട്ടാണ് ചോദിക്കുന്നത്.

ലക്ഷ്മിക്കുട്ടി: എന്നാൽ അതെന്തായിരുന്നു എന്നു കേക്കട്ടെ.

മീനാക്ഷി: അതു ഞാൻ പറേണമെന്നില്ല. പറയാതെതന്നെ നിനക്കറിയാമല്ലോ.

ലക്ഷ്മിക്കുട്ടി: അതുകൊള്ളാം. അന്യന്റെ മനസ്സിലുള്ള വിചാരം പുറത്തു പറയാതെ ഞാനെങ്ങനെയാണറിയുന്നത്? അതിനുള്ള ശക്തിയില്ല ഇനിക്ക്.

മീനാക്ഷി: ദിവസംതോറുമുള്ള വർദ്ധനയാൽ അസഹ്യമായി അനുരൂപ

നായ ഭർത്താവിങ്കൽ പതിപ്പിപ്പാൻ കാലം വൈകീട്ടു ക്ലേശിക്കുന്ന യൗവനസ്ത്രീകളുടെ അനുരാഗഭാരംതന്നെ.

ലക്ഷ്മിക്കുട്ടി: നിനക്കു വല്ല വിഡ്ഢിത്തോക്കെ തോന്നും. അതിനു ഞാനെന്താ പറയേണ്ടത്?

മീനാക്ഷി: ഇതു വിഡ്ഢിത്തമല്ല.

ലക്ഷ്മിക്കുട്ടി: അല്ലേ? എന്നാലങ്ങനെയാവട്ടെ.

മീനാക്ഷി: അതേ, അതു ശരിതന്നെ. എന്നാൽ ഏതു ഭാഗ്യവാന്റെ പക്കലാണ് അതു പതിപ്പിച്ചിരിക്കുന്നത്?

ലക്ഷ്മിക്കുട്ടി: ഭാഗ്യവാനായിരിക്കണമെന്നുണ്ടോ? അത്ര ഭാഗ്യവാനായിരുന്നാൽ ചിലപ്പോൾ അതിനെ സ്വീകരിച്ചില്ലെന്നും വന്നേയ്ക്കാം.

മീനാക്ഷി: അങ്ങനെയല്ല. ഭാഗ്യവാനോ നിർഭാഗ്യവാനോ എന്നു മുമ്പേക്കൂട്ടി നോക്കീട്ടില്ല. ഏതൊരു പുരുഷനിലാണോ അനുരാഗഭാരത്തെ ഏല്പിക്കുന്നത്, അവൻ തത്സമയം മുതല്ക്കു ഭാഗ്യവാൻതന്നെ.

ലക്ഷ്മിക്കുട്ടി: എന്നാൽ എല്ലാവരും ഭാഗ്യവാന്മാരാണ്. അനുരാഗഭാരത്തെ ഏല്ക്കാത്ത മനുഷ്യർ വളരെ ചുരുക്കമാണ് ഭൂമിയിൽ.

മീനാക്ഷി: വെടിപ്പായി, അതിശയംതന്നെ. ഇങ്ങനെയാണോ മനസ്സിലാക്കിയത്?

ലക്ഷ്മിക്കുട്ടി: പിന്നെങ്ങനെയാണ്? പറഞ്ഞപ്രകാരമല്ലേ മനസ്സിലാക്കേണ്ടത്?

മീനാക്ഷി: മറ്റു യാതൊരു സ്ത്രീയുടെയും അനുരാഗഭാരവാഹി ഭാഗ്യവാനാകുന്നില്ല. ഗജേന്ദ്രകുംഭത്തോടുരസിക്കൊണ്ടിരിക്കുന്ന നിന്റെ പീനപയോധരങ്ങളുടെ ആശ്ലേഷണങ്ങൾ ലഭിക്കാൻ സംഗതി വരുന്നവൻ യാതൊരു പുരുഷനോ, അവനുതന്നെയാണ് ഭാഗ്യം എന്നുള്ള വസ്തു മൂർത്തിധരമായി ഭവിക്കുന്നത്.

ലക്ഷ്മിക്കുട്ടി: ഇതുകൊണ്ടുതന്നെയാണ് നിന്റെ വാക്കു എല്ലായ്പോഴും വിശ്വസിച്ചുകൂടെന്നു ഞാൻ പറയുന്നത്. തക്കാരം പറവാൻ നല്ല കേമത്തിയാണേ.

എന്നു പറഞ്ഞു ലക്ഷ്മിക്കുട്ടി ഉടനെ എഴുനീറ്റു പോയി കിടയ്ക്കയിന്മേൽ ചെന്നു കിടക്കുകയും മീനാക്ഷി പിന്നെയും ഓരോന്നു ചോദിച്ചതിന്ന് ഉറങ്ങിയ ഭാവം നടിച്ചു മറുപടി പറയാതിരിക്കുയും ചെയ്തതിനാൽ അവളും ഉടനെ കിടന്നു. ഏകദേശം ഒരുമണിസമയമായപ്പോൾ കേശവനുണ്ണിനായർ തന്റെകൂടെ കിടയ്ക്കയിന്മേൽ വന്നു കിടന്നു എന്നു ലക്ഷ്മിക്കുട്ടി സ്വപ്നം കാണുകയും ആർത്തിയോടെ ആലിംഗനം ചെയ്യാനായി അവൾ തിരിഞ്ഞു കിടന്നപ്പോൾ പെട്ടെന്ന് ഉണർന്നുപോകയും കിടയ്ക്കയിന്മേൽ തപ്പിനോക്കീട്ടു കാണാതിരിക്കുകയും ചെയ്തപ്പോൾ "അയ്യോ! പ്രാണനാഥാ! അങ്ങ് എവിടേയ്ക്കാണ് പോയ്ത്? പ്രിയഭർത്താവേ! എന്നെ പരീക്ഷിപ്പാനായി അങ്ങു മറഞ്ഞുനില്ക്കയാണോ? സാധുവായ എന്നെ

കഷ്ടപ്പെടുത്തല്ലേ. എന്നെ പരീക്ഷിച്ചിട്ടു കാര്യമില്ലേ. യാതൊരു സമയത്ത് എന്റെ ദൃഷ്ടികൾ അങ്ങയുടെ വദനാരവിന്ദത്തിങ്കൽ പതിച്ചുവോ, ആ സമയം മുതല്ക്കു ഞാൻ അങ്ങയുടെ ദാസിയായി ഭവിച്ചിരിക്കുന്നുവല്ലോ. എന്റെ നേത്രങ്ങൾ അങ്ങയുടെ അതികാമ്യമായ ദേഹത്തിൽ എപ്പോൾ നോക്കിയോ, അപ്പോൾതന്നെ ഞാൻ അങ്ങയുടെ അടിമയായിരിക്കുന്നു. ഇനിക്ക് ഒന്നു തൊടുവാൻകൂടി കഴിഞ്ഞില്ലല്ലോ. സദാ അങ്ങയുടെ കാലടി പണിഞ്ഞിരിക്കുന്ന എന്നെ വഞ്ചിക്കല്ലേ. എന്റെ മനസ്സാസകലംതന്നെ അങ്ങയിൽ സമർപ്പിച്ചിരിക്കുന്നുവല്ലോ. അങ്ങയുടെ കോമളമായ ഗാത്രത്തെ തൊടുവാൻ ഇനിക്കു സംഗതി വരുമോ, ദൈവമേ!" എന്നി പ്രകാരം ഓരോ വിലാപങ്ങളെക്കൊണ്ടുതന്നെ നേരം പുലർന്നു. അന്നു മുതൽ ലക്ഷ്മിക്കുട്ടിയുടെ താപം ദിവസംതോറും വർദ്ധിച്ചു വർദ്ധിച്ചു വന്നു.

കേശവനുണ്ണിനായരുടെ അവസ്ഥകൂടി അല്പം ഇവിടെ പ്രസ്താവിക്കേണ്ടതു യുക്തമായിരിക്കുന്നു. അയാൾ നേരത്തെ ഊണുകഴിച്ചു പതിവുപ്രകാരം വായിക്കാനുള്ളതു യാതൊന്നും അന്നു വായിക്കാതെ അകത്തുപോയി ഒരു കോച്ചിന്മേൽ കിടന്ന് ഓരോന്നു വിചാരിപ്പാൻ തുടങ്ങി: "ഇനിക്ക് ഒരു ഭാര്യവേണമെങ്കിൽ അത് അവൾതന്നെ വേണം. ഞാൻ വിചാരിച്ചിട്ടുള്ള സകലഗുണങ്ങളും അവൾക്കുണ്ട്. സംസ്കൃതത്തിൽ സാമാന്യം ഒരറിവുണ്ട്. സംഗീതത്തിൽ അതിവാസനയാണ്. ഇംഗ്ലീഷിൽ നല്ല പരിചയമുണ്ട്. മാതാപിതാക്കന്മാരും യോഗ്യതസ്ഥിതിയിൽ ഉള്ളവരാണ്. രൂപഗുണം അതിശയിക്കത്തക്കതുതന്നെ. തലമുടി ധാരാളവും കുറെ അധികവും ഉണ്ട്. സ്വർണ്ണകുംഭങ്ങൾപോലെയിരിക്കുന്ന ആ തടിച്ച മുലകൾ വിചാരിക്കുമ്പോൾ മനസ്സുരുകുന്നു. ദന്തിഗാമിനി എന്നു പേർ ഇവൾക്കുതന്നെയാണ് കൊടുക്കേണ്ടത്. നാസാമണികൊണ്ടു ശോഭിക്കപ്പെട്ടതായ ചുകന്ന ചുണ്ടുകൾ-അയ്യോ! വിചാരിക്കവയ്യാ. കുറുനിരകൾ കണ്ടാൽ വണ്ടുകൾ വരിവരിയായി ഇരിക്കയാണോ എന്നു തോന്നും. മുലകൾ വലുതാക്കുവാൻ അരയിൽനിന്നു മാംസം എടുത്തിട്ടോ അര ഇത്ര കൃശമായത്? ഇതിന്നും പുറമേ സ്വഭാവഗുണം അതിവിശേഷം തന്നെ, സന്ദേഹമില്ല. ഇവൾതന്നെ എന്റെ ഭാര്യ. വിചാരിച്ചപോലെ ഒത്തുകൂടി. ഓ! ഒരു വൈഷമ്യം; അവൾക്കെന്റെമേൽ ഇഷ്ടമില്ലെങ്കിലോ? എന്നാൽ പിന്നെ കാശിക്കു പോവുകതന്നെ നല്ലത്. അതു വരില്ല. ഞാനും കമ്മാരന്നായരും കൂടി പോരുമ്പോൾ അവൾ എന്തിനാണ് ഞങ്ങളെ നോക്കിക്കൊണ്ടു നിന്നിരുന്നത്? അച്ഛനെ അവൾ ഇതിന്നു കീഴിൽ കണ്ടിട്ടില്ലേ? അതല്ല, എന്നെ വിചാരിച്ചായിരിക്കണം. ഉണ്ണാനിരുന്ന സമയം ഞാൻ അവളുടെ നേരെ നോക്കുമ്പോൾ ഒക്കെയും അവൾ എന്നെ ഗൂഢമായി നോക്കിക്കൊണ്ടിരിക്കയായിരിക്കും. വേറെ ആരും ഉണ്ണാൻ ഇരുന്നിരുന്നില്ലേ? സംശയമില്ല. മകൾ ഇംഗ്ലീഷു പഠിച്ചിട്ടില്ലേ എന്നു

കന്മാരന്നായരോടു ചോദിച്ചപ്പോൾ അവൾ എന്റെ നേരെ നോക്കി കടാക്ഷിക്കാനും പുഞ്ചിരിയിടുവാനും എന്താ സംഗതി? ഞാൻ അവിടെ ചെന്നു കയറിയ സമയം അവളുടെ നേരെ കുറച്ചു നോക്കിക്കൊണ്ടു നിന്നപ്പോൾ അവൾ എന്തിനാണ് ഒരു നിശ്വാസം വിട്ടത്? ഞാൻ അവളുടെ വർത്തമാനങ്ങൾ ചോദിച്ചറിയുമ്പോൾ അവൾ എന്തിനാണതൊക്കെ ശ്രദ്ധവെച്ചു കേട്ട് അവിടെത്തന്നെ നിന്നിരുന്നത്? ഞാൻ അവളുടെ മുഖത്തു നോക്കിയപ്പോൾ അവൾ എന്തിനാണ് ലജ്ജിച്ചധോമുഖിയായി നിന്നിരുന്നത്? ഇതൊക്കെയും എന്റെ നേരെയുള്ള അനുരാഗസൂചകമല്ലേ? ഇത്ര ഒക്കെയും പോരേ? അവളുടെ പ്രവൃത്തികൾ എല്ലാം എന്റെ മേലുള്ള സ്നേഹത്തെ അറിയിക്കുന്ന ചിഹ്നങ്ങളായിരുന്നു. ഇനി സംശയിപ്പാനൊന്നുമില്ല എന്റെആത്മാവിനെ ഞാൻ ഇവളിൽത്തന്നെ സമർപ്പിക്കുന്നു" എന്നിങ്ങനെ ഓരോന്നു വിചാരിച്ചു കേശവനുണ്ണിനായർ ഉറങ്ങുകയും ചെയ്തു. പിറ്റേ ദിവസം കോളേജിൽ ചെന്നതിന്റെ ശേഷം "നിങ്ങൾക്കു വരുന്ന മാസം ഒന്നാന്തിയ്യതിമുതല്ക്കു കൊല്ലാവസാന പരീക്ഷ തുടങ്ങും. ഇനു ഇരുപത്തഞ്ചു ദിവസമേ ഉള്ളൂ പരീക്ഷ തുടങ്ങുന്നതിന്. അതുകൊണ്ട് എല്ലാവരും നല്ലവണ്ണം ശ്രദ്ധവെയ്ക്കണം" എന്നും മറ്റും കോളേജിലെ മേലധ്യക്ഷൻ പറകഹേതുവായിട്ടു പരീക്ഷയ്ക്കു തയ്യാറാവേണ്ടതിനുള്ള പഠിത്തത്തിന്റെ തിടുക്കത്താൽ അയാൾക്കു കുറേ ദിവസത്തേയ്ക്കു കന്മാരന്നായരുടെ വീട്ടിൽ പോവാനാവട്ടെ തന്റെ പ്രിയതമയെ കാണുവാനാവട്ടെ തരം വന്നില്ല. ലക്ഷ്മിക്കുട്ടി കുറെ ദിവസത്തേയ്ക്കു തന്റെ പരവശതയെ ആരെയും അറിയിക്കാതെ മനസ്സിൽ ഒതുക്കിവെച്ചു. എങ്കിലും ഒടുക്കം അത് അവൾ പറയാതെതന്നെ ശേഷം ഉള്ളവർക്കറിയാതിരിപ്പാൻ പാടില്ലാത്ത സ്ഥിതിയിൽ ആയി. ആനന്ദകരമായ ഓരോ വിനോദങ്ങളിലും കുളി, ഭക്ഷണം മുതലായവയിലും ഉള്ള അഭിരുചി ക്രമേണ കുറഞ്ഞുവന്നു. നിർമ്മലവസ്ത്രങ്ങൾ ധരിക്കുന്നതിലും ഉത്സാഹം ഒട്ടുംതന്നെ കാണുന്നില്ല. അത്തൽ, ലവണ്ടർ മുതലായ സുഗന്ധദ്രവ്യങ്ങളെക്കൊണ്ടു പരിപൂർണ്ണമായിരിക്കുന്ന കുപ്പികൾ എടുത്തു മണത്തുനോക്കുമ്പോൾ യാതൊരു സൗരഭ്യവും അതുകൾക്കുണ്ടെന്നവൾക്കു തോന്നുന്നില്ല. കുളിക്കുവാനും ഉണ്ണുവാനും വല്ലവരും നിർബ്ബന്ധിച്ചാൽമാത്രം അതുകൾ ഒരുവിധത്തിൽ കഴിച്ചുകൂട്ടും. അമ്മ, അച്ഛൻ മുതലായവരോടും മറ്റും ഉള്ള സംസാരം നന്നെ കുറച്ചു. തന്റെ സഹപാഠികളായിരുന്ന വല്ല യുവതിമാരും സ്നേഹപൂർവ്വം ഇവളെ കാണുവാൻ വന്നാൽ അവരോടൊന്നോ രണ്ടോ വാക്കുമാത്രം സംസാരിച്ചതിന്നുശേഷം ഒന്നും മിണ്ടാതെ കുണ്ഠിതഭാവത്തോടെ ഇരിക്കും. അച്ഛനോ അമ്മയോ അവളുടെ സുഖക്കേടിനെപ്പറ്റി വല്ലതും ചോദിച്ചാൽ "ഇനിക്കു കുറച്ചു ദിവസമായിട്ടു ശരീരത്തിന്നു യാതൊരു സുഖവും ഭക്ഷണത്തിന്നു രുചിയും ഇല്ല" എന്നുമാത്രം പറയും. എട്ടുപത്തു ദിവസം

ഇങ്ങനെ കഴിഞ്ഞിട്ടും ഇവൾക്കു ഭേദം ഇല്ലെന്നു കണ്ടിട്ട് കമ്മാരന്നായർ ഒരു ദിവസം അപ്പോത്തിക്കരി ഗണപതിരായരെ വരുത്തീട്ട് അദ്ദേഹം ലക്ഷ്മിക്കുട്ടിയെ നോക്കിക്കൊണ്ട്–

രായർ: ഇവൾക്കെത്ര വയസ്സായി?

കമ്മാരൻ: ഈ വരുന്ന മീനത്തിൽ പതിനേഴുതികയും.

രായർ: നിങ്ങൾക്കീ മകളേയുള്ളൂ?

കമ്മാരൻ: അത്രേയുള്ളൂ.

രായർ: ഭർത്താവാരെങ്കിലും ഉണ്ടായോ?

കമ്മാരൻ: ആരും ഉണ്ടായിട്ടില്ല.

രായർ: എത്ര ദിവസമായി സുഖക്കേടു തുടങ്ങീട്ട്?

കമ്മാരൻ: എട്ടുപത്തു ദിവസമായി.

രായർ: ഉം ആട്ടെ, മനസ്സിലായി. ആസ്പത്രിയിലേയ്ക്ക് ഒരുകുപ്പി കൊടുത്തയയ്ക്കൂ. മരുന്നു കൊടുത്തയയ്ക്കാം.

എന്നു പറഞ്ഞു രായർ പോകുവാൻ പുറപ്പെട്ടപ്പോൾ കമ്മാരന്നായർ കൊടുത്ത ഇരുപത്തഞ്ചുറുപ്പിക വാങ്ങിച്ചുംകൊണ്ട് അദ്ദേഹം പോയി. ഉടനെത്തന്നെ കമ്മാരന്നായർ കൊടുത്തയച്ച കുപ്പിയിൽ രായർ കുറെ കിരിയാത്തവെള്ളം കൊടുത്തു. അതു ദിവസത്തിൽ മൂന്നു പ്രാവശ്യം സേവിപ്പാൻ പറഞ്ഞയച്ചു. മൂന്നോനാലോ ദിവസം കഴിഞ്ഞതിന്റെ ശേഷം രായർ വന്നിട്ടു പിത്തത്തിന്റെ അസഹ്യത ഉണ്ടെന്നും ആയതിന്നു പ്രത്യേകിച്ചുണ്ടു മരുന്നുകൾ മേടിക്കേണ്ടതുണ്ടെന്നും അതുകൾക്കു മുപ്പത്തഞ്ചുറുപ്പിക വേണമെന്നും മറ്റും പറഞ്ഞ് ഉറുപ്പികയും മേടിച്ചു കൊണ്ടു പോയി കിരിയാത്തവെള്ളത്തിൽ കുറെ പെപ്പർമെണ്ടുസത്തൊഴിച്ചു ദിവസത്തിൽ രണ്ടു പ്രാവശ്യം സേവിപ്പാൻ പറഞ്ഞു കൊടുത്തയച്ചു. അഞ്ചാറുദിവസം കഴിഞ്ഞിട്ട് ഒരിക്കൽ രായർ വന്നപ്പോൾ ഒട്ടും ഭേദം ഇല്ലെന്നു തന്നെയല്ല,. ക്ഷീണവും രുചിക്ഷയവും കുറേ അധികമാണെന്നു കമ്മാരന്നായർ പറഞ്ഞു. “ഗ്രഹണിയുടെ ശല്യംകൂടി ഉണ്ടോ എന്നറിഞ്ഞില്ല. അതിന്നും എന്റെ പക്കൽ ഒന്നാം ക്ലാസ്സായ ഒരു മരുന്നിരുപ്പുണ്ട്. പതിനഞ്ചുറുപ്പികമാത്രമേ വിലയുള്ളൂ. അതുകൊടുത്താൽ നിശ്ചയമാണ്, ഭേദമാവാതിരിക്കില്ല” എന്നു പറഞ്ഞുറുപ്പിക വാങ്ങീട്ടന്നു വേറെ കുറെ വെള്ളം കൊടുത്തയച്ചു. കുറച്ചു ദിവസം കഴിഞ്ഞതിന്റെ ശേഷം ദീനത്തിനു യാതൊരു ഭേദവും ഇല്ലെന്നു കുറെ പരിഭവമായി കമ്മാരന്നായർ പറഞ്ഞപ്പോൾ രായർ “നിങ്ങൾ എന്താണു പറയുന്നത്? ദീനം പിടിച്ചുകെട്ടുവാൻ പാടുണ്ടോ? മരുന്നുകൊണ്ടു വേണ്ടേ ഭേദം വരുത്തുവാൻ? എല്ലാ വൈദ്യന്മാരുടെമാതിരി പലതട്ടിപ്പും പറഞ്ഞു വല്ല മരുന്നും കൊടുത്തു ദീനത്തിന്നു തത്കാലം ഒരാശ്വാസം വരുത്തി ഉള്ള ഉറുപ്പിക കയ്യിൽ മേടിച്ചു കൊണ്ടുപോകയും ദീനം രണ്ടാമതും അധികമാവുമ്പോൾ ഇനി എന്നെ കൊണ്ടു നിവൃത്തിയില്ലെന്നും വേറേ ആരെ എങ്കിലും കാണിച്ചോളൂ

എന്നും മറ്റും ഞാൻ ഒരിക്കലും പറകയില്ല. കുറേ സാവധാനത്തിലാണെങ്കിലും അതു വേരറ്റുപോകണമെന്നാണ് എന്റെ വിചാരം. ഇന്നാൾ രണ്ടാം ജഡ്ജിക്കു തലേക്കുത്തു തുടങ്ങീട്ടു രണ്ടേ രണ്ടു ദിവസം, അതിന്നിടയ്ക്കു ഞാൻ മാറ്റിക്കളഞ്ഞു. വളരെ ബുദ്ധിമുട്ടി എങ്കിലും അദ്ദേഹം അതറിഞ്ഞു നൂറ്റമ്പതുറുപ്പിക തന്നു, ഇങ്ങനെ എത്ര ഞാൻ മാറ്റിയിരിക്കുന്നു! എന്നിട്ടാണിപ്പോൾ ഇതിനിത്ര പ്രയാസം? നിങ്ങൾ വ്യസനിക്കേണ്ട. ദീനത്തിന്റെ സ്ഥിതി എന്തെന്നറിയട്ടെ." ഇപ്രകാരം പല ഡീക്കും പറഞ്ഞു രായർ പോവുകയും ചെയ്തു. അല്പദിവസം കഴിഞ്ഞിട്ടൊരിക്കൽ രാത്രി ഏകദേശം ഒമ്പതുമണിയായതിന്റെ ശേഷം മീനാക്ഷി അരികത്തു ചെന്നിരുന്നു ലക്ഷ്മിക്കുട്ടിയുടെ തലമുടി വേർവിടുർത്തിക്കൊണ്ടിരിക്കുമ്പോൾ–

ലക്ഷ്മിക്കുട്ടി: ഇനിക്കു വല്ലാതെ ഉഷ്ണിക്കുന്നുവല്ലോ. കുറേ വീശൂ.

മീനാക്ഷി: (വീശിക്കൊണ്ട്) നിന്റെ സുഖക്കേടിനു യാതൊരു ഭേദവും കാണുന്നില്ലല്ലോ.

ലക്ഷ്മിക്കുട്ടി: ഈ മരുന്നുകൾകൊണ്ട് ഇനിക്കു യാതൊരു ഭേദവും കാണുമെന്നു തോന്നുന്നില്ല.

മീനാക്ഷി: എന്നാൽ ഏതു മരുന്നുകൊണ്ടാണ് ഭേദം ഉണ്ടാവുമെന്നു തോന്നുന്നത്? പറയൂ.

ലക്ഷ്മിക്കുട്ടി–അതിനിക്കറിയാമോ?

ഇതുകേട്ടപ്പോൾ മീനാക്ഷി വിചാരിക്കുന്നു: "ഇവളുടെ ദേഹം ഉഗ്രമായ വെയിൽകൊണ്ടു വാടിയ തളിരുപോലെ തളർന്നിരിക്കുന്നു. മുലകൾക്കു കാഠിന്യം ഒട്ടുംതന്നെ കാണുന്നില്ല. എത്രയും കനം കുറഞ്ഞ മേഘങ്ങളുടെ ഇടയിൽപ്പെട്ട പൂർണ്ണചന്ദ്രനെപ്പോലെ ഇരിക്കുന്നു മുഖം. വീശിക്കൊണ്ടിരിക്കെ ഉഷ്ണിക്കുന്നു എന്നു പറയുന്നു. മരുന്നുകൾ കൊടുത്തതൊന്നും ഫലിക്കുന്നില്ല."

മീനാക്ഷി: ലക്ഷ്മിക്കുട്ടി, നിയ്യെന്നോടു യഥാർത്ഥം പറയുമോ?

ലക്ഷ്മിക്കുട്ടി: നിന്നോടു പറഞ്ഞില്ലെങ്കിൽ പിന്നെ ആരോടാണ് ഞാൻ പറയുന്നത്?

മീനാക്ഷി: എന്നാൽ നിന്റെ സൗഖ്യക്കേടിന്റെ കാരണം എന്നോടു സത്യമായി പറയൂ.

മീനാക്ഷി: എങ്കിലും ഞാൻ കേൾക്കട്ടെ. വല്ല ഉപശാന്തിയും ഉണ്ടാവുമോ എന്നു നോക്കാം.

ലക്ഷ്മിക്കുട്ടി: ഉപശാന്തി ഉണ്ടാവില്ലെന്നാണ് തോന്നുന്നത്.

മീനാക്ഷി: അങ്ങനെ വരില്ല. കേൾക്കട്ടെ.

ലക്ഷ്മിക്കുട്ടി: (ലജ്ജിച്ചു മുഖംമറച്ച്) നിയ്യ് ആ കേശവനുണ്ണിനായരെ അറിയില്ലേ?

മീനാക്ഷി: നിന്റെ അച്ഛന്റെ പുറന്നാളിന്നാൽ ഊണു കഴിഞ്ഞശേഷം എല്ലാവരും പോവുകയും ഒരാൾ ഇവിടെ താമസിച്ചു വൈകുന്നേരം അഞ്ചുമണിക്ക് അച്ഛൻ ഒരുമിച്ചു പുറത്തേയ്ക്കു പോവുകയും ചെയ്തു. അദ്ദേഹമല്ലേ?

ലക്ഷ്മിക്കുട്ടി: അദ്ദേഹം തന്നെ.

മീനാക്ഷി: അദ്ദേഹത്തിന്റെ വർത്തമാനം നിന്റെ അച്ഛനും അമ്മയും ദിവസംപ്രതി ഇവിടെ പറയാറുണ്ടല്ലോ.

ലക്ഷ്മിക്കുട്ടി: ദിവസവും അദ്ദേഹത്തിന്റെ വർത്തമാനംമാത്രം പറഞ്ഞതുകൊണ്ടെന്താണ് കാര്യം? അതു ജ്വലിക്കുന്ന അഗ്നിയിൽ ഘൃതം വീഴ്ത്തുന്നതുപോലെയാണ്.

മീനാക്ഷി: നിങ്ങടെ സ്വകാര്യമായ പുഞ്ചിരിയും കടാക്ഷവും കണ്ടപ്പോൾ അന്നുതന്നെ ഇനിക്കു സംശയം തോന്നി.

ലക്ഷ്മിക്കുട്ടി: പിന്നെ അതു കാണുവാൻ സംഗതി വന്നില്ലല്ലോ.

മീനാക്ഷി: നീ ഇത്ര ബദ്ധപ്പെട്ടാലോ.

ലക്ഷ്മിക്കുട്ടി: അദ്ദേഹം എന്നെ തീരെ മറന്നുപോയി എന്നാണ് തോന്നുന്നത്. അല്ലെങ്കിൽ കൂടക്കൂടെ ഇവിടെ വരാതിരിപ്പാൻ സംഗതിയില്ല. അതല്ലെങ്കിൽ അധികം നന്നായിട്ടുള്ള വേറെ വല്ലവരുമായിഷ്ടമായിരിക്കാം.

മീനാക്ഷി: ഛി!ഛി! അതു വരാൻ പാടില്ല. ഇതിലും നന്നായിട്ടുണ്ടാവുന്നത് അസാധ്യംതന്നെ. പക്ഷേ അദ്ദേഹത്തിന്നു വല്ല തിടുക്കമായിട്ടായിരിക്കാം വരാഞ്ഞത്.

ലക്ഷ്മിക്കുട്ടി: 'വേണമെങ്കിൽ വേരിന്മേലും കായ്ക്കും' എന്നതു നീ കേട്ടിട്ടില്ലേ?

മീനാക്ഷി: എന്നാൽ ഞാൻ നാളെ ഒരെഴുത്തയച്ച് അദ്ദേഹത്തിന്റെ സ്ഥിതി അറിയട്ടെ?

ലക്ഷ്മിക്കുട്ടി: അതൊരിക്കലും പാടില്ല. അദ്ദേഹത്തിന്റെ മനസ്സു സ്പഷ്ടമായറിയാതെ നീ വല്ല വിഡ്ഢിത്തവും പ്രവർത്തിച്ചാലോ? എങ്ങനെയാണ് പുരുഷന്മാരെ വിശ്വസിക്കുന്നത്? അവർക്കെന്താ, ഇവിടെ അല്ലെങ്കിൽ വേറെ ഒരു ദിക്കിൽ.

മീനാക്ഷി: അതു സ്ത്രീകൾക്കും വയ്യേ?

ലക്ഷ്മിക്കുട്ടി: അതു വയ്യെന്നു ഞാൻ പറയുന്നില്ല. പക്ഷേ ഇനിക്ക് അതിന്നു തരം ഇല്ലാതെയായി. എന്റെ മനസ്സു മുഴുവനും അദ്ദേഹം അപഹരിച്ചിരിക്കുന്നു. ഞാൻ എന്തു ചെയ്യട്ടെ? ദൈവമേ! എന്നെ ഇപ്രകാരം ബുദ്ധിമുട്ടിക്കുന്നതിനെക്കാൾ നല്ലതു ക്ഷണത്തിൽ കൊല്ലുകയാണേ!

മീനാക്ഷി: നീ കഠിനവാക്കു പറയാതിരിക്കൂ. അദ്ദേഹം ഇവിടെ വരാതിരിക്കയില്ല.

ലക്ഷ്മിക്കുട്ടി: ഞാൻ മരിച്ചതിന്റെശേഷം വന്നിട്ടെന്താണ് കാര്യം? അദ്ദേഹത്തെ പ്രത്യക്ഷത്തിൽ ഒന്നു കണ്ടിട്ടു മരിച്ചാൽ മതി എന്നേഉള്ളൂ.

മീനാക്ഷി: പ്രത്യക്ഷത്തിൽ എന്നു പറയുമ്പോൾ നിയ്യു വേറെ പ്രകാരത്തിൽ കാണാറുണ്ടെന്നു വരുന്നുവല്ലോ.

ലക്ഷ്മിക്കുട്ടി: ഉറക്കത്തിൽ ഞാൻ ദിവസംപ്രതി അദ്ദേഹത്തെ സ്വപ്നം കാണാറുണ്ട്. പക്ഷേ സ്വപ്നത്തിൽക്കൂടിയും ഇനിക്കദ്ദേഹത്തെ തൊടുവാൻ കഴിയുന്നില്ല.

മീനാക്ഷി: ഞാൻ ഗൂഢമായി ഒരാളെക്കൊണ്ട് അദ്ദേഹത്തിന്റെ മനസ്സെന്തെന്നറിയാം.

ലക്ഷ്മിക്കുട്ടി: അദ്ദേഹം എന്റെ ആഗ്രഹത്തോടുകൂടി യോജിക്കുന്നില്ലെങ്കിലോ? അയ്യോ! എന്നാൽ എന്റെ ഈ ജന്മം വെറുതെതന്നെ.

മീനാക്ഷി: ആശ്വസിക്കൂ, ആശ്വസിക്കൂ. വ്യസനിക്കാതിരിക്കണേ. ഞാൻ കാര്യമൊക്കെയും നേരേ വരുത്താം. നിന്റെ അപേക്ഷയെ ഉപേക്ഷിക്കത്തക്കവണ്ണം അത്ര അരരസികന്മാരായി പുരുഷന്മാരെ സൃഷ്ടിക്കില്ലെന്നു നിശ്ചയംതന്നെ. വ്യസനിക്കരുതേ, വ്യസനിക്കരുതേ.

എന്നിപ്രകാരം അവർ ഓരോന്നും പറഞ്ഞും വ്യസനിച്ചു മീനാക്ഷി ലക്ഷ്മിക്കുട്ടിയെ പലപ്രകാരത്തിലും പറഞ്ഞാശ്വസിപ്പിക്കാൻ നോക്കിയും അതുകൾ അവളുടെ മനസ്സിൽ യാതൊരു ഫലപ്രാപ്തിയും ഉണ്ടാക്കാതിരിക്കുകയും മറ്റും ചെയ്തുകൊണ്ടുതന്നെ രാത്രി മുഴുവനും കഴിച്ചുകൂട്ടി. പരീക്ഷയ്ക്കുള്ള പഠിത്തംഹേതുവായിട്ടു കേശവനുണ്ണിനായർക്കു ലക്ഷ്മിക്കുട്ടിയുടെ വീട്ടിൽ വരുന്നതിന്നും അവളെ കാണുന്നതിനും ഇടവന്നില്ല എങ്കിലും അയാളുടെ ദിനംപ്രതി അവളെക്കുറിച്ചുള്ള അന്വേഷണത്തിൽ അവൾക്കെന്തോ ശരീരത്തിന്നു നല്ല സുഖം ഇല്ലെന്നുമാത്രം മനസ്സിലാക്കിവെച്ചിട്ടുണ്ടായിരുന്നു. എന്നാൽ ഇവളുടെ സുഖക്കേടിന്റെ യഥാർത്ഥമായ കാരണത്തെയോ അതിന്റെ ഇപ്പോഴത്തെ കഠിനാവസ്ഥയെയോ അറിഞ്ഞിരുന്നുവെങ്കിൽ അയാൾ പരീക്ഷ എന്നു വേണ്ടാ, സർവ്വസ്വവും ഉപേക്ഷിച്ചിട്ടെങ്കിലും ഇവളെ വന്നു കാണുമായിരുന്നു. അയാൾ പഠിത്തം കഴിഞ്ഞു രാത്രി കിടക്കുന്ന സമയം ഇവളുടെ മനോഹരമായ അംഗങ്ങളെ ഓരോന്നായി പ്രത്യേകം വിചാരിച്ചു മനസ്സിനെ സന്തോഷിപ്പിക്കാത്ത ദിവസം ഇല്ല. പരീക്ഷ എല്ലാം കഴിഞ്ഞതിന്റെ പിറ്റേ ദിവസം കാലത്തു കേശവനുണ്ണിനായർ തന്റെ പ്രിയതമയെ കാണുവാനുള്ള അത്യാഗ്രഹത്തോടെ കന്മാരന്നായരുടെ വീട്ടിൽ വന്നു പുറത്തു നിന്നിരുന്ന ശിഷ്യനോടു "കന്മാരന്നായരും ഇക്കാവമ്മയും മറ്റും ഇല്ലേ ഇവിടെ?" എന്നു ചോദിച്ചപ്പോൾ അവൻ, "ഇക്കാവമ്മ കുളിക്കാണ്. എജമാനൻ നേരത്തെ ഇവിടുന്നു പുറത്തേയ്ക്കു പോയി" എന്നു പറഞ്ഞതിനാൽ "ഇതുതന്നെ നല്ലസമയം" എന്നു കരുതി അകത്തേയ്ക്കു കടന്നു ലക്ഷ്മിക്കുട്ടി കിടന്നിരുന്ന കിടയ്ക്കയുടെ അടുക്കൽ ചെന്നിട്ട് "എന്താ,

പനിയാണെന്നു കേട്ടു. ഇപ്പഴും പനിയുണ്ടോ?" എന്നു ചോദിക്കുകയും പനി അല്ലെന്ന മറുപടി പറഞ്ഞെങ്കിലോ എന്നു പേടിച്ച് ഉടനെ തന്റെ കയ്യ് അവളുടെ തളർന്നിരിക്കുന്ന മുലകളുടെ ഇടയിൽ വെയ്ക്കുകയും ചെയ്തപ്പോൾ അവൾ പുളകിതതനുവായി. "ഇപ്പോൾ എന്റെ ദീനം ഒക്കെയും മാറി" എന്നു പറഞ്ഞു പരിഭ്രമത്തോടെ കേശവനുണ്ണിനായരെ കെട്ടിപ്പിടിക്കുവാനായിട്ടു ഭാവിക്കുകയും ഉടനെത്തന്നെ ലജ്ജിച്ചു നിവർത്തിക്കുകയും ചെയ്തിട്ടു മാരകൂരമ്പുകളാൽ കഠിനമാകുംവണ്ണം തർജ്ജിക്കപ്പെട്ട ആ ഭുവനൈകസുന്ദരി ശോകബാഷ്പങ്ങളെ പൊഴിപ്പിച്ചു തുടങ്ങി. ഇവളുടെ കാമപാരവശ്യത്തെകണ്ടിട്ട് ആകുലപ്പെട്ട മനസ്സോടെ കേശവനുണ്ണിനായർ തന്റെ രണ്ടാമുണ്ടിന്റെ തലകൊണ്ടു കണ്ണുനീരിനെ തുടയ്ക്കുകയും ഇവളെ മാറിൽ അണച്ചു മുറുകെത്തഴുകുകയും വിളറിയിരിക്കുന്ന കവിൾത്തടത്തെ അനേകായിരം ചുംബനങ്ങളെക്കൊണ്ടു രക്തവർണ്ണമുള്ളതാക്കിത്തീർക്കുകയും ഇവളുടെ രോഗശാന്തിക്കൊരൗഷധമായിരിക്കുന്ന അധരപീയൂഷം ഉള്ളിൽ കൊടുക്കുകയും ചെയ്തു. അനന്തരം ലക്ഷ്മിക്കുട്ടി ലജ്ജകൊണ്ടു മുഖം തിരിച്ചുപിടിച്ച് "ഇപ്പോൾ ഇത്ര മതി, ഇനി രാത്രി പത്തുമണിക്കു നിശ്ചയമായിട്ടും ആ പൂന്തോട്ടത്തിൽ വരണം. ഞാൻ അവിടെ കാത്തിരിക്കും, അപ്പോൾ പറയാം, വർത്തമാനങ്ങൾ ഒക്കെയും. അമ്മ കുളിച്ചുവരാറായി. തളത്തിൽ പോയിരുന്നോളൂ" എന്നു പറഞ്ഞതിനെ കേട്ടു കേശവനുണ്ണിനായർ തളത്തിൽ ഒരു കസേരയിന്മേൽ ചെന്നിരുന്നു. ലക്ഷ്മിക്കുട്ടിക്കിപ്പോൾ കൊടുത്ത മരുന്ന് ഉള്ളിൽ ചെന്നതിന്റെ ശേഷം ശരീരത്തിനു വളരെ ശക്തി തോന്നി എങ്കിലും ക്ഷീണത്തെ അവലംബിച്ചു കിടയ്ക്കയിന്മേൽത്തന്നെ കിടന്നു. അല്പനേരം കഴിഞ്ഞപ്പോൾ ഇക്കാവമ്മ കുളി കഴിഞ്ഞെത്തീട്ട്–

ഇക്കാവമ്മ: അ! കേശവനുണ്ണിനായരോ? വളരെ നേരമായോ വന്നിട്ട്?

കേശവൻ: ഇല്ല. ഇപ്പോൾ വന്നേയുള്ളൂ.

ഇക്കാവമ്മ: ലോക്യം ചെയ്യാൻ ആരേം കാണാഞ്ഞിട്ടു മുഷിഞ്ഞിരിക്കും. ഞാൻ കുളിക്കാൻ പോയിരുന്നു. കുട്ടി കിടപ്പും ആണ്.

കേശവൻ: ഇവിടെ ഇനിക്കു ലോക്യം പറഞ്ഞിട്ടു വേണോ? എന്താ മകൾക്കു സൗഖ്യക്കേട്?

ഇക്കാവമ്മ: അവൾക്കു രുചിക്ഷയമാണ് കാര്യായിട്ട്.

കേശവൻ: എന്നു തുടങ്ങി.

ഇക്കാവമ്മ: പത്തിരുപതു ദിവസമായി തുടങ്ങീട്ട് (ഇങ്ങനെ സംസാരിക്കുമ്പോൾ കന്മാരന്നായരും എത്തി.)

കന്മാരൻ: അസാരം നേരായോ വന്നിട്ട്?

കേശവൻ: അസാരം നേരായി.

കന്മാരൻ: ഇതുവരെ എവിടെയായിരുന്നു? കുറെ ദിവസമായല്ലോ ഇങ്ങോട്ടൊക്കെ കണ്ടിട്ട്.

കേശവൻ: ഇന്നലെവരെയും പരീക്ഷയായിരുന്നു. അതിന്റെ തിടുക്കായിട്ടാണ് ഇങ്ങോട്ടൊക്കെ ഇറങ്ങുവാൻ തരമാവാഞ്ഞത്.

കമ്മാരൻ: ഞാൻ അങ്ങോട്ടാളെ അയയ്ക്കണമെന്നു വിചാരിച്ചിരിക്കയാണ്. അപ്പഴേയ്ക്കു വന്നുവല്ലോ.

കേശവൻ: മകൾക്കാരുടെ ചികിത്സയാണ്?

കമ്മാരൻ: ആ ഗണപതിരായരുടെ ചികിത്സയാണ്.

കേശവൻ: അദ്ദേഹത്തിനെ മുമ്പു പരിചയമുണ്ടോ?

കമ്മാരൻ: നല്ല പരിചയമില്ല.

കേശവൻ: അതുകൊണ്ടുതന്നെയായിരിക്കും ഈ വിഡ്ഢിത്തം പറ്റിയത്.

കമ്മാരൻ: എന്താ വിഡ്ഢിത്തം.

കേശവൻ: അദ്ദേഹത്തെക്കൊണ്ട് ആരെങ്കിലും ചികിത്സിപ്പിക്കാറുണ്ടോ? അയാൾക്കെന്തറിയാം? ഈ കാണുന്നതൊക്കെ ബഡായി മാത്രമാണ്.

കമ്മാരൻ: ഇനിക്കും അതു ശരിയാണെന്നു തോന്നുന്നുണ്ട്. കൊടുത്ത മരുന്നൊന്നും ഫലിക്കുന്നില്ല.

കേശവൻ: അയാൾക്കു ദീനമറിഞ്ഞു ചികിത്സിക്കാൻതന്നെ വശമില്ല. വല്ലതും ചില മരുന്നുകൾ കൊടുക്കും. രോഗിയുടെ ഭാഗ്യംകൊണ്ടു ഭേദമായാൽ ആയി എന്നു പറയാം. അയാൾ വയറിളക്കാൻ മരുന്നു കൊടുത്താൽ പിന്നെ പതിവുപോലെയുള്ള ശേധനകൂടി ഉണ്ടാവില്ല. അതിനുവേണമെങ്കിൽ വേറെ മരുന്നു കൊടുക്കണം. അത്ര ഗുരുത്വക്കേടുണ്ടയാൾക്ക്. തട്ടിപ്പും നുണയും പറഞ്ഞ് ഉറുപ്പിക പിടുങ്ങാൻ മാത്രം കൊള്ളാം.

കമ്മാരൻ: എന്നാലിനി എന്താ വേണ്ടത്?

കേശവൻ: ഞാൻ ഡോക്ടരായിട്ടിഷ്ടമാണ്. അദ്ദേഹത്തോടു നല്ലതായ ഒരു മരുന്നു മേടിച്ചു കൊടുത്തയയ്ക്കാം.

കമ്മാരൻ: എന്നാലതു മതി. വേഗം കൊടുത്തയയ്ക്കില്ലേ?

കേശവൻ: ഇപ്പോൾത്തന്നെ കൊടുത്തയ്ക്കാം.

എന്നു പറഞ്ഞുടനെത്തന്നെ പോവുകയും തന്റെ പ്രിയതമയ്ക്ക് ഇനി വേറെ യാതൊരു മരുന്നും ആവശ്യമില്ലെന്നു നിശ്ചയമുണ്ടായിരുന്നു എങ്കിലും അവളുടെ മാതാപിതാക്കന്മാരെ ബോധിപ്പിക്കാൻവേണ്ടി ഒരു മരുന്നു ഡോക്ടരെക്കണ്ടു മേടിച്ച് ഉടനേ കൊടുത്തയയ്ക്കുകയും ചെയ്തു. കേശവനുണ്ണി നായർ പോയതുമുതല്ക്കു രാത്രി പത്തുമണിവരെയുള്ള സമയം ഏകദേശം ഇരുപത്തഞ്ചു മണിക്കൂറുണ്ടായിരുന്നു എന്നു ലക്ഷ്മിക്കുട്ടിക്കു തോന്നി. അന്നു രാത്രി അവൾ തന്റെ അച്ഛനമ്മമാരോടൊരുമിച്ചിരുന്നൂണു കഴിക്കുകയും "കേശവനുണ്ണിനായരുടെ മരുന്നു സേവിച്ചതു മുതല്ക്ക് ഇനിക്കു ക്ഷീണത്തിനു വളരെ ആശ്വാസമുണ്ട്" എന്ന് പറകയും മറ്റും ചെയ്തപ്പോൾ അവർക്ക് അധികമായ സന്തോഷം ഉണ്ടായി.

ഒമ്പതരമണിക്കു കന്മാരന്നായരും ഇക്കാവമ്മയും കിടപ്പായതിന്റെ ശേഷം ലക്ഷ്മിക്കുട്ടി, മീനാക്ഷിയോടൊരുമിച്ച് ആരും അറിയാതെ പൂന്തോട്ടത്തിൽ ചെന്നു കേശവനുണ്ണി നായരുടെ വരവിനെ കാത്തിരിപ്പാൻ തുടങ്ങി.

മീനാക്ഷി: വൈരംതന്നെ വേണം വൈരത്തെ മുറിപ്പാൻ.

ലക്ഷ്മിക്കുട്ടി: എന്താണ് നീ പറഞ്ഞതിന്റെ സാരം?

മീനാക്ഷി: നിന്റെ മനസ്സിളക്കുന്നതിന്നദ്ദേഹമല്ലാതെ ആർ വിചാരിച്ചാൽ കഴിയും? ഹംസത്തിന്നു കാക്കകളുടെ ഇടയിൽ സംസർഗ്ഗം ഉണ്ടാവുന്നില്ലല്ലോ. എന്നതുപോലെ സജ്ജനങ്ങളുടെ മനസ്സ് ഉചിതമായ വസ്തുക്കളില്ലാതെ പ്രവേശിക്കുന്നില്ല.

ലക്ഷ്മിക്കുട്ടി: മതി, മതി, നിന്റെ ഭംഗിവാക്ക്.

മീനാക്ഷി: അദ്ദേഹം എപ്പോൾ വരാമെന്നാണ് പറഞ്ഞിരിക്കുന്നത്?

ലക്ഷ്മിക്കുട്ടി: പത്തുമണിക്കു വരും.

മീനാക്ഷി: ഇപ്പോൾ പത്തുമണി കഴിഞ്ഞിരിക്കുന്നു. ഇനിയും വന്നില്ലല്ലോ.

ലക്ഷ്മിക്കുട്ടി: അതാ അദ്ദേഹമാണെന്നു തോന്നുന്നു വരുന്നത്. ഇനി നീ പോയ്ക്കോ. വാതിൽ അടക്കേണ്ടാ. ഞാൻ വേഗത്തിൽ വരാം.

എന്നു പറഞ്ഞു മീനാക്ഷിയെ അയച്ചു. ലക്ഷ്മിക്കുട്ടി ഇരുന്നിരുന്ന ബെഞ്ചിന്മേൽനിന്നെഴുന്നീറ്റു തന്റെ പ്രിയതമന്റെ അടുക്കലേയ്ക്കു ചെന്നിട്ടു തങ്ങളുടെ അളവില്ലാത്ത സന്തോഷങ്ങളെ രണ്ടുപേരും പലവിധത്തിലും കാണിച്ചതിന്റെശേഷം അവർ ബെഞ്ചിന്മേൽത്തന്നെ വന്നിരുന്നു.

ലക്ഷ്മിക്കുട്ടി: എന്താണിത്ര വൈകിയത്?

കേശവൻ: അസാരധികം വായിച്ചിരുന്നുപോയി.

ലക്ഷ്മിക്കുട്ടി: ഇങ്ങനെ ഒരുത്തി ഇവിടെ ഉണ്ടെന്നുള്ള ഓർമ്മയുണ്ടായെങ്കിലല്ലേ?

കേശവൻ: നിനക്കങ്ങനെ പറയാൻ തോന്നും. എന്റെ ബുദ്ധിമുട്ടിന്നു കുറ്റംകൊണ്ടാണ് കൂലി. അതു പതിവാണ്.

ലക്ഷ്മിക്കുട്ടി: ഇന്നു ത്രയോദശിയാണല്ലോ. എന്നിട്ടും എന്താണ് ചന്ദ്രൻ നല്ലവണ്ണം പ്രകാശിക്കാത്തത്? മഴക്കാറുണ്ടോ?

കേശവൻ: നീ ഇവിടുന്നകത്തേയ്ക്കു പോയാൽ നല്ലവണ്ണം പ്രകാശിക്കും.

ലക്ഷ്മിക്കുട്ടി: എന്താ, എന്നോടു വല്ല മുഷിച്ചലും ഉണ്ടോ?

കേശവൻ: നിന്റെ മുഖത്തെ കണ്ടു ലജ്ജിച്ചിട്ടാണ് ചന്ദ്രൻ മേഘങ്ങളുടെ ഇടയിൽ മറഞ്ഞുനില്ക്കുന്നത്. ഇതാ നോക്കൂ, ഇടയ്ക്കിടയ്ക്കു നീ പോയോ എന്നു എത്തിനോക്കുന്നു.

ലക്ഷ്മിക്കുട്ടി: മതി, മതി ഇതെല്ലാവരുടെയും പതിവാണ്.

കേശവൻ: നിന്റെ ദേഹത്തിനുണ്ടായിരുന്ന സുഖക്കേടിന് അല്പം ഭേദമുണ്ടോ?

ലക്ഷ്മിക്കുട്ടി: കാലത്ത് അങ്ങു തന്ന മരുന്നു കുടിച്ചതുമുതല്ക്ക് ഇനിക്കു തീരെ സുഖമായി. (തല താഴ്ത്തി കീഴ്പ്പോട്ടു നോക്കിയിരിക്കുന്നു)

കേശവൻ: നല്ലവണ്ണം സുഖമാവട്ടെ. ഇതാ, ആ മരുന്നു കുറേക്കൂടി സേവിക്കൂ. (എന്നാലിംഗനാദികൾ ചെയ്യുന്നു) ഞാൻ എന്നെത്തന്നെ പുകഴ്ത്തട്ടെ.

ലക്ഷ്മിക്കുട്ടി: അതെന്താണ്?

കേശവൻ: ഞാൻ ഇത്ര ഭാഗ്യവാനാണല്ലോ എന്നുതന്നെ.

ലക്ഷ്മിക്കുട്ടി: എന്താണിത്ര ഭാഗ്യം എന്നു ഞാൻ അറിഞ്ഞില്ലല്ലോ.

കേശവൻ: അത് ഇനി ഞാൻ പറഞ്ഞിട്ടു വേണോ?

ലക്ഷ്മിക്കുട്ടി: അല്ലാതെങ്ങനെ ഞാനറിയും?

കേശവൻ: വിദ്യുത്സദൃശങ്ങളായിരിക്കുന്ന നിന്റെ അംഗങ്ങളാൽ എന്റെ ജന്മ സാഫല്യം വരുത്തിയതുകൊണ്ടുതന്നെ ഞാനതിഭാഗ്യവാനായത്.

ലക്ഷ്മിക്കുട്ടി: അതൊരു വ്യാജസ്തുതിയാണെന്നാണ് ഞാൻ വിചാരിക്കുന്നത്.

കേശവൻ: ഞാൻ യഥാർത്ഥമായി പറഞ്ഞതാണേ. സർവ്വദാ നിന്റെ ദാസനായിരിക്കുന്ന എന്നെ മറിച്ചു ശങ്കിക്കല്ലേ.

ലക്ഷ്മിക്കുട്ടി: ആ സ്ഥാനം ഇനിക്കുള്ളതാണ്. സുകുമാരനായിരിക്കുന്ന അങ്ങു യാതൊരു സമയത്താണോ ഈ പ്രാകൃതയായ എന്റെ ദൃഷ്ടിയിൽ പെട്ടത്, അതുമുതല്ക്കു മദനശാസനത്താൽ അങ്ങയുടെ ദാസ്യപ്രവൃത്തിക്കായിക്കൊണ്ടു ഞാൻ ഒരുങ്ങിയിരിക്കുന്നു. (ഒരു പനിനീർപുഷ്പം അറുക്കുന്നതിനായി പിച്ചകത്തിന്റെ ഒരു കൊമ്പു പിടിച്ചുവളക്കുമ്പോൾ)

കേശവൻ: ഞാൻ അറുക്കാമല്ലോ–നിന്റെ കയ്യിന്മേൽ വല്ല മുള്ളും കുത്തും.

ലക്ഷ്മിക്കുട്ടി: അഥവാ ഒരു മുള്ളു കുത്തിയാലെന്താ?

കേശവൻ: അയ്യോ! ഞാനെങ്ങനെ സഹിക്കും ആ വേദന?

ലക്ഷ്മിക്കുട്ടി: എന്റെ കയ്യിന്മേൽ മുള്ളു കുത്തിയാൽ അങ്ങേയ്ക്കാണോ വേദന?

കേശവൻ: അതിന്നു സംശയമുണ്ടോ? നിന്റെ കയ്യിന്മേൽ ഒരു മുള്ളു കുത്തുന്നത് എന്റെ ഹൃദയത്തിന്മേൽ ഒരു വെട്ടു കൊള്ളുന്നതിന്നു തുല്യമാണ്.

ലക്ഷ്മിക്കുട്ടി: അത്രയ്ക്കുണ്ടെന്നു തോന്നുന്നില്ല.

കേശവൻ: അത്രയ്ക്കല്ല ഉള്ളൂ.

ലക്ഷ്മിക്കുട്ടി: എന്നാൽ ഞാനെത്ര ദിവസമായി ബുദ്ധിമുട്ടുന്നു. ഇതുവരെ ഇവിടെ വന്നില്ലല്ലോ.

കേശവൻ: നിന്റെ സുഖക്കേടിനെപ്പറ്റി അല്പമെങ്കിലും ഒരു വിവരം ഞാൻ കേട്ടാൽ എന്തു ജോലിയിൽ പ്രവേശിച്ചിരുന്നാലും തത്ക്ഷണം ഇവിടെ എത്താതിരിക്കുമോ?

ലക്ഷ്മിക്കുട്ടി: ഇനിക്കു യാതൊരു സുഖക്കേടും ഉണ്ടായില്ലെന്നിരിക്കട്ടെ. എന്നാലെന്താ ഇവിടെ വന്നുകൂടെ?

കേശവൻ: അതിന്നു കാരണമുണ്ട്. നിന്റെ അച്ഛന്റെ പുറന്നാളിന്നാളല്ലേ ഞാനാദ്യം ഇവിടെ വന്നത്?

ലക്ഷ്മിക്കുട്ടി: അതേ. അതിനെന്താ?

കേശവൻ: അന്നിവിടുന്നു പോകുമ്പോൾ എന്റെ മനസ്സിന്റെ നൂറിൽ ഒരംശംമാത്രമേ ഞാൻ കൊണ്ടുപോയിട്ടുണ്ടായിരുന്നുള്ളൂ. ശേഷം തൊണ്ണൂറ്റൊമ്പതു ഭാഗവും നീ അപഹരിച്ചില്ലേ? ഈ ഒരു ഭാഗം കൊണ്ടു പോവാൻതന്നെ ഞാൻ ഭഗീരഥപ്രയത്നം ചെയ്തു. നിന്റെ മനസ്സ് ഏതുപ്രകാരത്തിൽ ഇരുക്കുന്നുവോ എന്നുള്ള സംശയം തീരാഞ്ഞതിനാലാണ് ഇത്രപോലും കിട്ടിയത്.

ലക്ഷ്മിക്കുട്ടി: (പുഞ്ചിരിയോടുകൂടി) എന്നിട്ടോ?

കേശവൻ: എന്റെ പരീക്ഷ കഴിയുന്നതിനുമുമ്പേ ആ ഒരു ഭാഗം മനസ്സും കൊണ്ടും നിന്റെ അടുക്കൽ ഒരിക്കൽക്കൂടി വന്നുവെങ്കിൽ പിന്നെ പരീക്ഷിച്ചിട്ടു കാര്യം ഉണ്ടാവില്ലെന്നു വിചാരിച്ചിട്ടാണ് വരാഞ്ഞത്.

ലക്ഷ്മിക്കുട്ടി: എന്നാലെന്താ കാര്യമില്ലായ്മ?

കേശവൻ: എന്നാലെന്താ — 'ഉള്ളതും പോയ തൊള്ളെക്കണ്ണൻ' എന്നതു പോലെ ശേഷം ഉള്ളതുകൂടി അപഹരിച്ച് എന്നെ പറഞ്ഞയയ്ക്കും.

ലക്ഷ്മിക്കുട്ടി: ഇനിക്കു കേക്കണ്ടാ ഇതൊന്നും. ഇത്ര വേഗത്തിൽ ഇങ്ങനെ ഒക്കെയും വന്നുകൂടുമെന്നു ഞാൻ ഒരിക്കലും വിചാരിച്ചിരുന്നില്ല.

കേശവൻ: ദൈവഗത്യാ വരുന്നതാർക്കു തടുപ്പാൻ കഴിയും?

കേശവൻ: ഇതാ, മണി ഒന്നടിക്കുന്നു. ഇനി കുറേശ്ശ ഉറങ്ങണ്ടേ?

കേശവൻ: ഒ! ശരിതന്നെ. ഇത്രനേരം ഉറക്കമിളച്ചിരുന്നതിനാൽ നിന്റെ സുഖക്കേടധികമാകുമോ എന്നു ഞാൻ പേടിക്കുന്നു.

ലക്ഷ്മിക്കുട്ടി: അതു സാരമില്ല. അങ്ങേയ്ക്കു വല്ലതും ഉണ്ടാകരുതെന്നു മാത്രമേ എന്റെ പ്രാർത്ഥനയുള്ളൂ.

കേശവൻ: ഞാനെങ്ങനെയാണിപ്പോൾ നിന്നെ പിരിഞ്ഞു പോകേണ്ടത്? (എന്നാലിംഗനം ചെയ്യുന്നു)

മനസ്സില്ലാമനസ്സോടെ കേശവനുണ്ണിനായർ തന്റെ ഭവനത്തിലേയ്ക്കും ലക്ഷ്മിക്കുട്ടി അവളുടെ കിടപ്പറയിലേയ്ക്കും പോയി. പിറ്റേ ദിവസം കന്മാരന്നായരും ഇക്കാവമ്മയും രാത്രിയിൽ കിടക്കുമ്പോൾ

കന്മാരൻ: ഇന്നു ലക്ഷ്മിക്കുട്ടിയുടെ ഭാവവും പ്രവൃത്തിയും കണ്ടാൽ അവൾ ഇന്നലെവരെ ദീനത്തിൽ കിടപ്പായിരുന്നു എന്നാരെങ്കിലും വിചാരിക്കുമോ?

ഇക്കാവമ്മ: അതു ശരിയാണേ–ഇനിക്കും ഇതു തോന്നി.

കന്മാരൻ: ഈ ദീനം അവൾക്ക് അതികഠിനമായ വല്ല വിചാരംകൊണ്ടും വന്നതാണോ എന്നിനിക്കു സംശയമുണ്ട്.

ഇക്കാവമ്മ: അങ്ങനെ തോന്നാനെന്താ കാരണം?

കന്മാരൻ: ഇത്ര വേഗത്തിൽ ഈ ദീനത്തിന്ന് ഒരു ഭേദംകണ്ടതു മരുന്നിന്റെ ശക്തിയാണോ? ഇന്നു ഭക്ഷണത്തിന്നു വളരെ രുചിക്ഷയം കണ്ടില്ല. ഇത്ര നാളും ഊണു കുറവായിരുന്നതിനാൽ ശരീരത്തിന്നുണ്ടായ ക്ഷീണംമാത്രം ഇപ്പൊഴല്പം കാണുന്നുണ്ട്. മുഖത്തിന്നാകട്ടെ മനസ്സിന്നാകട്ടെ യാതൊരു സന്തോഷക്കുറവും ഇല്ല. ശരീരത്തിൽ ഉള്ള കേടുകൊണ്ടുണ്ടാകുന്ന രോഗങ്ങൾ മരുന്നുകൾ കൊണ്ടു മാറുന്നതാണെങ്കിൽ ശരീരത്തിന്റെ ക്ഷീണംപോലെതന്നെ മനസ്സിനും മുഖത്തിനും ഉണ്ടാവും. അവളുടെ ദീനത്തിൽ ഇന്നലെ രാവിലെയും വൈകുന്നേരവുമായിട്ടുണ്ടായിരുന്ന അന്തരം എത്ര അതിശയിക്കത്തക്കതായിരുന്നു. മനസ്സിൽ കഠിനമായുണ്ടായിരുന്ന വ്യസനം പോയപ്പോൾ ദീനവും മാറി.

ഇക്കാവമ്മ: എന്തു വിചാരമാണുണ്ടാവാനുള്ളത്?

കന്മാരൻ: എന്തോ വിചാരംകൊണ്ടാണ് ഈ സുഖക്കേടൊക്കെ ഉണ്ടായിരുന്നത്. അതു നിശ്ചയംതന്നെ.

എന്നിങ്ങനെ അവർ ലക്ഷ്മിക്കുട്ടിയുടെ സ്ഥിതിയെപ്പറ്റി ഓരോന്നു പറഞ്ഞുകൊണ്ടുറുങ്ങുകയും ചെയ്തു. ലക്ഷ്മിക്കുട്ടിയുടെ മനസ്സിനെപ്പറ്റി കേശവനുണ്ണിനായർക്കു വല്ല സംശയവും ഉണ്ടായിരുന്നെങ്കിൽ ആയതിനെ തീരെ കളവാനുണ്ടായ മാർഗ്ഗം മുമ്പേ വിവരിച്ചിട്ടുണ്ടല്ലോ. തദനന്തരം അയാൾക്ക് ഒരു ദിവസമെങ്കിലും ഇവളെ കാണാതെ കഴിച്ചുകൂട്ടുക എന്നുള്ളതു തീരെ അശക്യമായിത്തീർന്നു. ദിവസംതോറും കേശവനുണ്ണിനായർ നാലുമണികഴിഞ്ഞിട്ടു നടക്കുവാനായി പുറപ്പെട്ടു കന്മാരന്നായരുടെ വീട്ടിൽ വരികയും അവിടെനിന്ന് അഞ്ചുമണിക്കുശേഷം അവർ രണ്ടുപേരുംകൂടി പുറത്തേയ്ക്കു പോകുകയും പതിവായി. ഇങ്ങനെ കഴിയുമ്പോൾ കോടതി പൂട്ടുവാനുള്ള സമയം അടുത്തു. ലക്ഷ്മിക്കുട്ടിക്കും കേശവനുണ്ണിനായർക്കും തമ്മിൽ പിരിയേണ്ടിവരുമല്ലോ എന്നു വിചാരിച്ചു വ്യസനം തുടങ്ങി. പൂട്ടിയതിന്റെ പിറ്റേ ദിവസം കന്മാരന്നായർമുതൽപേർ അവരുടെ നാട്ടിലേയ്ക്കു പോകുവാനും നിശ്ചയിച്ചു. സ്ക്കൂൾ പൂട്ടുന്നതിന്നു കുറേക്കൂടി താമസം ഉണ്ടാകയാൽ കേശവനുണ്ണിനായർക്ക് ഇവരോടൊന്നിച്ചു പോകുന്നതിന്നു തരമായില്ല. കോടതി പൂട്ടിയ ദിവസം രാത്രി കേശവനുണ്ണിനായരും ലക്ഷ്മിക്കുട്ടിയും പൂന്തോട്ടത്തിൽ ഇരുന്നു.

കേശവൻ: (ലക്ഷ്മിക്കുട്ടിയെ മടിയിൽ ഇരുത്തീട്ട്) നിന്നെ ഞാനിനി എന്നാണ് കാണുന്നത്?

ലക്ഷ്മിക്കുട്ടി: കോടതിപൂട്ടൽ എത്ര നാളുണ്ട്?

കേശവൻ: ഒന്നര മാസമാണെന്നു തോന്നുന്നു. ഇത്ര വളരെ ദിവസം ഞാൻ നിന്നെക്കാണാതെ എങ്ങനെ കഴിച്ചുകൂട്ടും? എന്റെ ബി എൽ പരീക്ഷ ഇക്കൊല്ലമായിരുന്നുവെങ്കിൽ–

ലക്ഷ്മിക്കുട്ടി: എന്നാലോ?

കേശവൻ: എന്നാൽ ഞാൻ നിന്നെ അങ്ങോട്ടു പറഞ്ഞയയ്ക്കില്ല. ബി.എൽ പാസ്സായിട്ടു വേണം ഒരു ഭർത്താവാവുന്നതിനെന്നാണ് നിശ്ചയം. ഇപ്പഴത്തെ സ്ഥിതി വിചാരിക്കുമ്പോൾ മറിച്ചും തോന്നുന്നുണ്ട്. നിശ്ചയമൊക്കെ നീട്ടിവെച്ചാലോ എന്നും ചിലപ്പോൾ വിചാരമുണ്ട്.

ലക്ഷ്മിക്കുട്ടി: അതൊരിക്കലും പാടില്ല. ഞാൻ കാരണമായിട്ട് അങ്ങയുടെ നിശ്ചയങ്ങൾക്കിളക്കം വരുത്തരുതേ. ഒരു കൊല്ലം എന്നു പറയുന്നതു ക്ഷണം കഴീല്ലേ?

കേശവൻ: ഇപ്പോൾ തീർച്ചയായി. നിന്റെ സ്നേഹത്തിന്റെ ശക്തി.'യോഷമാരെ വിശ്വസിക്കും ഭോഷന്മാർ' എന്നുണ്ടല്ലോ.

ലക്ഷ്മിക്കുട്ടി: (ഏറ്റവും വ്യസനത്തോടെ മാറത്തു കൈവച്ച്) അയ്യോ! എന്റെ യഥാർത്ഥസ്ഥിതിയെ അറിയിക്കാൻ ഞാൻ ത്രാണിയാകുന്നില്ല! അങ്ങയുടെ അഭിവർദ്ധനയെമാത്രം ആലോചിച്ചാണേ ഞാൻ പറഞ്ഞത്. ഞാൻ ഒരു കൊല്ലം കഴിക്കുന്നത് അങ്ങ് പത്തു കൊല്ലം കഴിക്കുന്നതിനു തുല്യമാണ്. എന്നാലും വേണ്ടില്ല, വളരെ ബുദ്ധിമുട്ടുകളെയും വ്യസനങ്ങളെയും സഹിച്ചിട്ടും ഞാൻ ഹേതുവായിട്ട് അങ്ങയുടെ നിശ്ചയങ്ങൾക്കിളക്കം വരരുതെന്നുമാത്രം വിചാരിച്ചിട്ടാണേ പറഞ്ഞത്.

കേശവൻ: (ലക്ഷ്മിക്കുട്ടിയെ തഴുകിക്കൊണ്ട്) ആട്ടെ, വ്യസനിക്കേണ്ടാ, ഞാൻ വെറുതെ പറഞ്ഞതാണ്.

ലക്ഷ്മിക്കുട്ടി: ഇനിയും എന്നെ പരീക്ഷിക്കണോ?

കേശവൻ: എത്ര ദിവസം കഴിഞ്ഞാലാണ് ഇനി ഇങ്ങനെ ഇരിക്കാൻ കഴിയുന്നത്?

ലക്ഷ്മിക്കുട്ടി: ഞാൻ ഇനി തിരിയെ വരുമ്പോഴേയ്ക്ക് എന്നെ മറക്കില്ലേ?

കേശവൻ: എന്നാൽ ഞാനെന്നെത്തന്നെ മറന്നുപോകും.

ലക്ഷ്മിക്കുട്ടി: കയറുകൂടാതെ കെട്ടിയിടുക എന്നു ഞാൻ കേട്ടിട്ടേ ഉള്ളൂ. ഇപ്പോൾ അത് അനുഭവമായി.

കേശവൻ: നിന്നെ കെട്ടിയിട്ടിട്ടല്ലേ ഉള്ളൂ? എന്നെ അത്രയല്ലല്ലോ. നിന്റെ ചടുലകടാക്ഷങ്ങളെക്കൊണ്ടുണ്ടാക്കപ്പെട്ട വലയിൽ എന്നെ പിണച്ചു മന്മഥനെക്കൊണ്ടു കൂർത്ത അസ്ത്രങ്ങൾ എയ്യിക്കയല്ലേ ചെയ്യുന്നത്? ആരുടെ അവസ്ഥയാണ് അധികം വ്യസനകരമായിട്ടുള്ളതെന്നു വിചാരിച്ചുനോക്കൂ.

ലക്ഷ്മിക്കുട്ടി: ഈ പുഷ്പം അറുക്കാനിനിക്കെത്തുന്നില്ലല്ലോ.

കേശവൻ: ഞാനറുത്തുതരാം, ഇനിക്ക് ആ പണി എടുക്കുന്നതിനെന്തു തരും? (പൂവ്വറുത്തു കൊടുക്കുന്നു)

ലക്ഷ്മിക്കുട്ടി: ഈ അനാഥയും പ്രാകൃതയും ആയിരിക്കുന്ന ഞാൻ അങ്ങേയ്ക്ക് എന്തു പ്രതിഫലമാണ് ചെയ്യുന്നത്?

കേശവൻ: ഇതുതന്നെ (ആലിംഗനചുംബനാദികൾ ചെയ്യുന്നു) നേരം വൈകിയല്ലോ. ഇനി നമുക്കു പിരിയേണ്ട സമയമായി. എന്റെ ഓർമ്മയ്ക്കായി ഈ മോതിരം നിന്റെ കയ്യിന്മേൽ ഇടട്ടെ.

ലക്ഷ്മിക്കുട്ടി: എന്റെ ഓർമ്മയ്ക്കായി ഈ മോതിരം ഞാനും അങ്ങയുടെ കയ്യിന്മേൽ ഇടട്ടെ. (മോതിരം രണ്ടുപേരും പരസ്പരം ഇടുവിക്കുന്നു) നാളെ ഞങ്ങൾ പുറപ്പെടുമ്പോഴേയ്ക്ക് ഇവിടെ വരില്ലേ?

കേശവൻ: സംശയമുണ്ടോ? ഇനി ഞാൻ പോട്ടെ. (എന്നു പോകുന്നു.)

രണ്ടുപേരും സ്നേഹമായും പരിഭവമായും ഉള്ള വാക്കുകൾ പറഞ്ഞും സന്തോഷവ്യസനങ്ങളെക്കൊണ്ട് ഇടകലർന്ന മനസ്സോടുകൂടിയും വളരെ പണിപ്പെട്ട് തമ്മിൽ പിരിഞ്ഞു. പിറ്റേ ദിവസം വൈകുന്നേരം ആറരമണിക്കു മദിരാശിയിൽനിന്നു പുറപ്പെടുന്ന മെയിൽ ട്രെയിൻ കേറുന്നതിന്നായി കന്മാരന്നായർമുതലായവർ ഓരോ ഒരുക്കങ്ങൾ കൂട്ടുമ്പോൾ അഞ്ചുമണിക്കു കേശവനുണ്ണിനായർ അവിടെ എത്തി. "എന്താണ് നേരം പോയല്ലോ. ഇനിയും ഒരുക്കംകൂട്ടിക്കഴിഞ്ഞില്ലേ?" എന്നു ചോദിച്ച് ഓരോ ഉത്സാഹങ്ങൾ ചെയ്വാൻ തുടങ്ങി. എല്ലാം തയ്യാറായതിന്റെ ശേഷം അവരോടൊന്നിച്ചു കേശവനുണ്ണിനായരും സ്റ്റേഷ്യനിൽ വന്നു ടിക്കറ്റു വാങ്ങി കന്മാരന്നായർ, ഇക്കാവമ്മ, ലക്ഷ്മിക്കുട്ടി മുതലായവരെ വണ്ടികയറ്റി വർത്തമാനങ്ങൾക്കന്യോന്യം എഴുത്തുകൾ അയയ്ക്കേണമെന്നേല്പിച്ചു യാത്രപറഞ്ഞു നില്ക്കുമ്പോൾ വണ്ടി ഇളകി ഓട്ടംതുടങ്ങുകയും ചെയ്തു. വണ്ടി തന്റെ ദൃഷ്ടിഎത്താത്ത ദിക്കിൽ ആകുന്നതുവരെ കേശവനുണ്ണിനായർ പ്ലാറ്റുഫോമിൽ നിന്നു നോക്കുകയും പിന്നീട് ഒരു നെടുവീർപ്പിട്ടു 'പാമ്പുപോയ കാക്കാല'ന്റെ മാതിരി കുണ്ഠിതത്തോടെ മടങ്ങിപ്പോരികയും ചെയ്തു.

4

ലക്ഷ്മിക്കുട്ടിയെ നേത്യാരാക്കണമെന്നുള്ള പ്രഭുവിന്റെ ആലോചന

പിറ്റേദിവസം കാലത്തു പത്തുമണി നാല്പത്തഞ്ചു മിനിട്ടായപ്പോൾ ലക്ഷ്മിക്കുട്ടി മുതലായവർ ലക്ഡിസ്റ്റേഷ്യനിൽ വന്നിറങ്ങുകയും ഉടനേ വീട്ടിലേക്കു പോകുകയും ചെയ്തു. വീട്ടിൽ വന്നതിന്റെശേഷം ഇവളുടെ നടപടികൾ–കാലത്ത് ഏഴുമണിക്കു കുളിച്ചു വെള്ളവസ്ത്രം ധരിച്ചു ലക്ഷ്മിക്കുട്ടിയും തന്റെ പ്രിയപ്പെട്ട മീനാക്ഷിയും കൂടി അമ്പലത്തിൽ പോകും. പത്തുമണിക്ക് അമ്പലത്തിൽനിന്ന് മടങ്ങിവന്ന് ഊണുകഴിച്ച് അല്പം കിടന്നുറങ്ങും. ഏകദേശം ഒരുമണിയാകുമ്പോൾ എഴുനീറ്റു കാപ്പികുടിച്ചു വർത്തമാനക്കടല്ലാസുകളും പുസ്തകങ്ങളും വായിപ്പാൻ തുടങ്ങും. നാലു മണിയായതിന്റെശേഷം മീനാക്ഷിയോടൊന്നിച്ചു തന്റെ പ്രാണനാഥനായ കേശവനുണ്ണിനായരെക്കുറിച്ച് ഓരോ വർത്തമാനങ്ങൾ പറഞ്ഞും പൂന്തോട്ടത്തിൽ പോയി പൂവ്വറുത്തും മാല കെട്ടിയും ആറു മണിവരെ കഴിക്കും. പിന്നീട് രണ്ടുപേരും മേൽകഴുകൽ കഴിച്ച് അമ്പലത്തിൽ പോകും. എട്ടു മണിക്കൂണു കഴിഞ്ഞതിന്റെശേഷം പത്തു മണിവരെ പാട്ടുപാടി മാതാപിതാക്കന്മാരെയും മറ്റും സന്തോഷിപ്പിക്കും. പിന്നീടു മീനാക്ഷിയോടൊന്നിച്ചു കിടക്കുകയും ചെയ്യും. ഇങ്ങനെ യായിരുന്നു അവളുടെ ചട്ടങ്ങൾ. ലക്ഷ്മിക്കുട്ടി അമ്പലത്തിൽ പോയ്ത്തു ടങ്ങിയതിന്റെ ശേഷം സ്വാമിദർശനത്തിന്നായി അവിടെ വരുന്ന അനേകം യുവാക്കന്മാരുടെ പ്രർത്ഥന ഒന്നു മാറിവശായി. അതെന്തെന്നാൽ "ഇവ ളുടെ ഇഷ്ടം എന്നിൽ ഉണ്ടായാൽ എന്റെ ജന്മസാഫല്യമായി. അതിനെ ന്നെ തുണയ്ക്കണേ" എന്നായിത്തീർന്നു, അവരുടെ ദൈവത്തോടുള്ള അപേക്ഷ. ഇവൾ പുറത്തു പ്രദക്ഷിണംവെച്ചുകഴിഞ്ഞതിന്റെ ശേഷം അകത്തേയ്ക്കു കടന്നാൽ ഉടനെ ശാന്തിക്കാരൻ വിളിച്ചുകൊണ്ടുപോയി തീർത്ഥവും പ്രസാദവും കൊടുത്ത് ഒട്ടും താമസിപ്പിക്കാതെ അയ

യ്ക്കുന്നതു കണ്ടാൽ "ഇവിടെ അധികം താമസിപ്പിച്ചാൽ ഇവൾ എന്റെ മനസ്സിനെ മുഴുവൻ അപഹരിക്കും. പിന്നെ പൂജചെയ്യുന്നതു വെടിപ്പാകയില്ലെന്നു നിശ്ചയംതന്നെ. എന്നാൽ ദൈവപ്രാതികൂല്യം ഉണ്ടാവും. ഇതുകൾക്കൊന്നിന്നും ഇടവരുത്തേണ്ടാ" എന്നു വിചാരിച്ചാണോ എന്നു തോന്നും. അക്കാലത്ത് ഇവളോടുപമിക്കത്തക്കവണ്ണം യാതൊരു സ്ത്രീയും ആ ദിക്കിൽ ഉണ്ടായിരുന്നില്ല. ആയതുകൊണ്ടു സകലജനങ്ങളും ലക്ഷ്മിക്കുട്ടിയുടെ പഠിപ്പിനെയും ബുദ്ധിസാമർത്ഥ്യത്തെയും രൂപലാവണ്യത്തെയും മറ്റും കുറിച്ച് ഏറ്റവും പ്രശംസിക്ക പതിവായിരുന്നത് ഒട്ടുംതന്നെ ആശ്ചര്യമല്ല. യൗവനയുക്തന്മാരായിരിക്കുന്ന സുന്ദരപുരുഷന്മാർക്ക് ഈ സ്ത്രീരത്നത്തോടു രണ്ടുവാക്കുപോലും സംസാരിച്ചാൽ കൊള്ളാമെന്നുണ്ടാകുന്ന അത്യാഗ്രഹത്തെക്കുറിച്ചെന്താണ് അത്ഭുതപ്പെടുവാനുള്ളത്? ഇങ്ങനെ കുറച്ചുദിവസം കഴിഞ്ഞപ്പോൾ നമ്മുടെ പ്രഭുവിന്റെ ഇഷ്ടനായ ഇട്ടിവാസു നമ്പൂതിരിപ്പാട് ഒരു ദിവസം യദൃച്ഛയായി ചെമ്പകശ്ശേരിവീട്ടിൽ ചെന്നു. ഇദ്ദേഹം ചെന്ന സമയം അവിടെ ഇക്കാവമ്മയും ലക്ഷ്മിക്കുട്ടിയും മീനാക്ഷിയും മാത്രമേ ഉണ്ടായിരുന്നുള്ളൂ. ലക്ഷ്മിക്കുട്ടി ഒരു ഇംഗ്ലീഷുപുസ്തകം വായിച്ച് അതിലെ കഥ മറ്റുള്ളവരെ പറഞ്ഞു മനസ്സിലാക്കുകയായിരുന്നു. നമ്പൂതിരിപ്പാടിനെ കണ്ടപ്പോൾ അവൾ എല്ലാവരും എഴുന്നീറ്റ് ഒരു കസേര നീക്കിയിട്ടുകൊടുക്കുകയും "അവിടെ ഇരിക്കാ"മെന്ന് അദ്ദേഹത്തോടു പറകയും ചെയ്തു.

നമ്പൂരി: നല്ല ശിക്ഷയായി. കാണണമെന്നങ്ങനെ വിചാരിച്ചു കഴിയുന്നേയുള്ളൂ.

ഇക്കാവമ്മ: ഇങ്ങോട്ടെങ്ങും എഴുന്നള്ളുക പതിവില്ലല്ലോ. ഇപ്പോളിങ്ങനെ തോന്നിയത് അടിയങ്ങളുടെ ഭാഗ്യംതന്നെ.

നമ്പൂരി: എന്നിച്ചാൽ ഇപ്പോളിങ്ങോട്ടു കേറണമെന്ന വസ്തുത വിചാരിച്ചിരുന്നില്ലെങ്കിലും ആസകലാൽക്കൂടി അങ്ങനെ വന്നു ഭവിച്ചു എന്നേയുള്ളു.

ഇക്കാവമ്മ: അടിയങ്ങൾ അഞ്ചെട്ടു ദിവസേ ആയുള്ളൂ ഇവിടെ എത്തീട്ട്.

നമ്പൂരി: ഗുരുവായുർക്കു പോയിരുന്നതായിരിക്കാം. അല്ലേ?

ഇക്കാവമ്മ: അല്ല, മദിരാശിയിലായിരുന്നു.

നമ്പൂരി: ശരി!ശരി! ഇനിക്കോർമ്മയുണ്ടായിരുന്നു. മകൾ ഭാഷ പഠിക്കുന്നുണ്ടെന്നു മറ്റും കേട്ടു. എത്ര കൊല്ലം പഠിച്ചു?

ഇക്കാവമ്മ: നാലഞ്ചുകൊല്ലത്തോളം പഠിച്ചു.

നമ്പൂരി: ഇപ്പോൾ എഴുത്തുകളുടേം മറ്റും മേൽവിലാസം കണ്ടാൽ വായിച്ചൂടേ?

ഇക്കാവമ്മ: അതല്ല. പ്രയാസംകൂടാതെ സംസാരിക്കുകയും എഴുതുകയും ചെയ്യാമെന്നാണ് എല്ലാവരും പറയുന്നത്.

നമ്പൂരി: അ് ഹ് - വെള്ളക്കാരന്മാരോടും മറ്റും സംസാരിക്കാ. ഇല്ലേ?

ഇക്കാവമ്മ: അത്യാവശ്യമൊക്കെ ആവാം.

നമ്പൂരി: മകളെ ഇവിടെ വിളിക്കൂ.
ഇക്കാവമ്മ: ലക്ഷ്മിക്കുട്ടി! ലക്ഷ്മിക്കുട്ടി!
ലക്ഷ്മിക്കുട്ടി: എന്താ?
ഇക്കാവമ്മ: ഇവിടെ വരൂ. ഇതാ തിരുമനസ്സോണ്ടു നിന്നെ വിളിക്കുന്നു. (ലക്ഷ്മിക്കുട്ടി വന്നിട്ട്)
നമ്പൂരി: ഇനിക്കു ഭാഷ അസാരം കേട്ടാൽ കൊള്ളാമെന്നുണ്ട്. എങ്ങന്യാ?
ലക്ഷ്മിക്കുട്ടി: ഇനിക്കൊന്നും അറിഞ്ഞുകൂടേ.
ഇക്കാവമ്മ: എന്താ നീ പറേണ്? തിരുമനസ്സോണ്ടു ചോദിക്കുമ്പോൾ അങ്ങനെ ഒക്കെ പറയാൻ പാടുണ്ടോ?
നമ്പൂരി: കുറച്ചു വല്ലതും മതി.
ലക്ഷ്മിക്കുട്ടി: ('ഇതൊരു മാരണമായിത്തീർന്നുവല്ലോ' എന്നു വിചാരിച്ച്) എന്താണ് പറയേണ്ടത്?
നമ്പൂരി: 'രാമ, ഇവിടെ വായോ" എന്നു പറയണം.
ലക്ഷ്മിക്കുട്ടി: "രാമൻ കം ഹിയർ".
നമ്പൂരി: 'രാമൻ' എന്നുള്ളതിന്നു ഭാഷ പറഞ്ഞില്ലല്ലോ.
ലക്ഷ്മിക്കുട്ടി: അതൊരുത്തന്റെ പേരല്ലേ? അതിനു വേറെ ഒന്നും പറയാനില്ല.
നമ്പൂരി: പിന്നെന്തു ഭാഷയാണ്? മലയാളത്തിന്റെ സഹായംകൂടാതെ ഒന്നും പറ്റില്ല. എന്നാൽ മലയാളംതന്നല്ലേ നല്ലത്? അതിനു വേറെ ഒരു സഹായവും വേണ്ടല്ലോ.
ഇക്കാവമ്മ: അടിയനൊന്നും അറിഞ്ഞുകൂടേ. ഇങ്ങനെയാണത്രേ ഇംഗ്ലീഷ് പഠിക്കാ. അവളോരോ പുസ്തകം വായിച്ച് അർത്ഥം പറയാറുണ്ട്. അതു ശരിയാണോ എന്നുള്ളത് ആർക്കറിയാം. പിന്നെ വേണമെങ്കിൽ അവളുടെ അച്ഛൻ ഉണ്ടായിരിക്കണം. എന്നാലറിയാം (ലക്ഷ്മിക്കുട്ടി ഒന്നും മിണ്ടാതെ പോയി)
നമ്പൂരി: മകൾക്കു സംബന്ധം ആരെങ്കിലും–
ഇക്കാവമ്മ: ആരും ഉണ്ടായിട്ടില്ല.
നമ്പൂരി: യോഗ്യന്മാരായ വല്ലവരും ഉണ്ടാവും. ഭാഷയും മറ്റും പഠിച്ചിട്ടുണ്ടല്ലോ. അതല്ലേ ഇപ്പോഴത്തെ ഭ്രമം?

എന്നിങ്ങനെ അവർ ലക്ഷ്മിക്കുട്ടിയെപ്പറ്റി കുറെ സംസാരിച്ചതിനു ശേഷം നമ്പൂതിരിപ്പാടു യാത്രപറഞ്ഞു പോയി. ഇങ്ങനെ കഴിയും സമയത്തിങ്കൽ നമ്മുടെ പ്രഭുവും ലക്ഷ്മിക്കുട്ടിയും ഓരേ സമയത്തു തന്നെ ഈശ്വരദർശനാർത്ഥം ദേവാലയത്തിൽ എത്തുന്നതിനു സംഗതിവന്നു. ഇവളെക്കണ്ടപ്പോൾ പ്രഭുവിനെ കാമദേവൻ അതികഠിനമായി പീഡിപ്പിക്കാൻ തുടങ്ങിയതുകൊണ്ട് അന്നത്തെ ഭക്തിയൊക്കെയും ജനങ്ങളെ ബോധിപ്പിക്കുവാൻ മാത്രമായിരുന്നു. ഒരു വിധത്തിൽ തൊഴുതു എന്നു വരുത്തി അമ്പലത്തിൽനിന്നുടനെ പോരുമ്പോൾ തന്റെ സേവകന്മാരിൽ ചിലരോടു ലക്ഷ്മിക്കുട്ടിയുടെ വീട്ടുപേരുമുതലായതു ചോദിച്ചറിഞ്ഞു. ഭവനത്തിലേയ്ക്കു പോകുകയും ചെയ്തു. ഇതിന്നിടയിൽ ഒന്നുകൂടി

പറയേണ്ടിയിരിക്കുന്നു: ലക്ഷ്മിക്കുട്ടിയുടെ യൗവനാരംഭംമുതല്ക്ക് അധികകാലത്തെ താമസം മദിരാശിയിലായിരുന്നതിനാൽ പ്രഭുവിന് ഇവളെ ഇയ്യിടയിൽ കാണുന്നതിന്നു തരംവന്നിട്ടില്ല. അതുകൊണ്ടായിരിക്കാം, പ്രഭു കണ്ടപ്പോൾ അറിയാഞ്ഞത്. അദ്ദേഹം ഓരോ കാര്യങ്ങളെ ആലോചിച്ചും ഇടയ്ക്കു ലക്ഷ്മിക്കുട്ടിയുടെ വിചാരത്തോടുകൂടിയും ഇരിക്കുമ്പോൾ ഇട്ടിവാസു നമ്പൂതിരിപ്പാടും അവിടെ എത്തി.

പ്രഭു: എന്താ, രണ്ടുദിവസമായിട്ടു കാണാറില്ല?

നമ്പൂരി: ഇല്ലത്തോരോ തിടുക്കമായിട്ടങ്ങനെ കഴിഞ്ഞു.

പ്രഭു: എന്തായിരുന്നു ഇത്ര വലുതായ തിടുക്കം?

നമ്പൂരി: ഒരു ഇരുനൂറുപറ അരിക്കു നെല്ലളപ്പിക്കാനുണ്ടായിരുന്നു. അതിനുവേണ്ടി രണ്ടുദിവസം കുറേ ചുറ്റേണ്ടി വന്നു.

പ്രഭു: അതൊക്കെ കഴിഞ്ഞോ?

നമ്പൂരി: കഴിഞ്ഞു. അതൊക്കെ ഒരു മട്ടായി.

പ്രഭു: പിന്നെന്താ വിശേഷം?

നമ്പൂരി: പിന്നെന്താ, ഒന്നുമില്ല.

പ്രഭു: എന്റെ ഈ മട്ടൊന്നു മാറ്റണമെന്നാണ് വിചാരിക്കുന്നത്. ഇങ്ങനെയൊന്നും ആയാൽ പോരാ എന്റെ സ്ഥിതിക്ക്.

നമ്പൂരി: ഏതു സംഗതിയിലാണിപ്പോൾ മാറ്റം വേണമെന്നാലോചിക്കുന്നത്?

പ്രഭു: എന്റെ മനസ്സിനു തൃപ്തിയായിട്ട് ഇതുവരെ ഒന്നും കണ്ടില്ല. അതുകൊണ്ടായിരുന്നു ഇത്ര താമസം.

നമ്പൂരി: കാര്യമെന്താണെന്നു കേക്കട്ടെ.

പ്രഭു: ആസകലാൽക്കൂടി വളരെ ദോഷമൊന്നും പറയാനില്ല.

നമ്പൂരി: ഇതു കൊങ്ങിണി ചക്കയ്ക്കു വില പറയുന്നമാതിരിയായല്ലോ. ഇനിയും കാര്യമെന്താണെന്നു പറയുന്നില്ല.

പ്രഭു: എല്ലാ സുഖങ്ങളും വേണ്ടതുപോലെ അനുഭവിക്കാതെ ജന്മം പാഴാക്കിക്കളഞ്ഞിട്ടെന്താണ് കാര്യം?

നമ്പൂരി: (ഒ! ഇദ്ദേഹം കൊണ്ടുവരുന്നതു മനസ്സിലായി) അതിനു സംശയമില്ല. എല്ലാ സുഖങ്ങളും വഴിപോലെ അനുഭവിക്കണം.

പ്രഭു: 'ഒരുത്തനായാൽ ഒരുത്തി വേണം' എന്നുള്ള പ്രമാണത്തെ അനുസരിപ്പാനാണ് ഇനി ഭാവം. അതിവളായാൽ മതിതാനും.

നമ്പൂരി: അതെവളാണ്?

പ്രഭു: അതൊക്കെ തീർച്ചയാക്കി. ഇനി നല്ല ദിവസം നോക്കേ വേണ്ടൂ.

നമ്പൂരി: ഇവിടുത്തെ മനസ്സിനു യോജിക്കത്തക്കതായിട്ടു ഞാനൊന്നും കണ്ടില്ല.

പ്രഭു: അങ്ങെന്തറിയും? ആ ചെമ്പകശ്ശേരി ഒരു പെണ്ണുണ്ട്. അവളെ കണ്ടിട്ടുണ്ടോ?

നമ്പൂരി: ശരി!ശരി! ഇക്കാവല്ലേ? പ്രായംകൊണ്ടു നല്ലവണ്ണം യോജിക്കും.

പ്രഭു: ഇക്കാവല്ല. അവളുടെ മകളാണ്.

നമ്പൂരി: അവൾക്കു നന്നെ ചെറുപ്പല്ലേ? ഇവിടുത്തെ വയസ്സിന് അവൾ യോജിക്കില്ല.

പ്രഭു: ഇനിക്കത്ര വളരെ വയസ്സായോ? ഈ നരച്ചതൊന്നും കൂട്ടണ്ടാ. ഈ വരുന്ന ചിങ്ങത്തിൽ അമ്പത്തൊന്നു തികയും. അത്രേയുള്ളൂ. അത്ര വയസ്സായി എന്നു തോന്നോ കണ്ടാൽ?

നമ്പൂരി: അത്ര തോന്നില്ലേ.

പ്രഭു: അവളെ അറിയോ അങ്ങ്?

നമ്പൂരി: ഞാൻ ഇന്നാളവിടെ പോയിരുന്നു. ആകൃതിം പ്രകൃതിം ഒക്കെ വളരെ ശിക്ഷയാണ്. അവൾ ഭാഷ പഠിച്ചിട്ടുണ്ടത്രേ.

പ്രഭു: അതുവ്വോ? നന്നായി! നമുക്കു വെള്ളക്കാരുടെ വല്ല എഴുത്തും വന്നാൽ അതുവായിപ്പാനായിട്ട് ഒരുത്തനെ ശമ്പളം കൊടുത്ത് ഇവിടെ താമസിപ്പിക്കേണമെന്നാണ് വിചാരിച്ചിരുന്നത്. അതിപ്പോൾ കൂടാതെകഴിഞ്ഞുവല്ലോ. ഇനി ഒന്നും സംശയിപ്പാനില്ല. ഇന്നു ചൊവ്വാഴ്ചയല്ലേ? ഇനിയത്തെ തിങ്കളാഴ്ചയായിക്കളയാം. ഇങ്ങട്ടു വരുത്തുന്നത്. അന്നു നമ്പൂതിരിപ്പാടും ഇവിടെ ഉണ്ടായിരിക്കില്ലേ? കാണണ്ടെ നമ്മുടെ നേത്യാരെ?

നമ്പൂരി: സംശോ? ഞാൻ അന്നു നേർത്തെ എത്തിക്കോളാം.

പ്രഭു: ഇനിക്കെന്തെങ്കിലും ഒരു സംശയം ചോദിക്കാനും എന്റെ അവസ്ഥ അറിഞ്ഞ് എന്നെ ഉപദേശിക്കാനും അതിനു കുറെ തന്റേടവും അറിവും ഉള്ളതായിട്ടും വേറെ ആരുമില്ലെന്നറിയാമല്ലോ. അതു കൊണ്ട് എങ്ങനെയൊക്കെയാണ് ഈ കാര്യത്തിൽ വേണ്ടതെന്നു അങ്ങു വെടിപ്പായി പറഞ്ഞുതരണം.

നമ്പൂരി: മുമ്പേതന്നെ നേത്യാർക്കിരിപ്പാനുള്ള സ്ഥലം വെടിപ്പാക്കണം. അതിൽ കുറച്ചു കാലമായിട്ടാരും താമസിക്കാത്തതിനാൽ ഒക്കെ കേടുവന്നിട്ടുണ്ട്.

പ്രഭു: അതു നാളത്തന്നെ വെടിപ്പാക്കിച്ചുകളയാം.

നമ്പൂരി: ഇടിപൊടിയായിട്ടു ബ്രാഹ്മണർക്കു സദ്യയും പ്രതിഗ്രഹവും വേണം.

പ്രഭു: അതുവേണല്ലോ.

നമ്പൂരി: നേത്യാരുടെ വീട്ടുകാർക്കു വല്ലതും കൊടുക്കണം.

പ്രഭു: ചാത്തരുടെ പക്കൽനിന്നിവിടെ ആയിരത്തിൽ ചില്വാനം ഉറുപ്പിക യോളം തരണം. അതു മുഴുവൻ വിട്ടുകൊടുക്കാം. പിന്നെ പത്തോ നൂറോ പറയ്ക്കു നിലംകൂടി ചാർത്തിക്കൊടുക്കാം. എന്നാൽ പോരേ?

നമ്പൂരി: അതുമതി. ധാരാളമായി. നേത്യാർക്കു വേണ്ട സകല ആഭരണ ങ്ങളും പണീച്ചുകൊടുക്കണം.

പ്രഭു: പണീച്ചുകൊടുക്കണമെന്നുണ്ടോ? ഇവിടെ ഇല്ലേ വളരെ ആഭ രണം? അതിൽനിന്നു വേണ്ടത് എടുത്തുകൊടുത്താൽ പോരേ?

നമ്പൂരി: എന്നാലും മതി. പിന്നെ തത്കാലം വേണ്ടതൊന്നുമില്ല.

എന്നെല്ലാം പറഞ്ഞു നമ്പൂതിരിപ്പാടു പോയതിന്റെശേഷം പ്രഭു മനേജർ കൃഷ്ണപ്പണിക്കരെ വിളിച്ച് ഈ കാര്യത്തെപ്പറ്റി നടത്തേണ്ട സംഗതികൾക്കെല്ലാം വേണ്ടുന്ന കല്പനകൾ കൊടുത്തു. പിറ്റേ ദിവസം തന്റെ സേവന്മാരിൽ ഒരുത്തനെ വിളിച്ചു "നിയ്യ് ചെമ്പകശ്ശേരിയിൽ പോയി ലക്ഷ്മിക്കുട്ടിയോടു ഞാൻ അവളെ നേത്യാരാക്കാൻ പോണു എന്നു പറഞ്ഞ് അവൾക്കതിൽ എത്രത്തോളം സന്തോഷം ഉണ്ടെന്നറിഞ്ഞു തിങ്കളാഴ്ചയ്ക്കു തയ്യാറായിരുന്നോളാൻ സ്വകാര്യമായി പറഞ്ഞു വരണം. എല്ലാവരേം അറിയിക്കൽ ഒടുക്കം മതി" എന്നു പ്രഭു പറഞ്ഞപ്പോൾ "അവൾക്കതിൽ അധികസന്തോഷം ഉണ്ടാവില്ലെന്നു തോന്നുന്നു" എന്നു വിചാരിച്ചുകൊണ്ടു സേവൻ പോയി. ഇവൻ ചെമ്പകശ്ശേരി വീട്ടിൽ ചെന്നപ്പോൾ ലക്ഷ്മിക്കുട്ടി അവളുടെ അറയിൽ ഒരു കസേരയിന്മേൽ ഇരുന്നു വർത്തമാനക്കടലാസുകൾ വായിക്കുകയായിരുന്നു. ഇവനെ കണ്ടപ്പോൾ അവൾ കടലാസു മേശപ്പുറത്തു വെച്ചിട്ട്–

ലക്ഷ്മിക്കുട്ടി: ഇരിക്കൂ. എവിടന്നാണിപ്പോൾ വരുന്നത്?

സേവൻ: ഞാൻ അക്കരപ്പാട്ടിന്നുതന്നെയാണ്.

ലക്ഷ്മിക്കുട്ടി: വിശേഷിച്ചൊന്നുമില്ലല്ലോ?

സേവൻ: വിശേഷിച്ചൊന്നുമില്ല. പ്രഭു നിങ്ങടെ ക്ഷേമത്തെപ്പറ്റി കൂടക്കൂടെ ചോദിക്കാറുണ്ട്.

ലക്ഷ്മിക്കുട്ടി: ഈ നിസ്സാരയായ എന്റെ ക്ഷേമാവസ്ഥയെപ്പറ്റി അദ്ദേഹം ചോദിക്കാറുള്ളതുകൊണ്ടു ഞാൻ അദ്ദേഹത്തിന്നു വളരെ താഴ്മയോടെ അസംഖ്യം വന്ദനം പറയുന്നു.

സേവൻ: നിങ്ങളെക്കുറിച്ചു വളരെ താത്പര്യത്തോടെയാണ് സംസാരിക്കാറുള്ളത്.

ലക്ഷ്മിക്കുട്ടി: അദ്ദേഹത്തിനെ ആശ്രയിച്ചു കാലക്ഷേപംചെയ്തുവരുന്ന ഞങ്ങളുടെ ഭാഗ്യംതന്നെ. അദ്ദേഹത്തിന്നങ്ങനെ തോന്നുന്നത്?

സേവൻ: നിങ്ങളെക്കുറിച്ചിത്ര പ്രീതിവരാൻ എന്താണ് കാരണം?

ലക്ഷ്മിക്കുട്ടി: മറിച്ചുവരാൻ അദ്ദേഹത്തിന്നു യാതൊരു ദോഷവും ഞങ്ങൾ ചെയ്തിട്ടില്ലെന്നാണ് തോന്നുന്നത്. അതിനു ഞങ്ങൾക്കു പ്രാപ്തിയും ഇല്ല.

സേവൻ: അദ്ദേഹത്തിന്നു സ്നേഹം തോന്നത്തക്ക വല്ല സഹായങ്ങളും നിങ്ങൾ ചെയ്തിട്ടുണ്ടോ?

ലക്ഷ്മിക്കുട്ടി: അദ്ദേഹം ഒരു ഗജമാണ്. ഞങ്ങൾ അജങ്ങളാണ്. അജത്തിനാൽ ഗജത്തിന് എന്തു സഹായമാണ് സിദ്ധിപ്പാൻ കഴിയുന്നത്?

സേവൻ: (ഇവൾക്കു പ്രഭുവിന്റെ സ്ഥിതികൾ അറിയുന്നതിൽ താത്പര്യമില്ലെന്നുതന്നെയല്ല, കുറച്ചു വിരക്തികൂടി ഉണ്ടെന്നു തോന്നുന്നു. ഇരിക്കട്ടെ. ഇനിയും നോക്കാം എന്നു വിചാരിച്ച്) അദ്ദേഹം അതിയോഗ്യൻതന്നെ, വളരെ ധർമ്മം ചെയ്യുന്നുണ്ട്.

ലക്ഷ്മിക്കുട്ടി: വളരെ ധർമ്മിഷ്ഠനാണെന്നാണ് കേൾവി?

സേവൻ: തനിക്കാരുടെ മേലാണോ ഒരു പ്രീതി തോന്നുന്നത്, അവർക്കു ചെയ്തുകൊടുക്കുന്ന ഗുണങ്ങൾക്കറ്റമില്ല.

ലക്ഷ്മിക്കുട്ടി: അദ്ദേഹത്തെപ്പോലെയുള്ളവർക്കല്ലാതെ ആർക്കങ്ങനെ ചെയ്യാൻ കഴിയും?

സേവൻ: യാതൊരു ഗതിയും ഇല്ലാത്ത ഒരു സ്ത്രീ ഇന്നാൾ അവിടെ വന്നിട്ടു തന്റെ ദാരിദ്ര്യത്തെപ്പറ്റി വളരെ വ്യസനമായി പ്രഭു കേൾക്കത്തക്കവണ്ണം കുറേ പറഞ്ഞു. അല്പം കഴിഞ്ഞപ്പോൾ അവൾക്ക് അഞ്ഞൂറ് ഉറുപ്പിക കൊടുക്കാൻ കല്പനയായി.

ലക്ഷ്മിക്കുട്ടി: അദ്ദേഹത്തിന്റെ സ്ഥിതിക്ക് അതു വളരെ ഉചിതമായ ഒരു പ്രവൃത്തിയായി.

സേവൻ: അവൾ കണ്ടാൽ കുറച്ചു ഭേദമായിരുന്നു. പക്ഷേ അതുകൊണ്ടായിരിക്കാം.

ലക്ഷ്മിക്കുട്ടി: അത് അദ്ദേഹത്തിന്റെ കരുണയുള്ളതും മാഹാത്മ്യമുള്ളതും ആയ ശീലത്താലാണെന്നേ വിചാരിപ്പാൻ പാടുള്ളൂ.

സേവൻ: അദ്ദേഹത്തിനിപ്പോൾ നേത്യാരെ ഉണ്ടാക്കണമെന്നുള്ള വിചാരം തുടങ്ങി.

ലക്ഷ്മിക്കുട്ടി: എന്നാൽ ആ സ്ത്രീ വളരെ ഭാഗ്യമുള്ളവളായിരിക്കും.

സേവൻ: ഏതു സ്ത്രീ?

ലക്ഷ്മിക്കുട്ടി: നേത്യാരാക്കാൻ നിശ്ചയിക്കപ്പെട്ട സ്ത്രീ.

സേവൻ: ഏതു സ്ത്രീയാണെന്നാണ് വിചാരം?

ലക്ഷ്മിക്കുട്ടി: എത്ര സ്ത്രീകളുണ്ട്. അതിലേതെന്നാണ് ഞാൻ വിചാരിക്കേണ്ടത്?

സേവൻ: ആ സ്ത്രീ ഇവിടെ അടുക്കെത്തന്നെ ഉള്ളവളാണ്.

ലക്ഷ്മിക്കുട്ടി: അതു വളരെ നന്നായി.

സേവൻ: എന്തുകൊണ്ടാണ് വളരെ നന്നായത്?

ലക്ഷ്മിക്കുട്ടി: നമ്മുടെ അയൽപക്കക്കാർക്കാണല്ലോ ഗുണം വരുന്നത് എന്നതുകൊണ്ടുതന്നെ.

സേവൻ: (ഇവളുടെ കാര്യം ഒക്കെ തീർച്ചയായി എന്നു വിചാരിച്ച്) നിങ്ങളെത്തന്നെ നേത്യാരാക്കിയാൽ കൊള്ളാമെന്നാണ് പ്രഭുവിന്റെ അഭിപ്രായം.

ലക്ഷ്മിക്കുട്ടി: ഈ വാക്കു ഞാനൊട്ടും വിശ്വസിക്കുന്നില്ല.

സേവൻ: സത്യമാണ് ഞാൻ പറയുന്നത്. അദ്ദേഹം പറഞ്ഞയച്ചിട്ടാണ് ഞാൻ വന്നിരിക്കുന്നത്.

ലക്ഷ്മിക്കുട്ടി: അദ്ദേഹം ഒരിക്കലും അങ്ങനെ പറഞ്ഞയയ്ക്കില്ല. നിങ്ങടെ നേരമ്പോക്കു നന്നായി.

സേവൻ: കളിയല്ല, യഥാർത്ഥമാണിത്. നിങ്ങളെ നേത്യാരാക്കിയാൽ കൊള്ളാമെന്നു പ്രഭുവിന്നാഗ്രഹമുണ്ട്. അതിലേയ്ക്കു നിങ്ങടെ അഭിപ്രായമെന്താണെന്നറിയാനായിട്ടാണ് എന്നെ പറഞ്ഞയച്ചിരിക്കുന്നത്.

ലക്ഷ്മിക്കുട്ടി: അദ്ദേഹം അത്ര വീണ്ടുവിചാരംകൂടാതെ പറയുന്ന ഒരാളല്ലെന്നാണ് എന്റെ വിശ്വാസം. എങ്ങനെയാണിതു യോജിക്കുന്നത്? അദ്ദേഹത്തിനെത്ര വയസ്സായി.? ഇനിക്കെത്ര വയസ്സായി?

സേവൻ: ഇനിക്കതൊന്നും അറിഞ്ഞുകൂടാ. ഇങ്ങനെ ആലോചിക്കാനായിട്ടെന്നെ പറഞ്ഞയച്ചു.

ലക്ഷ്മിക്കുട്ടി: നിങ്ങൾ വല്ലവരും പറഞ്ഞുകൊടുത്തിട്ടായിരിക്കും അദ്ദേഹത്തിന്നിങ്ങനെ തോന്നിയത്?

സേവൻ: അതൊരിക്കലുമല്ല. എന്നോടിങ്ങട്ടു പറയാണ് ചെയ്തത്.

ലക്ഷ്മിക്കുട്ടി: അദ്ദേഹത്തിന്നിങ്ങനെ തോന്നിയതുകൊണ്ട് ഈ അല്പയായ ഇനിക്കിതിൽപ്പരം ഒരു ശ്രേയസ്സു കിട്ടേണ്ടതില്ല. എന്നാൽ ഞങ്ങൾ കുടിക്കുന്ന വെള്ളംകൂടി അദ്ദേഹത്തിന്റേതാകയാൽ ഞാനെങ്ങനെയാണിതിന്നൊരു വിരോധം പറയേണ്ടത്? ഇങ്ങനെ ഒക്കെയും അദ്ദേഹം കല്പനയായാൽ അതു വളരെ വ്യസനമായിട്ടുള്ള ഒരവസ്ഥയാണ്. എന്നാൽ ഇനിക്കദ്ദേഹത്തിന്റെ നേത്യാരായിരിപ്പാൻ മനസ്സില്ലായ്കയാകട്ടെ, അതിൽ അധികമായ ഒരു ഗുണം ഇനിക്കു വേറെ സിദ്ധിപ്പാനുണ്ടായിട്ടാകട്ടെ, അദ്ദേഹത്തിന്നു ബുദ്ധിമാഹാത്മ്യം ഇല്ലായ്കയാലാകട്ടെ, ഇതുപോലെയുള്ള വേറെ ഒരാളെ ഇനിക്കു ഭർത്താവായി ഈജന്മത്തിൽ കിട്ടുമെന്നുള്ള വിചാരം കൊണ്ടാകട്ടെ, അദ്ദേഹത്തിന്റെ കൃപാവലംബം ഞങ്ങൾക്കു സർവ്വദാ അത്യാവശ്യമല്ലായ്കയാലാകട്ടെ, അദ്ദേഹത്തിന്റെ പ്രതികൂലതകൊണ്ടു ഞങ്ങളുടെ കുടുംബം തീരെ നശിച്ചുപോകുകയില്ലെന്നുള്ള ധൈര്യംകൊണ്ടാകട്ടെ—ഇതുകൾ യാതൊന്നുകൊണ്ടും അല്ല. (എന്നു പറഞ്ഞു ലജ്ജിക്കുന്നു.)

സേവൻ: പിന്നെന്തുകൊണ്ടാണ്?

ലക്ഷ്മിക്കുട്ടി: എന്റെ മനസ്സാസകലംതന്നെ വേറെ ഒരാളിൽ സമർപ്പിച്ചിട്ടു കുറെ ദിവസമായി. ഇനി അതിനെ വീണ്ടെടുക്കുന്നത് എന്നാൽ അശക്യംതന്നെ. ഞാനെന്തു ചെയ്യട്ടെ?

സേവൻ: ഞാനെന്താണ് അദ്ദേഹത്തോടു മറുപടി പറയേണ്ടത്?

ലക്ഷ്മിക്കുട്ടി: യാതൊരു മറുപടിയും പറയാൻ ഞാൻ കണ്ടില്ല. എന്റെ സ്ഥിതി ഇങ്ങനെയാണ്.

സേവൻ: എന്നാൽ ഞാൻ പോവല്ലേ വേണ്ടൂ?

ലക്ഷ്മിക്കുട്ടി: പോവുന്നതിന്നൊരു വിരോധവും ഇല്ല. എന്നാൽ അദ്ദേഹത്തിനെന്റെ മേൽ യാതൊരുപ്രീതിയും ഉണ്ടാകാതിരിക്കത്തക്ക വിധത്തിൽ സകലവർത്തമാനങ്ങളും വേണ്ടതുപോലെ പറഞ്ഞറിയിപ്പാനായി ഞാൻ പ്രത്യേകം നിങ്ങളോടപേക്ഷിക്കുന്നു. എന്റെ കുറ്റമല്ലേ. ഞാൻ നേരത്തെതന്നെ അബദ്ധത്തിൽ ചാടിയിരിക്കുന്നു. അതുകൊണ്ടാണേ.

സേവൻ: ആട്ടെ. അതുകൊണ്ടൊന്നും തരക്കേടില്ല. ഞാൻ വേണ്ടതുപോലെ പറഞ്ഞറിയിച്ചുകൊള്ളാം. (എന്നുപറഞ്ഞ് അവൻ പോയി)

ലക്ഷ്മിക്കുട്ടിയുടെ അടുക്കലേയ്ക്കയക്കപ്പെട്ട സേവൻ വരുന്നുണ്ടോ എന്നു ജനാലയിൽക്കൂടെ അനിമേഷങ്ങളായ നേത്രങ്ങളെക്കൊണ്ടു നോക്കിയും തിങ്കളാഴ്ചയാവുന്നതിന്നെത്ര ദിവസം കഴിയണമെന്നെണ്ണി നോക്കിയും ഇത്ര രൂപലാവണ്യമുള്ള ഒരു യുവതിയുടെ വിവാഹശയ്യയിൽ നിന്നനുഭവിക്കാവുന്ന സുഖങ്ങളെ ഓർത്തോർത്താനന്ദാബ്ധിയിൽ നിമഗ്ന നായും തന്റെ പരിചാരകന്മാർക്കു തിങ്കളാഴ്ചയിലെ അടിയന്തിരത്തിനെ പ്പറ്റി ഓരോരോ കല്പനകൾ കൊടുത്തും ഇരിക്കുമ്പോൾ സേവൻ വന്നതു കണ്ടിട്ട്–

പ്രഭു: നിയ്യവിടെ പോയില്ലേ?

സേവൻ: പോയി.

പ്രഭു: ലക്ഷ്മിക്കുട്ടി വളരെ സന്തോഷിച്ചിരിക്കുന്നു, അല്ലേ?

സേവൻ: അധികമായ സന്തോഷം യാതൊന്നുമില്ല.

പ്രഭു: തിങ്കളാഴ്ചയ്ക്കു നീട്ടിവെച്ചതുകൊണ്ടായിരിക്കും, അല്ലേ? അവൾക്കിന്നുതന്നെ ഇങ്ങട്ടു വരണമെന്നായിരിക്കും ആഗ്രഹം.

സേവൻ: അതുകൊണ്ടല്ല.

പ്രഭു: പിന്നെന്താ? അവൾക്കു ശരീരത്തിന്നു വല്ല സുഖക്കേടും ഉണ്ടോ?

സേവൻ: സുഖക്കേടൊന്നുമില്ല. അവൾക്കു നേത്യാരായിരിപ്പാൻ യാതൊരു യോഗ്യതയും ഇല്ലെന്ന്.

പ്രഭു: അതുകൊണ്ടെന്താ? അവളുടെ യോഗ്യത നോക്കീട്ടാ? യോഗ്യത ഒക്കെയും നാം ഉണ്ടാക്കിക്കൊടുക്കുന്നതല്ലേ?

സേവൻ: അതുതന്നെയല്ല. അവൾക്കിതിൽ ഒട്ടും താത്പര്യല്ല. അവളുടെ മനസ്സൊക്കെയും വേറെ ഒരുവങ്കൽ സമർപ്പിക്കപ്പെട്ടിരിക്കുന്നു എന്നും അതുകൊണ്ടവൾ വിചാരിച്ചാൽ ഇതിൽ യാതൊരു നിവൃ ത്തിയും ഇല്ലെന്നും മറ്റുമാണ് പറയുന്നത്.

പ്രഭു: (വളരെ ലജ്ജയോടും കോപത്തോടും കൂടി) അ്ഹ്! അവൾ അങ്ങനെ പറഞ്ഞോ? നമ്മെക്കാൾ പ്രബലനുണ്ടായോ അവൾക്ക്! അക്കരപ്പാട്ടുപ്രഭുവിനെക്കാൾ യോഗ്യനുണ്ടോ? എന്നാൽ നോക്കി ക്കോട്ടെ! അറിയാമല്ലോ! അവന്റെ വലിപ്പം എത്രയുണ്ടെന്നു കാണാ മല്ലോ! (എന്നു പറഞ്ഞ് ഉടനെ എഴുനീറ്റുപോയി ഒരു കോച്ചിന്മേൽ ചെന്നുകിടന്നു വിചാരിക്കുന്നു) കഷ്ടം! ഞാനിത്ര വിഡ്ഢിയായല്ലോ! ഇവളുടെ മനസ്സറിയാതെ മുൻകൂട്ടി കൊട്ടിഘോഷിച്ചതു വളരെ ഭോഷത്വംതന്നെ. ഞാൻ വളരെ ആളുകളോട് ഈ സംഗതിയെപ്പറ്റി പറഞ്ഞുവല്ലോ. ഈ നാട്ടിലുള്ളവർ എല്ലാവരും ഇതറിഞ്ഞിട്ടുണ്ട്. ജനങ്ങൾ എന്നെക്കുറിച്ചെന്തു പറയും? ജനങ്ങളുടെ പരിഹാസം ഞാനെങ്ങനെയാണ് സഹിക്കുന്നത്? ഈ വിഡ്ഢിത്തത്തിന്ന് കച്ചകെട്ടി പുറപ്പെടാനായിട്ടിനിക്കു തോന്നിയല്ലോ. ഇവർ നമ്മുടെ ആശ്രയം കൊണ്ടുമാത്രം കാലക്ഷേപം ചെയ്തുവരുന്നവരാ യതിനാൽ ഞാൻ പറഞ്ഞതിന്നപ്പുറം പോകയില്ലെന്നു കരുതീട്ടാ ണല്ലോ ഇത്ര ഘോഷിച്ചത്. ഈ ലോകത്തിൽ ഏതൊരു സ്ത്രീ

യാണ് നമ്മുടെ നേത്യാരാവാൻ കൊതിക്കാത്തത്? ഈ വീട്ടു കാർക്കു വേറെ ഒരു സഹായം ഉള്ളതായി ഞാൻ അറിയുന്നില്ല. പിന്നെന്തുകൊണ്ടാണിവളങ്ങനെ പറഞ്ഞയച്ചത്? മുൻകൂട്ടി ഇത്ര വളരെ പ്രസ്താവിച്ചതിന്റെശേഷം ഞാൻ ഇനി എങ്ങനെയാണ് നമ്മുടെ പരിചാരകന്മാരുടെയും മറ്റും മുഖത്തു നോക്കുന്നത്? നമ്മുടെ ഇഷ്ടൻ ഇട്ടിവാസു നമ്പൂതിരിപ്പാടോട് ഇവളുടെ മറുപടി എങ്ങനെ പറയും? ഇത്ര സാരമില്ലാത്തതായ ഒരു പെണ്ണു നേത്യാരായിരിപ്പാൻ സമ്മതിച്ചില്ലെന്നു ജനങ്ങൾ കേട്ടാൽ നമ്മുടെ ഗൗരവത്തിന്നെത്ര കുറവായി? ഞാൻ ഈ ഏഠയെ അമ്പലത്തിൽ വെച്ചു കണ്ടത് എന്തൊരവലക്ഷണമായ സമയത്താണ്! നമ്മുടെ ജന്മം ഇങ്ങനെയുള്ള ഒരപകീർത്തിയാൽ ജനങ്ങൾക്കു പ്രത്യേകി ച്ചോർമ്മയ്ക്കിടയായല്ലോ. അവൾ നമ്മുടെ അവസ്ഥ എന്തെ ന്നാലോചിച്ചില്ലല്ലോ. ഞാൻ വിചാരിച്ചാൽ ആ ഏഠയ്ക്കു ചെയ്വാൻ കഴിയുന്ന ദോഷങ്ങൾ എത്രയാണ്! നമ്മുടെ സന്തോഷത്താൽ അവൾക്കുണ്ടാകാവുന്ന ഗുണങ്ങളെ ആ ബുദ്ധിഹീന ഓർത്തി ല്ലല്ലോ. നേത്യാർക്കു താമസിപ്പാനായി നന്നാക്കപ്പെടുന്ന സ്ഥലം ഇനി ആർക്കുപയോഗിപ്പാനാണെന്നു വേലക്കാർ തമ്മിൽ ചോദിച്ചു പരിഹസിക്കുമല്ലോ. വേറെ ഒരു നേത്യാരമ്മ ഉടനേ ഉണ്ടാക്കുക എന്നുവെച്ചാലും ദോഷം. 'കൊണ്ട കാളേ കണ്ടില്ലെങ്കിൽ കണ്ട കാളേ കൊള്ളുക' എന്നാളുകൾ പരിഹസിക്കുമല്ലോ. നമ്മുടെ അപ്രീതിയാൽ ഉണ്ടാകുന്ന ഉപദ്രവത്തിന്റെ ശക്തി ഇവളെ അറി യിച്ചുകൊടുക്കണം. അതിനെന്താണുപായം? ചെമ്പകശ്ശേരിവീട്ടു കാർക്കുള്ള വസ്തുക്കൾ മുഴുവനും നമ്മുടേതാണ്. അതൊക്കെയും ഇപ്പോൾ ഒഴിഞ്ഞുതരുവാനായി നിർബ്ബന്ധിക്കണം. എന്നാൽ ഇവർ തീരെ അഗതികളായി ഭവിക്കുമെന്നുള്ളതിന്നു സംശയമില്ല. പിന്നെ നമ്മുടെ അടുക്കൽത്തന്നെ വരേണ്ടിവരും. അപ്പോൾ എന്തു വേണ്ടൂ എന്നാലോചിക്കാം. നമ്മുടെ ആഗ്രഹത്തെ തീരെ നിസ്സാരമാക്കി ച്ചെയ്വാനുള്ള ധൈര്യം ഇവൾക്കുണ്ടായില്ലേ? ഇനി എന്തു ശുപാർശി വന്നാലും ഞാൻ എടുക്കുന്നതല്ല. അവളുടെ മനസ്സ് ആരിൽ സമർപ്പിച്ചിരിക്കുന്നുവോ, അവന്റെ യോഗ്യത ഇപ്പോൾ ഇവിടെ കാണാമല്ലോ. നമ്മുടെ അതൃപ്തിക്കു പാത്രമായിത്തീർന്നാൽ ഇങ്ങനെയുള്ള ദോഷങ്ങൾ സംഭവിക്കുമെന്ന് എല്ലാവർക്കും ഒരു ഉദാഹരണമായിത്തീരട്ടെ. വിട്ടുകൊടുക്കോ ഞാൻ? ഇങ്ങനെയുള്ള കാര്യങ്ങളിൽ ഇനിക്കു നൈരാശ്യം കൂടും. അമ്പടീ? ഇത്രയുണ്ടോ നിനക്ക്? നോക്കിക്കോ!

എന്നിപ്രകാരമുള്ള കോപവാക്കുകളുടെ അതിഭയങ്കരമായ പൊട്ടി ത്തെറിക്കലുകളെ ഒരുവിധത്തിൽ അടക്കിവെച്ചു. ഈ അഭിമാനക്കുറവു ഹേതുവായി തന്റെ പരിചാരകന്മാരുടെ മുഖത്തു നോക്കുന്നതു ലജ്ജാ കരമായിട്ടുള്ളതെന്നു വിചാരിച്ച് ആ ദിവസം ഭൃത്യന്മാരുടെ പരികർമ്മം

വളരെ തുച്ഛമായിട്ടേ പ്രഭു ആവശ്യപ്പെട്ടുള്ളൂ. പിറ്റേ ദിവസം കാലത്തു മാനേജർ കൃഷ്ണപ്പണിക്കരെ വിളിച്ചു ചെമ്പകശ്ശേരി ചാത്തരമേനെ ഉടനെ അവിടെ വരുത്തെണമെന്നു പറകയും അതുപ്രകാരം മാനേജർ ചാത്തരമേനെ തത്ക്ഷണം ആളെ അയച്ചുവരുത്തുകയും ചെയ്തു.

പ്രഭു: താൻ ഇവിടെ കുറെ പാട്ടം തീർക്കാനില്ലേ?

ചാത്തരമേനോൻ: തീർക്കാനുണ്ട്.

പ്രഭു: അതെന്താ തീർക്കാത്തത്?

ചാത്തരമേനോൻ: ഞാൻ വിചാരിച്ചാൽ ഇപ്പോൾ യാതൊരു നിവൃത്തിയും ഇല്ല. ഇവിടത്തെ കൃപതന്നെ വേണം.

പ്രഭു: അങ്ങനെ പറഞ്ഞാൽ മതിയോ?

ചാത്തരമേനോൻ: കഴിഞ്ഞാണ്ടിൽ വെയിൽക്കേടുകൊണ്ടും മഴക്കേടുകൊണ്ടും സകല ജനങ്ങൾക്കും വന്നിട്ടുള്ള ദോഷം ഇവിടേയ്ക്കറിവുണ്ടല്ലോ.

പ്രഭു: എന്നാൽ പാട്ടം തീർക്കണ്ടാ എന്നോ?

ചാത്തരമേനോൻ: ഇവിടുന്നൊരു ദയവുചെയ്തു സാവധാനത്തിൽ എന്നെക്കൊണ്ടു തീർപ്പിക്കണം.

പ്രഭു: അതുകൊണ്ടൊന്നും ആവില്ല. പാട്ടമൊക്കെ ഇപ്പോൾ തരണം. ഇനി വസ്തുക്കൾ തന്റെ കൈവശത്തിൽ നിറുത്താനായിട്ടു വിചാരിക്കുന്നില്ല. ഇവിടെ ആവശ്യമുണ്ട്. അതുകൊണ്ട് ഒക്കെ വേഗത്തിൽ ഒഴിഞ്ഞുകളയേ വേണ്ടൂ.

ചാത്തരമേനോൻ: ഇങ്ങനെ കല്പനയാവാൻ ഞാനെന്തു പിഴയാണ് ഇവിടേയ്ക്കു ചെയ്തിട്ടുള്ളതാവോ?

പ്രഭു: പിഴ യാതൊന്നും ചെയ്തിട്ടില്ല. വസ്തുക്കൾ ഇവിടെ ആവശ്യമുണ്ട്. അത്രേയുള്ളൂ.

ചാത്തരമേനോൻ: വസ്തുക്കൾ ഒഴിഞ്ഞാൽ എന്റെ കുഞ്ഞുകുട്ടികൾ നിർഗ്ഗതികളായിത്തീരുമല്ലോ. എന്റെ നേരെ ഒരു കരുണ വിചാരിക്കണേ.

പ്രഭു: തന്റെ കുഞ്ഞുകുട്ടികളെ പുലർത്താൻ ഞാനാണോ? ഇവിടുത്തെ ബുദ്ധിമുട്ടല്ലേ ഞാനാലോചിക്കേണ്ടത്?

ചാത്തരമേനോൻ: ഇവിടുന്നങ്ങനെ കല്പനയാവരുതേ. ഞങ്ങൾ ഇതുവരെയും ഇവിടുത്തെ കഞ്ഞി കുടിച്ചാണ് വളർന്നിരിക്കുന്നത്.

പ്രഭു: അതുകൊണ്ടാണ് നിങ്ങൾക്കിത്ര–ഇനി വളരെ ഒന്നും പറഞ്ഞിട്ടു കാര്യമില്ല. ഉടനെ വസ്തുക്കൾ ഒഴിഞ്ഞുകിട്ടണം. ഇത്ര നാളും എന്റെ മുതൽ അനുഭവിച്ചുവല്ലോ. അതിന്റെ ഫലം കിട്ടി. ഇനി അവിടെ ഇരിക്കട്ടെ.

ചാത്തരമേനോൻ: ഞാനെന്തപരാധമാണ് ചെയ്തിട്ടുള്ളത്? അറിയാതെ വല്ലതും ചെയ്തിട്ടുണ്ടെങ്കിൽ അതിന്നു കല്പിക്കുന്ന പിഴ ചെയ്യാൻ ഞാൻ തയ്യാറായിരിക്കുന്നു.

പ്രഭു: താൻ യാതൊരു പിഴയും ചെയ്യണ്ടാ. എന്റെ വസ്തുക്കൾ ഒഴിഞ്ഞു തന്നാൽ മതി.

എന്നുപറഞ്ഞു പ്രഭു പെട്ടെന്ന് എഴുനീറ്റു പോകയും ചെയ്തു. ചാത്തര മേനോൻ കുറേ നേരം അവിടെത്തന്നെ ഒരു സ്തംഭംപോലെ നിന്നതിന്റെ ശേഷം തന്നെ ആളയച്ചു വരുത്തി പെട്ടെന്നുണ്ടായ കല്പന യുടെ ശക്തിയെ വിചാരിച്ചും അതുപ്രകാരമുള്ള കഠിനശിക്ഷയ്ക്കു പാത്രമാകത്തക്കവണ്ണം താൻ ഏതൊപരാധമാണ് അദ്ദേഹത്തിനു ചെയ്തിട്ടുള്ളതെന്ന് ഓർത്തുനോക്കിയും അല്പപാട്ടം കൊടുക്കണമെ ങ്കിലും വളരെ കാലമായി സ്വന്തംപോലെ നടന്നനുഭവിച്ചുവന്നിരുന്ന വസ്തുക്കൾ ഇപ്പോൾ ഒഴിഞ്ഞുകൊടുക്കേണ്ടിവരുന്നുവല്ലോ എന്നും അതിനാൽ തന്റെ കുടുംബം പ്രാപിക്കാൻ പോകുന്ന അധോഗതിയെ ക്കുറിച്ചും ഇതുവരെ ഒരു മര്യാദയിൽ കഴിഞ്ഞുവന്നിരുന്ന ആളുകൾ എത്ര വളരെ അരിഷ്ടതയിൽ അകപ്പെടേണ്ടു എന്നും മറ്റും കഠിനമായി വ്യസ നിച്ചും ജന്മികളുടെ വസ്തുക്കളായിരുന്നാൽ ഉണ്ടാകാവുന്ന ദോഷങ്ങൾ ഇപ്രകാരമാണെന്നോർത്തും അന്നന്നത്തെ ദിവസവൃത്തി വളരെ സുഖ മായി കഴിച്ചതല്ലാതെ കുറച്ചു പണമെങ്കിലും സമ്പാദിച്ചുവെയ്ക്കുന്നതി നുള്ള മാർഗ്ഗം അതുവരെ താൻ നോക്കിയില്ലല്ലോ എന്നു വിചാരിച്ചും കൊണ്ടു വീട്ടിലേയ്ക്കു പോയി. ചാത്തരമേനോൻ പോയതിന്റെശേഷം ഇട്ടിവാസുനമ്പൂതിരിപ്പാട് അവിടെ എത്തി പ്രഭുവിനോടോരോ കാര്യങ്ങ ളെപ്പറ്റി സംസാരിപ്പാൻ തുടങ്ങി. ലക്ഷ്മിക്കുട്ടി പറഞ്ഞയച്ച മറുപടിയും മറ്റും തന്റെ ആത്മസ്നേഹിതനായ നമ്പൂതിരിപ്പാടോടു പറയുന്നതിന്നു പ്രഭു ലജ്ജയാലും കോപത്താലും തടുക്കപ്പെട്ടവനായി എങ്കിലും തനിക്കു വേറെ ആരോടും പറയാനില്ലല്ലോ എന്നു കരുതിയും പറഞ്ഞില്ലെങ്കിലും അദ്ദേഹം അറിയാതിരിക്കയില്ലെന്ന് വിചാരിച്ചും സകലവർത്തമാനങ്ങളും അദ്ദേഹത്തെ പറഞ്ഞറിയിച്ചു.

പ്രഭുവിനെ അവൾ ഇത്ര നിസ്സാരനാക്കിയല്ലോ എന്നു വിചാരിച്ച് അദ്ദേഹത്തിന്റെ വലിപ്പത്തെയും അവളുടെ അഹംഭാവത്തെയും ഇതിൽനിന്നു പ്രഭുവിനുണ്ടാകുന്ന ഗൗരവക്കുറവിനെയും മറ്റും കുറിച്ചു നമ്പൂതിരിപ്പാട് അദ്ദേഹത്തിന്റെ നേരെ വെച്ചു പറഞ്ഞതു കേട്ടപ്പോൾ പ്രഭുവിനു മുമ്പേ ഉണ്ടായിരുന്ന കോപം ഒന്നിരട്ടിച്ചു. പിന്നെ അധികമാ യിട്ടൊന്നും സംസാരിക്കാതെ പ്രഭു കുളിപ്പാനും നമ്പൂതിരിപ്പാട് ഇല്ല ത്തേയ്ക്കും പോയി. ചാത്തരമേനോൻ വീട്ടിൽ ചെന്നിട്ടു തന്റെ ദൈവ കല്പിതത്തെയും വിപത്തിനെയും കുറിച്ചു വ്യസനിച്ചുംകൊണ്ട് ഒരു ചാരുകസേരയിന്മേൽ ആരോടും ഒന്നും മിണ്ടാതെ കിടക്കുമ്പോൾ കന്മാര ന്നായർ സമീപത്തു ചെന്ന് അയാളുടെ വ്യസനഹേതു ചോദിച്ചറിഞ്ഞതി ന്റെശേഷം "പ്രഭു ഒരാളെ അയച്ചു ലക്ഷ്മിക്കുട്ടിയോടു നേത്യാരായിരി പ്പാൻ മനസ്സുണ്ടോ എന്നു ചോദിപ്പിക്കുകയും അവൾ അതിന്നു വിസ മ്മതം പറയുകയും മറ്റും ഉണ്ടായി എന്നു ഇക്കാവ് എന്നോടു പറഞ്ഞു. അതുകൊണ്ടായിരിക്കുമോ അദ്ദേഹത്തിന്നിപ്രകാരം തോന്നാനുള്ള

കാരണം? ഇട്ടിവാസു നമ്പൂതിരിപ്പാടോടു ചോദിച്ചാൽ അതിന്റെ സത്യം അറിയാം. എന്നു പറഞ്ഞപ്പോൾ ചാത്തരമേനോൻ കസേരയിന്മേൽനിന്നെഴുനീറ്റു "ഞാൻ ഇപ്പോൾത്തന്നെ പോയി ചോദിച്ചറിയാം." എന്നു പറഞ്ഞു പോകുവാൻ ഭാവിച്ചപ്പോൾ "നേരം പത്തുമണി കഴിഞ്ഞു" എന്നും ഇനി കുളിയും ഊണും കഴിച്ചിട്ടു പോയാൽ മതി" എന്നും മറ്റും കന്മാരനായരുടെ വാക്കിനെ കേട്ടു താമസിച്ച് ഉച്ചതിരിഞ്ഞിട്ടിവാസു നമ്പൂരിപ്പാട്ടിലെ ഇല്ലത്തു ചെന്നദ്ദേഹത്തിനെ കണ്ടിട്ട് —

നമ്പൂരി: എന്താണ് ചാത്തരു പോന്നത്?

ചാത്തരമേനോൻ: അടിയന്റെ കാര്യം വല്ലതും തിരുമനസ്സോണ്ടറിഞ്ഞിട്ടുണ്ടോ. ആവോ?

നമ്പൂരി: എന്താ അത്? ഞാനൊന്നും അറിഞ്ഞില്ല.

ചാത്തരമേനോൻ: അടിയനെ വളരെ ഉപദ്രവിക്കാനാണ് പ്രഭു നോക്കുന്നത്.

നമ്പൂരി: അതെന്തിനായിട്ടാണ്?

ചാത്തരമേനോൻ: എന്തുകൊണ്ടാണാവോ. വസ്തുക്കൾ ഒക്കയും ഇപ്പോൾ ഒഴിഞ്ഞുകൊടുക്കണമെന്നു നിർബ്ബന്ധിക്കുന്നു.

നമ്പൂരി: അദ്ദേഹം ആവശ്യപ്പെട്ടാൽ ഒഴിഞ്ഞുകൊടുക്കണ്ടേ?

ചാത്തരമേനോൻ: ഒഴിയുന്നതിന്നു വിരോധമില്ല. അടിയനു വേറെ ഒരു മുതലും ഇല്ലെന്നു തിരുമനസ്സിലേയ്ക്കറിയാമല്ലോ. അടിയന്റെ കുടുംബം അതുകൊണ്ടു തീരെ പൊളിഞ്ഞുപോകുമല്ലോ. മറ്റൊരാശ്രയമില്ലാത്തവനും നിരപരാധിയും ആയ അടിയന്റെ നേരെ ഇങ്ങനെ തോന്നുവാനെന്താണാവോ കാരണം?

നമ്പൂരി: അതിനു ഞാനിപ്പോളെന്താണ് ചെയ്യണ്ടത്?

ചാത്തരമേനോൻ: തിരുമനസ്സോണ്ടുതന്നെ ഇതിന്നൊരു നിവൃത്തി ഉണ്ടാക്കിത്തന്ന് അടിയനെ രക്ഷിക്കണം.

നമ്പൂരി: ഞാൻ വിചാരിച്ചാലെന്താണ് കഴിയുന്നത്?

ചാത്തരമേനോൻ: അങ്ങനെ ഒന്നും അരുളിച്ചെയ്താൽ പോരാ. (രണ്ടു പേരും ഒന്നും മിണ്ടാതെ കുറേ നേരം ആലോചിച്ചു നില്ക്കുന്നു.)

നമ്പൂരി: ചാത്തരുടെ വീട്ടിലെ ആ പെണ്ണിനാരാ സംബംന്ധം?

ചാത്തരമേനോൻ: ആരും സംബന്ധമില്ല.

നമ്പൂരി: അവളെ നേത്യാരാക്കാൻ പ്രഭു ആവശ്യപ്പെട്ടതിനെ അവൾ സമ്മതിച്ചില്ലത്രേ.

ചാത്തരമേനോൻ: അടിയൻ അതു അറിക ഉണ്ടായില്ല.

നമ്പൂരി: അതാണ് ഈ മുഷിച്ചിലിന്നുള്ള ഹേതു എന്നു തോന്നുന്നു.

ചാത്തരമേനോൻ: അത് അവരോടൊക്കെ ചോദിച്ചിട്ടു കാര്യമില്ലല്ലോ. അടിയനോടൊരു വാക്കു പറഞ്ഞാൽ പോരേ?

നമ്പൂരി: അവളുടെ അഭിപ്രായംകൂടി അറിയാമല്ലോ എന്നു വിചാരിച്ചു ചോദിച്ചതാണ്.

ചാത്തരമേനോൻ: അവറ്റയ്ക്കു കഥയുണ്ടോ? ജനങ്ങളുടെ അവസ്ഥ അറിഞ്ഞു സംസാരിപ്പാൻ അറിയാമോ?

നമ്പൂരി: അവൾക്കു വേറെ ഒരുത്തൻ സംബന്ധമാവാനായിട്ടു നിശ്ചയിച്ചിട്ടുണ്ടത്രേ.

ചാത്തരമേനോൻ: അടിയന്നിതുവരെ യാതൊരറിവും ഇല്ല. അടിയന്റെ അറിവു കൂടാതെ ഒട്ടുംനടക്കുന്നതും അല്ല.

നമ്പൂരി: പ്രഭുവിന്റെ അഭിമാനത്തിന്നെത്ര പോരായ്മയായി അവളങ്ങനെ പറഞ്ഞയച്ചത്. അദ്ദേഹത്തിന്റെ അവസ്ഥ അറിയാതെ പറവാൻ പാടുണ്ടോ?

ചാത്തരമേനോൻ: ഇക്കാര്യത്തിന്നു യാതൊരു വിരോധവും ഇല്ല. അവൾക്കു കഥയില്ലാഞ്ഞിട്ടാണിപ്രകാരം പറഞ്ഞയച്ചത്, എന്നാണ് നേത്യാരാക്കാൻ നിശ്ചയിച്ചിരിക്കുന്നത്. അന്ന് അവളെക്കൊണ്ടു പോരുന്നതിന്നു യാതൊരു തടസ്സവുമില്ല.

നമ്പൂരി: ഇനി അദ്ദേഹം സമ്മതിക്കുമെന്നു തോന്നുന്നില്ല. എങ്കിലും ഞാൻ പരീക്ഷിച്ചുനോക്കട്ടെ. നാളത്തെ കഴിഞ്ഞിട്ടു ചാത്തരിവിടെ വന്നോളൂ. അപ്പോൾ ഞാൻ പറയാം മറുപടി.

ചാത്തരമേനോൻ: അടിയന്റെ കാര്യത്തിൽ തിരുമനസ്സോണ്ടു നല്ലവണ്ണം നിഷ്കർഷിച്ചില്ലെങ്കിൽ അടിയൻ നന്നേ കുഴങ്ങിപ്പോകും.

നമ്പൂരി: ആട്ടെ, വേണ്ടില്ല. ചാത്തരിപ്പോൾ പോയ്ക്കോളൂ. ഞാൻ ഉത്സാഹിച്ചുനോക്കട്ടെ.

എന്നതിനെ കേട്ടു മനസ്സിനെ അല്പം ആശ്വസിപ്പിച്ച ചാത്തരമേനോൻ വീട്ടിലേയ്ക്കു മടങ്ങിപ്പോരികയും ചെയ്തു. വീട്ടിൽ വന്നിട്ടു കന്മാരന്നായരോടു 'കാരണമൊക്കെയും നിങ്ങൾ പറഞ്ഞതുതന്നെയാണ്. ഇവളെ പ്രഭു ആവശ്യപ്പെടാതിരിക്കയില്ലെന്നുള്ള വിചാരം ഇനിക്കു മുമ്പേതന്നെ ഉണ്ട്. എങ്കിലും നിവൃത്തിയില്ലല്ലോ. ഇപ്പേളതു ചെയ്തില്ലെങ്കിൽ തടുത്തുകൂടാത്ത വ്യസനത്തിന്നും ബുദ്ധിമുട്ടിനും ഇടവരുമെന്നതുകൊണ്ട് അവളെ നേത്യാരാക്കാനാണ് ഞാൻ നിശ്ചയിച്ചിരിക്കുന്നത്. അതല്ലെങ്കിൽ ചിരട്ട എടുത്തു ഇരക്കാറാവും" എന്നു പറഞ്ഞു ലക്ഷ്മിക്കുട്ടിയെ വിളിച്ചരികത്തു വരുത്തീട്ട് "എന്താ നിയ്യ് കണ്ടിരിക്കുന്നത്? നമ്മൾ എല്ലാവരും മാനമര്യാദയോടെ ഒരു കുടുംബമായി പൊറുക്കണമെന്നോ വീടുംകുടിയും ഒന്നുമില്ലാതെ ഇരന്നുനടന്നു കാലക്ഷേപം ചെയ്യണമെന്നോ? ഈ പ്രഭു ആരാണെന്നും അദ്ദേഹവും നമ്മളും ആയിട്ടുള്ള സ്ഥിതി എന്താണെന്നും നിനക്കറിയാമോ? ഈ അഹമ്മതിയൊന്നും നടക്കില്ല. നല്ലവണ്ണം ഓർത്തു നടന്നോ?" എന്നു വളരെ ദേഷ്യഭാവത്തോടെ പറഞ്ഞതിനെ കേട്ടിട്ട് അവൾ ഏറ്റവും വ്യസനത്തോടെ അവിടന്നു പോകുകയും കന്മാരന്നായരും ചാത്തരമേന്നും പിന്നെ അധികമൊന്നും സംസാരിക്കാതെ പിരിയുകയും ചെയ്തു. ലക്ഷ്മിക്കുട്ടിയെ നേത്യാരാക്കുന്നതിൽ ചാത്തരമേന്ന് ഒട്ടും മനസ്സില്ലെങ്കിലും തന്റെ കുടുംബസ്ഥിതിയെ വിചാരിച്ചിപ്രകാരം ദേഷ്യഭാവത്തെ അവലംബിച്ചവളോടുരചെയ്തതാകുന്നു.

അന്നു രാത്രി ലക്ഷ്മിക്കുട്ടിയും മീനാക്ഷിയുംകൂടി അവരുടെ അറയിൽ ഇരിക്കുമ്പോൾ വ്യസനം സഹിക്കവയ്യാതെ ആയിട്ടു ലക്ഷ്മിക്കുട്ടി "അയ്യോ! ദൈവമേ! എന്നെ ഈ അപകടത്തിൽനിന്നു നിവൃത്തിപ്പിക്കാനുള്ള ഒരു മാർഗ്ഗം ഇനിക്കു കാണിച്ചുതരണേ! അമ്മാമന്റെ ശാസനയെ ഞാനെങ്ങനെ അനുസരിക്കും? എങ്ങനെ അനുസരിക്കാതിരിക്കും? എന്റെ പ്രാണനാഥനെ ഉപേക്ഷിച്ചരനിമിഷംപോലും ഈ ഭൂമിയിൽ ഇരിക്കുന്നതെങ്ങനെ? എന്റെ ജീവനെ നശിപ്പിച്ചെങ്കിലോ? അയ്യോ! അതൊരിക്കലും പാടില്ല. എന്നാൽ പിന്നെ എന്റെ പ്രിയതമന്റെ സ്ഥിതി എന്തായിരിക്കും? അദ്ദേഹത്തിനെ ഉപേക്ഷിച്ചു പ്രഭുവിനെ, എന്നു വേണ്ടാ, ഇന്ദ്രനെത്തന്നെയും ഞാൻ സ്വീകരിക്കയില്ലെന്നു നിശ്ചയംതന്നെ. അദ്ദേഹം എന്നെ ഉപേക്ഷിച്ചാൽ ഇജ്ജന്മം ഇനിക്കു വേറേ ഒരു ഭർത്താവുകൂടാതെതന്നെ കഴിയണം. ഇവിടെ താമസിച്ചാൽ പ്രഭുവായിരിക്കുന്ന പിശാചു പിടിത്തംകൂടും, നിശ്ചയംതന്നെ. മദിരാശിയിലേക്കു പോയാലോ? അദ്ദേഹത്തിന്നൊരു കൊല്ലംകൂടി കഴിഞ്ഞാലേ ഭർത്താവായിരിപ്പാൻ തരമുള്ളൂ എന്നല്ലേ നിശ്ചയം? അതുകൂടാതെ അവിടെ താമസിച്ചിട്ടും ഫലമില്ല. ഇവർ എങ്ങനെ എങ്കിലും കൊണ്ടുപോവും. ഒരു കൊല്ലത്തേയ്ക്കു ദിക്കുസഞ്ചാരം കഴിച്ചിട്ടു പിന്നെ മദിരാശിയിൽ മടങ്ങിവരാം. അതുതന്നെ നല്ലത്. ഇതല്ലാതെ ഈ അപകടത്തിൽ നിന്നു രക്ഷപ്പെടുന്നതിന്നു വേറെ യാതൊരു മാർഗ്ഗവും ഞാൻ കാണുന്നില്ല." അപ്പോൾ മീനാക്ഷി "എന്നെ ഇവിടെത്തന്നെയാക്കീട്ടു നിയ്യു പോവാനാണോ വിചാരിച്ചിരിക്കുന്നത്? നമ്മുടെ ചെറുപ്പകാലംമുതല്ക്ക് ഒരു ദിവസംപോലും തമ്മിൽ പിരിയാതെ നിന്നോടൊന്നിച്ചു വളർന്നിരിക്കുന്ന ഞാൻ ഇപ്പോൾ നിന്നെ പിരിഞ്ഞു താമസിക്കുന്നതെങ്ങനെ? നിന്റെ അരികേത്തന്നെ ഇരുന്നു കാലം കഴിക്കണമെന്നുറപ്പിച്ചിട്ടുള്ള എന്നെ നീ വിട്ടുപോയാൽ ഞാൻ വല്ല കിണറ്റിലുംചാടി മരിപ്പാൻ ഒരുങ്ങിയിരിക്കുന്നു. എന്നെക്കൂടെ കൊണ്ടുപോണേ. അല്ലെങ്കിൽ എന്റെ ശരീരത്തെ നശിപ്പിക്കുന്നതിൽ യാതൊരു സംശയവും ഇല്ല."

ലക്ഷ്മിക്കുട്ടി: ഞാൻ നിന്നെക്കൂടാതെ പോകുമോ? യാതൊരു നന്മയാകട്ടെ തിന്മയാകട്ടെ നേരിടുന്നതിനെ നമുക്കൊരുപോലെ ഭാഗിച്ചനുഭവിക്കാം. നമുക്കിപ്പോൾതന്നെ പോകണം. വേണ്ടുന്ന ഒരുക്കങ്ങൾ കൂട്ടുക. നമ്മുടെ ഈ ഉടുപ്പുകൾ മാറി പരദേശമട്ടിലുള്ളവയോടുകൂടി വേണം യാത്രചെയ്‌വാൻ. അതുകൊണ്ട് ആവക ഉടുപ്പുകൾ കുറേ എടുത്ത് ഒരു റെയിൽപ്പെട്ടിയിൽ അടുക്കിവെയ്ക്കൂ. തമിഴുമട്ടിൽ ഉപയോഗിക്കാമെന്നുള്ള ആഭരണങ്ങൾമാത്രം എടുത്താൽ മതി. ദേഹത്തിൽ യാതൊരാഭരണവും വേണ്ടാ. ഇപ്പോൾ നമുക്കുടുക്കാൻ തന്നെ മുഷിഞ്ഞ ചേലകൾ മതി, എന്നുതന്നെയല്ല തലമുടി, മുഖം, ശരീരം മുതലായ്തുകളെ വെടിപ്പാക്കിയും വൃത്തിയാക്കിയും സൂക്ഷിക്കുന്നതിൽ ഒട്ടും ശ്രദ്ധവെയ്ക്കണ്ടാ. നമ്മൾ രണ്ടു സ്ത്രീകൾ തനിച്ചാണ് യാത്രചെയ്യുന്നത്. അതുകൊണ്ടു വളരെ സൂക്ഷി

ക്കണം. അച്ഛന്റെ വക അഞ്ഞൂറുറുപ്പികയുടെ നോട്ടുകളും ഒരുനൂറുറുപ്പികയും എന്റെ പക്കൽ സൂക്ഷിക്കാൻ തന്നിട്ടുണ്ട്. അതെടുക്കട്ടെ. ആ എഴുത്തുപെട്ടി ഇങ്ങോട്ടെടുക്കൂ.

എന്നു പറഞ്ഞു പെട്ടിതുറന്നു നോട്ടുകളും ഉറുപ്പികയും എടുത്തു റെയിൽപ്പെട്ടിയിൽ വെയ്ക്കുകയും യാത്രയ്ക്കു വേണ്ടുന്ന സകല ഒരുക്കങ്ങൾ കൂട്ടുകയും ചെയ്തതിന്റെശേഷം ലക്ഷ്മിക്കുട്ടി ഒരെഴുത്തെഴുതി അവൾ കിടക്കുന്ന കിടയ്ക്കയിന്മേൽ നിവർത്തിവെച്ചു. അനന്തരം നേരം ഏകദേശം മൂന്നുമണി സമയമായി എന്നു കണ്ടിട്ടു ലക്ഷ്മിക്കുട്ടിയും മീനാക്ഷിയും സാമാന്യം സാധുക്കളായ പരദേശസ്ത്രീകളെപ്പോലെ ഉടുപ്പുകൾ ധരിച്ചു ദേശസഞ്ചാരത്തിന്നായി ആരും അറിയാതെ വീട്ടിൽനിന്നു പുറപ്പെട്ടുപോകയും ചെയ്തു. ഇവർക്കു തമിഴു ധാരാളമായി സംസാരിക്കാമായിരുന്നതുകൊണ്ടു തങ്ങളുടെ സത്യാവസ്ഥയെ വെളിപ്പെടുത്താതെ കഴിക്കാമെന്നുള്ള ധൈര്യം നല്ലവണ്ണം ഉണ്ടായിരുന്നു. പിറ്റേദിവസം നേരം എട്ടുമണിയായിട്ടും ലക്ഷ്മിക്കുട്ടിയും മീനാക്ഷിയും എഴുന്നേല്ക്കാത്തതെന്തെന്നു വിചാരിച്ച് ഇക്കാവമ്മ അവരുടെ അറയ്ക്കകത്തു ചെന്നുനോക്കിയപ്പോൾ ആരെയും കാണാഞ്ഞതിനാൽ "ഇവർ എവിടേയ്ക്കാണ് പോയിരിക്കുന്നത്? ഇവിടെങ്ങും കാണാനില്ലല്ലോ" എന്നും മറ്റും കമ്മാരന്നായർ മുതലായവരോടു പറകയും എല്ലാ ദിക്കിലും അന്വേഷിക്കുകയും പരിഭ്രമിച്ചങ്ങുമിങ്ങും നടക്കുകയും ചെയ്തതിനെ കണ്ടിട്ടു കമ്മാരന്നായർ ലക്ഷ്മിക്കുട്ടിയുടെ അറയിൽ ചെന്നു നോക്കുകയും അവൾ കിടയ്ക്കയിന്മേൽ എഴുതിവെച്ചിരുന്ന എഴുത്തു കണ്ടിട്ട് അതെടുക്കുകയും ചാത്തരമേനോൻ ഇക്കാവമ്മ മുതലായവരെ ഇപ്രകാരം വായിച്ചുകേൾപ്പിക്കുകയും ചെയ്തു. "എന്റെ മനഃപൂർവ്വമായ സ്നേഹത്തെ മുഴുവനും ഇനിക്കെത്രയും തൃപ്തിയുള്ളതായി വേറെ ഒരാൾക്കായി കുറേ ദിവസങ്ങൾക്കുമുമ്പേ നല്കിയിരിക്കുന്നതിനാലും അദ്ദേഹത്തെ ഉപേക്ഷിച്ചൊരു മിന്നിട്ടുപോലും ഈ ലോകത്തിലുള്ള എന്റെ വാസം തീരെ അസാധ്യമായി കാണുന്നതിനാലും ഇപ്പോൾ പ്രഭുവിന്റെ ഭാര്യയായിരിപ്പാനുള്ള നിർബ്ബന്ധം നിഷ്പ്രയോജനംതന്നെ. എന്നാൽ ഈ അസഹ്യമായ ഉപദ്രവത്തിൽനിന്നു ജീവനാംശം കൂടാതെ എന്നെ മോചിപ്പിക്കേണ്ടതിന്നു വേറെ യാതൊരു മാർഗ്ഗവും ഞാൻ ആലോചിച്ചിട്ടു കാണാത്തതിനാൽ ഒരു കൊല്ലത്തേയ്ക്കു ദേശസഞ്ചാരത്തിന്നൊരുമ്പെട്ടിട്ടാകുന്നു ഞാൻ പോകുന്നത്. ഇനിക്കു സഹായത്തിന്നായി മീനാക്ഷിയും എന്റെ കൂടെ വരുന്നുണ്ട്. അച്ഛൻ എന്റെ പക്കൽ സൂക്ഷിക്കാനായി തന്നിരുന്ന അഞ്ഞൂറുറുപ്പികയുടെ നോട്ടുകളും ഒരുനൂറുറുപ്പികയും ഞങ്ങൾ എടുത്തിട്ടുണ്ട്. വഴിയാത്രയിൽ ഞങ്ങൾക്കു വല്ല ബുദ്ധിമുട്ടോ ആപത്തോ സംഭവിക്കാതെ കാത്തുകൊള്ളേണ്ടതിന്നുള്ള സാമർത്ഥ്യവും അറിവും ഇനിക്കുള്ളതിനാൽ നിങ്ങൾ ആരുംതന്നെ ഒട്ടും വ്യസനിക്കാതിരിക്കണം. ഒരു കൊല്ലം കഴിഞ്ഞാൽ ഞങ്ങൾ തീർച്ചയായിട്ടും മടങ്ങി വരും. അതിന്നിടയിൽ നിങ്ങൾ ആരെങ്കിലും ഞങ്ങളെ തിരഞ്ഞു പുറ

പ്പെടുകയോ ആളെ അയയ്ക്കുകയോ മറ്റു വല്ലവിധത്തിലും അന്വേഷിപ്പിക്കുകയോ ചെയ്യുന്നുണ്ടെന്നു യാതൊരു സമയത്താണോ കേൾക്കുന്നത്, തത്ക്ഷണം ഞങ്ങളുടെ ജീവനെ നശിപ്പിക്കുന്നതിന്നു തക്കതായ മരുന്നുകൾ കൈവശമുണ്ട്. ഇതുപ്രകാരം ചെയ്യുന്നതിലേയ്ക്കു ഞങ്ങൾക്കു യാതൊരു ദാക്ഷണ്യവും ഉണ്ടാകുമെന്നു സംശയിക്കേണ്ടാ. അങ്ങനെ സംശയിച്ചു വല്ല വിഡ്ഢിത്തവും പ്രവർത്തിച്ചാൽ പിന്നെ ഞങ്ങൾ രണ്ടുപേരേയും ഇജ്ജന്മം കാണുവാൻ സംഗതി വരികയില്ലെന്നു സത്യമായി പറയുന്നു. അതല്ലെങ്കിൽ ഒരു കൊല്ലം കഴിഞ്ഞിട്ടു തീർച്ചയായും കാണാം. വിശേഷിച്ചു നിങ്ങൾ യാതൊരുത്തരും ഞങ്ങളെപ്പറ്റി ലേശംപോലും വ്യസനിക്കരുതെന്നു പ്രത്യേകം അപേക്ഷിക്കുന്നു എന്നു എന്റെ മാതുലമാതാപിതാക്കന്മാരെ സമയംപോലെ ബോധിപ്പിപ്പാൻ,

സ്വന്തം ലക്ഷ്മിക്കുട്ടി

എഴുത്തുവായിച്ചു കേട്ടപ്പോൾ അവിടെ ഉണ്ടായിരുന്നവർ എല്ലാവരും ഒരു മണിക്കൂറു നേരത്തേയ്ക്കു തന്റേടമില്ലാതെ വീണു കിടന്നുപോയി. പഠിപ്പുള്ളവളും വളരെ ബുദ്ധിഗുണമുള്ളവളും രൂപഗുണമുള്ളവളും തറവാട്ടേയ്ക്കൊറ്റ സന്തതിയായിരിക്കുന്നവളും എല്ലാവരാലും വളരെ ലാളിച്ചുവളർത്തപ്പെടുന്നവളും തന്റെ ഏകപുത്രിയായിരിക്കുന്നവളും ആയ ലക്ഷ്മിക്കുട്ടിയുടെ വിയോഗം ഇക്കാവമ്മ എങ്ങനെയാകുന്നു സഹിക്കുന്നത്?

5

ചെമ്പകശ്ശേരിവീട്ടുകാരുടെ വസ്തുക്കൾ ഒഴിപ്പിക്കൽ

ലക്ഷ്മിക്കുട്ടിയുടെ എഴുത്തു വായിച്ചപ്പോൾ ഉണ്ടായ മോഹാലസ്യത്തിൽ നിന്ന് എല്ലാവരും വിമോചിക്കപ്പെട്ടതിന്റെശേഷം അവർ നാലുകെട്ടിൽ ഇരുന്നു. ഇവളുടെ പോക്കിനെക്കുറിച്ച് ഇപ്രകാരം സംഭാഷണം നടത്തി:

ഇക്കാവമ്മ: എല്ലാവരുംകൂടി എന്റെ കുട്ടിയെ കളഞ്ഞുവല്ലോ. ഞാനും ഇനി വല്ല വഴിക്കും പോവാണ്.

കന്മാരൻ: അതേതായാലും വേണ്ടാ. കുടുംബത്തേയ്ക്കു മേല്ക്കുമേൽ ആപത്തുകൾ വരുത്താനല്ലല്ലോ വിചാരിക്കേണ്ടത്?

ചാത്തരമേനോൻ: ഇപ്പോൾത്തന്നെ ഒരാൾ അവളെ അന്വേഷിച്ചു പുറപ്പെടണം.

കന്മാരൻ: എന്നാലധികം അപകടമായിത്തീരും. അവളുടെ എഴുത്തിൽ പറഞ്ഞിരിക്കുന്നതു കേട്ടില്ലേ?

ചാത്തരമേനോൻ: അതുസാരമില്ല. അങ്ങനെയൊക്കെ പറഞ്ഞിരിക്കും.

കന്മാരൻ: നിങ്ങൾക്കവളുടെ സ്വഭാവം നല്ലവണ്ണം നിശ്ചയമില്ലാഞ്ഞിട്ടാണിങ്ങനെ തോന്നുന്നത്. എഴുത്തിൽ പറഞ്ഞിരിക്കുന്നപ്രകാരം ചെയ്‌വാൻ മടിക്കുന്നവളല്ല അവൾ.

ഇക്കാവമ്മ: ഓപ്പയുടെ ഇന്നലത്തെ ആ വാക്കുകാരണമായിട്ടാണല്ലോ എന്റെ കുട്ടി പോയത്?

ചാത്തരമേനോൻ: ഞാൻ എങ്ങനെയാണ് നിർബ്ബന്ധിക്കാതിരിക്കുന്നത്? ഇനിക്കതിൽ അധികതാത്പര്യം ഉണ്ടായിട്ടല്ല. പ്രഭുവിന്റെ സ്ഥിതി എല്ലാവർക്കും നല്ലവണ്ണം അറിഞ്ഞുകൂടേ? അദ്ദേഹം അങ്ങനെ ആവശ്യപ്പെട്ടാൽ അതിനു വിരോധം പറയുവാൻ പാടുണ്ടോ?

കന്മാരൻ: അവൾക്കതിൽ സമ്മതമില്ലെന്നു കണ്ടാൽ പിന്നെ ഒരിക്കലും നിർബ്ബന്ധിപ്പാൻ പാടില്ല.

ചാത്തരമേനോൻ: നിർബ്ബന്ധിക്കാഞ്ഞാലുള്ളവസ്ഥ ഇവിടെ ഇപ്പോൾ കാണാമല്ലോ. ഞാൻ പറഞ്ഞിട്ടു വേണ്ടാ.

കന്മാരൻ: എന്തുതന്നെ സംഭവിച്ചാലെന്താ? 'തവിടു തിന്നാലും തകർതം കളയരുത്' എന്നു കേട്ടിട്ടില്ലേ? പ്രഭുവിന്റെ ഭാര്യയായിരിപ്പാൻ അവൾക്കൊട്ടും താത്പര്യമില്ലാതിരിക്കുമ്പോൾ ശാസിച്ചിട്ടെങ്കിലും അങ്ങനെ ആക്കണമെന്നു വിചാരിക്കുന്നതു പെണ്ണിനെ പണത്തിന്നു വില്ക്കുന്നതിനു തുല്യമല്ലേ?

ഇക്കാവമ്മ: ഗുണദോഷങ്ങളെ നല്ലവണ്ണം പറഞ്ഞറിയിച്ചതിന്റേശേഷം അവളോടുതന്നെ ആലോചിച്ചുനോക്കാൻ പറയായിരുന്നുവല്ലോ.

ചാത്തരമേനോൻ: അവളുടെ ധൈര്യം നോക്കിക്കോളൂ.

കന്മാരൻ: സാധാരണയായിട്ടു സ്ത്രീകളെ പിടിപെട്ടിട്ടുള്ള അവിദ്യാഭൂതം ഇവളുടെ മേലും ബാധിക്കരുതെന്നു വിചാരിച്ചു സാമാന്യം അറിവു സമ്പാദിക്കത്തക്ക പഠിപ്പിനെ ചെയ്തതു നിങ്ങളുടെ അനുവാദപ്രകാരമല്ലേ?

ചാത്തരമേനോൻ: അതിനിക്കിപ്പഴും വിരോധമില്ല. പക്ഷേ അവിദ്യാഭൂതം അവളെ പിടിപ്പെട്ടിട്ടുണ്ടായിരുന്നു എങ്കിൽ ഈ വ്യസനത്തിന്ന് ഇടവരില്ലായിരുന്നു എന്നു തോന്നുന്നു. അവൾ മനഃപൂർവ്വം സ്നേഹിച്ചിട്ടുള്ള ആ മനുഷ്യന്റെ അടുക്കലേയ്ക്കായിരിക്കും ഇപ്പോൾ പോയിട്ടുള്ളത്. അതാരാണെന്നു നിങ്ങൾക്കറിയാമോ?

കന്മാരൻ: അങ്ങനെ ഒരുത്തൻ ഉണ്ടെന്ന് ഇനിക്കത്ര വിശ്വസിച്ചു പറയാൻ പാടില്ല.

ഇക്കാവമ്മ: കേശവനുണ്ണിയായിരിക്കണം. അല്ലാതെ ആരും ഉണ്ടെന്നു തോന്നുന്നില്ല.

ചാത്തരമേനോൻ: അതാരാണ്?

കന്മാരൻ: മദ്രാശിയിൽ സ്ക്കൂളിൽ പഠിക്കുന്ന ഒരാളാണ്. അതിനിക്കത്ര വിശ്വാസമായിട്ടില്ല.

ചാത്തരമേനോൻ: എന്നാൽ മദ്രാശിക്ക് ഒരാളെ അയയ്ക്കതന്നെ.

കന്മാരൻ: അതു വരട്ടെ. നാലു ദിവസം കഴിഞ്ഞിട്ടു മതി. അല്ലെങ്കിൽ വൈഷമ്യമുണ്ട്. ഇവിടുന്നു വല്ലവരും തിരഞ്ഞു പുറപ്പെടുന്നുണ്ടോ എന്നറിയാനായിട്ട് അവർ ഇടയ്ക്കു വല്ല ദിക്കിലും താമസിക്കുന്നുണ്ടെങ്കിൽ തകരാറായിത്തീരും. നാലോ അഞ്ചാ ദിവസം കഴിഞ്ഞിട്ടു ഞാൻതന്നെ മദ്രാശിക്കൊന്നു പോയിവരാം. അതുവരെ ഒന്നും അനങ്ങാതെ ഇരിക്കുന്നതാണ് നല്ലത്.

എന്നിങ്ങനെ അവർ ഓരോന്നു പറഞ്ഞും വ്യസനിച്ചും രണ്ടുദിവസം കഴിച്ചുകൂട്ടി. ഈ വർത്തമാനം പ്രഭുവിന്റെ കോപാഗ്നിക്ക് ഒരു തൈലമായിത്തന്നെ തീർന്നു. മൂന്നാംദിവസം കാലത്തു പ്രഭുവിന്റെ അടുക്കൽനിന്ന് ഒരാൾ വന്നു ചാത്തരമേന്നെ കൂട്ടിക്കൊണ്ടുപോയിട്ട്.

പ്രഭു: എന്താണ്? കാര്യങ്ങളൊക്കേങ്ങനെയാണ് തീർച്ചയാക്കിയത്?

ചാത്തരമേനോൻ: എല്ലാം അവിടുന്നു കല്പിക്കുന്നമാതിരി. ഞങ്ങളെ

രക്ഷിക്കാനും ശിക്ഷിക്കാനും ഉള്ള അധികാരം ഇവിടേയ്ക്കുതന്നെയാണ്.

പ്രഭു: തന്റെ വീട്ടിൽനിന്നു ചിലർ ചാടിപ്പോയെന്നും മറ്റും കേട്ടതെന്താ?

ചാത്തരമേനോൻ: ഇനിക്കൊരു മരുമകളേ ഉണ്ടായിരുന്നുള്ളൂ. അവൾ നാലാന്നാൾ രാത്രി ആരും അറിയാതെ വീട്ടിൽനിന്നു ചാടിപ്പോയി.

പ്രഭു: അതിനെന്താ കാരണം?

ചാത്തരമേനോൻ: അവൾക്കത്രെയും പ്രിയനായ ഒരാളുണ്ടത്രേ. അയാൾ ഒഴികെ ആരും സംബന്ധമാവാൻ സമ്മതമില്ലെന്നും മറ്റും ഒരെഴുത്തെഴുതിവെച്ചിട്ടുണ്ട്.

പ്രഭു: അവളെപ്പറ്റി ചിലതൊക്കെയും ഇട്ടിവാസു നമ്പൂതിരിപ്പാടെന്നോടു പറഞ്ഞു. താൻ വല്ലതും അദ്ദേഹത്തോടു പറഞ്ഞിട്ടുണ്ടോ?

ചാത്തരമേനോൻ: ഉണ്ട്. ചിലതൊക്കെ പറഞ്ഞിട്ടുണ്ടായിരുന്നു.

പ്രഭു: ഞാനതൊന്നും വിചാരിച്ചിട്ടല്ല. വസ്തുക്കൾ ഒഴിഞ്ഞുതരണമെന്നാവശ്യപ്പെട്ടത്. നേരമ്പോക്കായിട്ടങ്ങനെ ഒരു വാക്കു ചോദിപ്പിച്ചു എന്നേയുള്ളു. അതല്ലാതെ ആന്തരമായിട്ടു ഞാൻ അവളെ നേത്യാരാക്കണമെന്നു വിചാരിച്ചിട്ടില്ല. ഇനിക്കൊട്ടാവശ്യവുമില്ല.

ചാത്തരമേനോൻ: അങ്ങനെയാണെങ്കിൽത്തന്നെ ഞങ്ങൾക്കതു വലിയ ഭാഗ്യവും ശ്രേയസ്സും അല്ലേ? അവൾ കഥയില്ലാതെ വല്ലതും പറഞ്ഞിട്ടുണ്ടായിരിക്കാം. അതുകൊണ്ടിവിടുന്നു സാധുക്കളായ ഞങ്ങടെ നേരേ മുഷിച്ചിൽ വിചാരിക്കരുതേ.

പ്രഭു: ഞാനങ്ങനെ വിചാരിച്ചിട്ടുതന്നെയില്ല. പിന്നെന്താ ഇനിക്കു മുഷിയാനുള്ളത്? വസ്തുക്കൾക്കിപ്പോൾ ഇവിടെ ആവശ്യമുണ്ട്. അതുകൊണ്ട് ഒഴിഞ്ഞുതരേണമെന്നേ ഞാൻ പറയുന്നുള്ളു.

ചാത്തരമേനോൻ: ഇവിടത്തെ വസ്തുക്കൾ മുഴുവനും ഇപ്പോൾ ഒഴിഞ്ഞുതരുന്നതായാൽ ഞങ്ങൾക്കിരിപ്പാൻകൂടി ഒരു പുരയില്ലാതാകും.

പ്രഭു: നിങ്ങളേതു കാട്ടിലെങ്കിലും ഇരുന്നോളിൻ. ഞാനെന്താ അതിനു വേണ്ടത്? ഇവിടെ വസ്തുക്കൾ രണ്ടു ദിവസത്തിന്നകം ഒഴിഞ്ഞുകിട്ടണം. ആരവിടെ, മാനേജരെ ഇങ്ങട്ടു വിളിക്കൂ. (മാനേജർ കൃഷ്ണപ്പണിക്കർ വന്നിട്ട്) ഇയ്യാളുടെ പക്കൽനിന്ന് ഇനി എന്തു തീരാനുണ്ട്?

മാനേജർ: ആയിരത്തിൽ ചില്വാനം ഉറുപ്പികയോളം തീരണം.

പ്രഭു: അതു മുഴുവൻ വിട്ടുതരാം. വസ്തുക്കൾ ഒഴിഞ്ഞുകളയേ വേണ്ടൂ. ഇനി താമസിക്കണ്ടാ. വേഗംപോയി കാര്യങ്ങൾ ഓരോന്നു തീർത്തോളൂ.

എന്നു പറഞ്ഞു പ്രഭു എഴുന്നീറ്റു പോയതിന്റെശേഷം ചാത്തരമേനോൻ തിരിയെ പോരുകയും ചെയ്തു. പോരുമ്പോൾ ഇട്ടിവാസു നമ്പൂരിപ്പാടിനെക്കൂടി കണ്ടിട്ട് ഇതിന്നു വല്ല നിവൃത്തിയും ഉണ്ടാക്കുവാൻ തരമുണ്ടോ എന്നറിയാനായിട്ടു ചാത്തരമേനോൻ അദ്ദേഹത്തിന്റെ ഇല്ലത്തേയ്ക്കു പോയി അദ്ദേഹത്തിനെ കണ്ടിട്ട്–

നമ്പൂരി: ഞാൻ ചാത്തരെ കാണണം കാണണം എന്നിങ്ങനെ വിചാരിച്ചിരിക്കയാണ്. എന്താ ചില നേരമ്പോക്കൊക്കെ കേട്ടത്?
ചാത്തരമേനോൻ: നേരമ്പോക്കായിരുന്നെങ്കിൽ വേണ്ടില്ലായിരുന്നു.
നമ്പൂരി: അവളെവിടെയ്ക്കാണ് പോയത്?
ചാത്തരമേനോൻ: ഇന്ന ദിക്കിലേയ്ക്കാണെന്നറിഞ്ഞുകൂടാ.
നമ്പൂരി: അവളുടെ കൂടെ വേറെ ആരെങ്കിലും പോയിട്ടുണ്ടോ?
ചാത്തരമേനോൻ: അവളുടെ ശിഷ്യത്തി മീനാക്ഷിയും കൂടെ ഉണ്ട്.
നമ്പൂരി: ഞാൻ കേട്ടിട്ടില്ല ഇങ്ങനെ. ഇത്ര ധൈര്യം ഉണ്ടായല്ലോ. ആ നീചഭാഷ പഠിപ്പിച്ചാൽ ഇങ്ങനെ ഒക്കെ വരുന്നതു പതിവാണ്. ധൈര്യം വേണം, സ്വാതന്ത്ര്യം വേണം, ആരേം കൂട്ടാക്കരുത് ഇതൊക്കെയാണ് ആദ്യംതന്നെ പഠിപ്പിച്ചുതുടങ്ങുന്നത്. പിന്നെ എങ്ങനെ നേരെയാവും?
ചാത്തരമേനോൻ: ബുദ്ധിഗുണം ഉണ്ടായിരുന്നെങ്കിൽ എന്തുതന്നെ പഠിച്ചാലെന്താ?
നമ്പൂരി: അവളെ മദിരാശിയിൽ കൊണ്ടുപോയി ഇംഗ്ലീഷ് പഠിപ്പിച്ചിട്ടില്ലായിരുന്നു എങ്കിൽ ഇപ്പോൾ ചാത്തരുടെ വാക്കിനെ തള്ളിനടക്കാനും പുരുഷന്മാർ ആരുംകൂടാതെ രണ്ടു സ്ത്രീകൾ തന്നെ എവിടെ എങ്കിലും പോകാനും തന്റെ മനസ്സിനു ബോധിച്ചാളല്ലാതെ വേറെ ആരും സംബന്ധമായിക്കൂടെന്നു പറവാനും മറ്റും ഉള്ള ധൈര്യം അവൾക്കുണ്ടാകുമോ?
ചാത്തരമേനോൻ: അടിയന്റെ ഭാഗ്യദോഷം എന്നുമാത്രമേ അടിയൻ പറവാൻ കണ്ടുള്ളൂ. ഇതിന്നും പുറമേ ഇനി ഇപ്പോൾ നാടുവിട്ടുപോകേ വേണ്ടു.
നമ്പൂരി: അതെന്തിനാണ്?
ചാത്തരമേനോൻ: അടിയൻ ഇപ്പോൾ പ്രഭുവിന്റെ അടുക്കൽനിന്നാണ് വിടകൊള്ളുന്നത്. അദ്ദേഹം ഒട്ടും ഒരു ദയവു കാണിക്കുന്നില്ല.
നമ്പൂരി: ഞാൻ ഇന്നലെ അദ്ദേഹത്തിന്റെ അടുക്കൽ പോയി ചാത്തരുടെ കാര്യംകൊണ്ടു സംസാരിച്ചിരിക്കുമ്പോഴാണ് ഒരു സേവൻ വന്നു ലക്ഷ്മിക്കുട്ടി ചാടിപ്പോയി എന്നും മറ്റും പറഞ്ഞത്. ആദ്യം ഒക്കെയും അദ്ദേഹം വളരെ ഗുണമായിട്ടാണ് സംസാരിച്ചത്. ഈ വർത്തമാനം കേട്ടതിന്റെ ശേഷമൊന്നു മാറി. അദ്ദേഹം ചാത്തരോടു പറഞ്ഞ വാക്കുതന്നെ സ്ഥിരമാക്കിപ്പിടിച്ചു. ഞാനിശ്ശി വളരെ ഒക്കെയും പറഞ്ഞുനോക്കി. ഒന്നുകൊണ്ടും ഒരു ഫലം കണ്ടില്ല. ചാത്തരിന്നു കണ്ടപ്പോൾ എന്തൊക്കെയാണ് പറഞ്ഞത്?
ചാത്തരമേനോൻ: അടിയനോടു വിശേഷിച്ചൊന്നും പറഞ്ഞില്ല. വസ്തുക്കൾ ഒഴിഞ്ഞുകൊടുക്കണമെന്നുതന്നെ.
നമ്പൂരി: ലക്ഷ്മിക്കുട്ടിയുടെ കാര്യംകൊണ്ടൊന്നും പറഞ്ഞില്ലേ?
ചാത്തരമേനോൻ: അവളെ നേത്യാരാക്കണമെന്ന് അദ്ദേഹം മുമ്പേതന്നെ വിചാരിച്ചിട്ടില്ലെന്നും അതുമൂലമല്ല വസ്തുക്കൾ ആവശ്യപ്പെടുന്നതെന്നും മറ്റും പറഞ്ഞു.

നമ്പൂരി: അതിപ്പോൾ കുറുക്കന്റെ അടവെടുത്തു 'മുന്തിരിങ്ങാപ്പഴം പുളിക്കുന്നു' എന്നു പറയാണ്. കാര്യത്തിന്റെ വാസ്തവം ഇനിക്കറിയാമല്ലോ.

ചാത്തരമേനോൻ: അടിയൻ ഇനി എന്താ ചെയ്യേണ്ടത്? ആപത്തിന്നേകത്വം ഒരിക്കലും ഭവിക്കുന്നില്ല.

നമ്പൂരി: ഞാൻ വിചാരിച്ചിട്ടൊരു മാർഗ്ഗവും കാണുന്നില്ല.

ചാത്തരമേനോൻ: എന്തെങ്കിലും ആവട്ടെ. വരും ഫലം വഴിയിൽ തങ്ങില്ല. അടിയൻ കന്മാരന്നായരോടുകൂടി ആലോചിച്ചടുത്തപിറ്റേന്ന് ഇവിടെ വന്നു വിവരം അറിയിച്ചുകൊള്ളാം.

നമ്പൂരി: എന്നാലങ്ങിനെയാവട്ടെ.

എന്നു പറഞ്ഞു രണ്ടുപേരും പിരിഞ്ഞു. ചാത്തരമേനോൻ ഇട്ടിവാസു നമ്പൂതിരിപ്പാടിന്റെ അടുക്കൽനിന്നു പോന്നു വീട്ടിൽ വന്നതിന്റേശേഷം പ്രഭുവിന്റെ കാര്യത്തെപ്പറ്റി കന്മാരന്നായരോടു വളരെ വ്യസനിച്ചു പറഞ്ഞപ്പോൾ–

കന്മാരൻ: നിങ്ങടെ സകല അവസ്ഥയും പ്രഭുവിനെ അറിയിച്ചില്ലേ?

ചാത്തരമേനോൻ: ഞാനതിലധികമൊന്നും ആശ്രയിച്ചു പറയേണ്ടതില്ല. എന്തു തന്നെ പറഞ്ഞിട്ടും അദ്ദേഹത്തിനു ലേശംപോലും ഒരു വിട്ടൊഴിച്ചിൽ കാണുന്നില്ല.

കന്മാരൻ: ആരെങ്കിലും കല്ലിൽനിന്നു രക്തത്തെ ഇച്ഛിക്കാറുണ്ടോ? ഇനി അദ്ദേഹത്തെ ആശ്രയിക്കാൻ പോയിട്ടാവശ്യമില്ല. നിങ്ങളെന്തിനാണിത്ര വ്യസനിക്കുന്നത്? കോഴിക്കോട്ട് എന്റെ വീട്ടിന്നു സമീപമുള്ള ഒരു കളംകൃഷി ഞാൻ ഇക്കാവിന്നു കൊടുക്കാനായിട്ടു നിശ്ചയിച്ചിട്ടുണ്ട്. അതുകൊണ്ടു നാളെത്തന്നെ ഞങ്ങൾ എല്ലാവരും അങ്ങോട്ടു പോയ്ക്കളയാം. നിങ്ങൾമാത്രം ഇവിടെ താമസിച്ചു രണ്ടു ദിവസത്തിന്നകം പ്രഭുവിന്റെ സകല എടപാടുകളും തീർത്തു വസ്തുക്കൾ മുഴുവനും ഒഴിഞ്ഞുകൊടുത്തതിന്റേശേഷം അങ്ങോട്ടു വന്നാൽ മതി. ഇനി ഒട്ടും താമസിപ്പിക്കാൻ പാടില്ല. ഓ! ഒന്നുകൂടി ഉണ്ടല്ലോ. പാട്ടബാക്കി ഉള്ളതു പ്രഭുവിന്നിപ്പോൾത്തന്നെ കൊടുക്കണ്ടേ?

ചാത്തരമേനോൻ: വേണ്ടാ. പാട്ടബാക്കി മുഴുവനും വിട്ടുതരാമെന്നു പറഞ്ഞിട്ടുണ്ട്.

കന്മാരൻ: അതുവേണ്ടാ. ഞാൻ കോഴിക്കോട്ടു ചെന്ന് അയച്ചുതരാം. ഒക്കെ കൊടുത്തുതീർത്തുകളയേ വേണ്ടൂ. പ്രഭുവിന്റെ ഒരുകാശുപോലും ഇനി നമുക്കു വേണ്ടാ. അങ്ങനെ തീർച്ചയാക്കയല്ലേ?

ചാത്തരമേനോൻ: നിങ്ങൾ നിശ്ചയിക്കുന്ന മാതിരിയാവാൻ ഇനിക്കു യാതൊരു വിരോധവുമില്ല.

കന്മാരൻ: എന്നാൽ ഞാനതുപ്രകാരമാണ് തീർച്ചയാക്കുന്നത്. അതല്ലാതെ ഈ പ്രഭുവിനോടെത്രയാണ് കെഞ്ചുന്നത്? കോഴിക്കോട്ടു ചെന്നു കളംകൃഷി ഇക്കാവിന്നു കൊടുക്കുന്നതിന്നു വേണ്ട എഴുത്തുകുത്തുകൾ ഒക്കെയും കഴിച്ചുവെച്ചിട്ടേ ഞാൻ മദ്രാശിക്കു പോകുന്നു

ള്ളൂ. അതുകൊണ്ടു നിങ്ങൾ ഒട്ടും വ്യസനിക്കേണ്ടാ. പ്രഭുവിന്റെ ഇടപാടുകൾ തത്ക്ഷണം തീർക്കേ വേണ്ടൂ.

എന്നു പറഞ്ഞ് അവർ പോവാനുള്ള സകല ഒരുക്കങ്ങളും കൂട്ടി പിറ്റേ ദിവസം ചാത്തരമേനോൻ ഒഴികെ ശേഷം എല്ലാവരും കോഴിക്കോട്ടേയ്ക്കു പോകുകയും ചെയ്തു. ചാത്തരമേനോൻ പ്രഭുവിന്റെ വസ്തുക്കൾ മുഴുവനും ഒഴിഞ്ഞുകൊടുത്തു സകല ഇടപാടുകളും നാലുദിവസം കൊണ്ടു തീർത്തു കോഴിക്കോട്ടു ചെന്നപ്പോൾ കമ്മാരന്നായർ കളംകൃഷി ഇക്കാവമ്മയുടെ പേർക്കു തീരെഴുതി റജിസ്ട്രാക്കി മദ്രാശിയിലേയ്ക്കു പോവാൻ തയ്യാറായിരിക്കുന്നു. “ലക്ഷ്മിക്കുട്ടിയുടെ കാര്യത്തിൽ നിങ്ങൾ ആരും യാതൊരന്വേഷണവും ചെയ്യണ്ടാ. നിങ്ങൾ വല്ല പ്രകാരത്തിലും അന്വേഷിച്ചാൽ അപകടം വരാനിടയുണ്ട്. അതുകൊണ്ടനങ്ങാതിരുന്നാൽ മതി. ഞാൻ വേണ്ടതുപോലെ ഒക്കെയും ഗൂഢമായന്വേഷിച്ചറിഞ്ഞു കൊള്ളാം.” എന്നു പിന്നെയും പിന്നെയും അവരെ പറഞ്ഞേല്പിച്ചു മദ്രാശിയിലേയ്ക്കു പോയി. മദ്രാശിയിൽ എത്തിയതിന്റെ ശേഷം അവിടെ ലക്ഷ്മിക്കുട്ടിയാകട്ടെ കേശവനുണ്ണിനായരാകട്ടെ ആരും ഇല്ലെന്നു കണ്ടിട്ടു വേറെ ചില അന്വേഷണങ്ങൾ ചെയ്‌വാൻ തുടങ്ങി. കേശവനുണ്ണിനായർ അയാളുടെ വീട്ടിൽ ഉണ്ടോ എന്നറിയാനായിട്ടു തലശ്ശേരിയിലേയ്ക്ക് ഒരെഴുത്തയച്ചതിന്ന് അയാൾ അവിടെ എത്തീട്ടില്ലെന്നു മറുപടി കിട്ടി. തിടുക്കപ്പെട്ടുടനേ അന്വേഷിച്ചുതുടങ്ങിയാൽ വളരെ ആളുകൾ അറിഞ്ഞിട്ടു ലക്ഷ്മിക്കുട്ടിക്കു വല്ല വിധത്തിലും അവളെ അന്വേഷിക്കുന്നുണ്ടെന്ന് അറിവു കിട്ടുവാൻ ഇടയായെങ്കിലോ എന്നു പേടിച്ച് ഒരു ദിക്കിലേയ്ക്ക് ഒരെഴുത്തയച്ചു വർത്തമാനം അറിഞ്ഞിട്ട് അഞ്ചോ എട്ടോ ദിവസം കഴിഞ്ഞിട്ടുമാത്രമേ വേറേ ഒരു ദിക്കിലേയ്ക്ക് എഴുത്തയയ്ക്കൂ. ഇങ്ങനെ ഓരോ വിധത്തിൽ എത്രയും ഗൂഢമായിട്ട് കമ്മാരന്നായർ മദ്രാശിയിൽ ഇരുന്നു ലക്ഷ്മിക്കുട്ടിയെ കുറിച്ചന്വേഷണങ്ങൾ ചെയ്‌വാൻ തുടങ്ങി.

6

കേശവനുണ്ണിനായരുടെ മൈസൂരിലുള്ള വാസവും തടവും

മദിരാശിസംസ്ഥാനത്തിന്റെ പശ്ചിമോത്തരഭാഗമായി ഉയർന്നു പരന്നു കിടക്കുന്നതും ഏറ്റവും ഫലവത്തായും ചിത്രംപോലെ വർണ്ണിക്കപ്പെട്ടിരിക്കുന്നതും കനകം വിളയുന്ന അനേകം ലോഹക്കുഴികളെക്കൊണ്ടു സമ്പത്കരിച്ചിരിക്കുന്നതും ആയ മൈസൂർ എന്ന രാജ്യത്തെക്കുറിച്ചു വായനക്കാർ അറിഞ്ഞിരിപ്പാനിടയുണ്ടല്ലോ. അവിടെ നീതിന്യായധർമ്മമാർഗ്ഗങ്ങളെ അനുസ്മരിച്ചും സകലജനങ്ങളുടെ അഭിവൃദ്ധിയെ നിഷ്പക്ഷപാതിയായി കാംക്ഷിച്ചും വിദ്യസാഗരപാരംഗതനായും മനുഷ്യപ്രീതി, വിനയം, ഔദാര്യം, കരുണ, ക്ഷമാശീലംമുതലായ ഗുണസഞ്ചയങ്ങളുടെ തനിച്ചു കുത്തകയെ വഹിച്ചും അതുമൂലം അഖിലജനസേവ്യനായും ഇരിക്കുന്ന ക്ഷപാകരൻ എന്ന മഹാരാജാവു ദുർല്ലഭങ്ങളായ രാജഭോഗങ്ങളെ വഴിപോലെ അനുഭവിച്ചുകൊണ്ടു സുഖമാകുംവണ്ണം രാജ്യഭാരംചെയ്തുവന്നിരുന്നു. പ്രജകളുടെ അക്ഷയമായിരിക്കുന്ന രാജഭക്തികൊണ്ടും സ്നേഹത്തെകൊണ്ടും ഇടവിടാതെ ആരാധിക്കപ്പെട്ടിരിക്കുന്ന ഇദ്ദേഹത്തിന്റെ രാജ്യഭരണതന്ത്രത്തിലുള്ള അതിസാമർത്ഥ്യത്തെ കണ്ടിട്ടു വിസ്മിതചേതസ്സുകളായി ഭവിക്കാത്ത അന്യരാജാക്കന്മാർ അക്കാലത്തു വളരെ തുച്ഛമായിരുന്നു എന്നു പറയുന്നതിലേയ്ക്കൊട്ടും തന്നെ സംശയിപ്പാനില്ല. ക്ഷപാകരമഹാരാജാവിന്നു മകരധ്വജൻ എന്ന് ഒരു രാജകുമാരൻമാത്രമേ ഉണ്ടായിരുന്നുള്ളൂ. രാജകുമാരന്റെ ബാല്യത്തിൽത്തന്നെ മാതാവു പരലോകത്തെ പ്രാപിച്ചതിനാൽ അദ്ദേഹം പിതാവിന്റെ വാത്സ്യല്യകുസുമപുഞ്ജകങ്ങളെക്കൊണ്ടുണ്ടാക്കപ്പെട്ട മെത്തയിന്മേൽ ശയിച്ചും മന്ദസ്മിതതാലവൃന്തങ്ങളെക്കൊണ്ടു വീശിയും അദ്ദേഹത്തിന്റെ കാരുണ്യാഹാരത്തെ ഭുജിച്ചും ആയിരുന്നു വളർന്നുവന്നത്. രാജകുമാരൻ തന്റെ ബുദ്ധിവിശേഷത്താൽ പതിനാറു വയസ്സായപ്പോ

ഴേയ്ക്കു സകലവിദ്യകളിലും നൈപുണ്യത്തെ പ്രാപിച്ചു. പുരുഷപ്രാപ്തി യായതിന്റെശേഷം അധികകാലത്തെ താമസം മദിരാശിയിലായിരുന്നു. അതുഹേതുവാൽ തന്റെ സ്നേഹിതന്മാരിൽ പ്രാധാന്യസ്ഥാനം വഹി ച്ചിരുന്നത് അരുണോദയത്തെ കേശവനുണ്ണിനായരായിരുന്നു. മകരധ്വജ രാജകുമാരൻ മദിരാശിയിൽ വന്നിട്ടു തിരികെ മൈസൂരിലേയ്ക്കു പോകു ന്നതുവരെ കേശവനുണ്ണിനായർ അദ്ദേഹത്തോടൊന്നിച്ചു താമസിക്കുന്ന തിന്നുപുറമേ സ്കൂൾ പൂട്ടിയാൽ അയാൾ മൈസൂരിൽ പോയി രാജ കുമാരനോടൊരുമിച്ചു താമസിക്കുകയും പതിവായിരുന്നു. ഇത്തവണയും പതിവുപോലെ സ്ക്കൂൾ പൂട്ടിയതിന്റെ പിറ്റേദിവസം വൈകുന്നേരം ആറര മണിക്കു മദിരാശിയിൽനിന്നു പുറപ്പെടുന്ന വണ്ടികയറി കേശവനുണ്ണി നായർ കാലത്താറുമണി നാല്പതു മിനിട്ടായപ്പോൾ ബാംഗ്ലൂരിൽ എത്തി. രണ്ടു ദിവസം അവിടെ താമസിച്ചിട്ടു മൂന്നാം ദിവസമേ മൈസൂരിലേയ്ക്കു പോയുള്ളൂ. അവിടെ എത്തിയതിന്റെശേഷം മകരധ്വജരാജകുമാരന്നു പ്രത്യേകം താമസിക്കുന്നതിനുവേണ്ടി അതിവിശേഷമായി പണിയിക്ക പ്പെട്ടിട്ടുള്ള അരമനയിൽ ചെന്നു കുളി, ഊണുമുതലായതു കഴിച്ചു രാജ കുമാരനും കേശവനുണ്ണിനായരും മുകളിൽ വ്രാന്തയിൽ ഇരുന്നിട്ട് –

രാജകുമാരൻ: എന്നാണ് സ്കൂൾ പൂട്ടിയത്?

കേശവൻ: നാലഞ്ചു ദിവസമായി പൂട്ടീട്ട്.

രാജകുമാരൻ: പിന്നെന്താ ഇത്ര താമസം?

കേശവൻ: വരുന്ന വഴി ബാംഗ്ലൂരിൽ രണ്ടു ദിവസം താമസിച്ചു.

രാജകുമാരൻ: മദിരാശിയിൽ എന്താണിപ്പോൾ വിശേഷം?

കേശവൻ: വിവാഹബില്ലിനെപ്പററിയുള്ള ഒരേ തർക്കമാണ്. യോഗ്യന്മാ രുടെ ശ്രദ്ധയെ ഒക്കെയും ആകർഷിച്ചിരിക്കുന്നത്.

രാജകുമാരൻ: ഏതു വിവാഹബില്ലാണത്?

കേശവൻ: മരുമക്കത്തായം ആചരിക്കുന്ന ഹിന്ദുക്കളെപ്പറ്റിയുള്ള വിവാഹ ബില്ല്.

രാജകുമാരൻ: എന്താണവർക്കിപ്പോൾ ഒരു വിവാഹനിയമം വേണമെന്നു തോന്നാനുള്ള കാരണം?

കേശവൻ: അവരുടെ ഇപ്പോഴത്തെ നടപ്പുപ്രകാരമുള്ള വിവാഹം അല്ലെ ങ്കിൽ സംബംന്ധം നാഗരികത്വമുള്ള ജനങ്ങളുടെ ഇടയിൽ എത്ര ആക്ഷേപകരമായിട്ടുള്ളതായിരിക്കുന്നു എന്നതിനെക്കുറിച്ചും അതു പ്രകാരമുള്ള വിവാഹബന്ധത്തിന്റെ ലാഘവത്തെയും അപൂർണ്ണത യെയും അസ്ഥിരതയെയും ന്യൂനതയെയും മറ്റും കുറിച്ചും അടിയൻ പ്രത്യേകിച്ചൊന്നും അറിയിക്കേണ്ടതില്ലല്ലോ. എന്നാൽ മാന്യന്മാരാ യിരിക്കുന്ന ചിലർ ഇതിനെപ്പറ്റി കുറച്ചുകാലങ്ങൾക്കുമുമ്പേതന്നെ ചെയ്തുവന്നിരിക്കുന്ന ആലോചനകളെയും പ്രവൃത്തികളെയും എല്ലാവരെയും അറിയിച്ചു വല്ല നിവൃത്തിയും ഉണ്ടാക്കിക്കിട്ടുവാൻ തരമുണ്ടോ എന്നുള്ള ശ്രേഷ്ഠവിചാരത്തെ ഇയ്യിടയിൽ ക്രമപ്രകാരം പുറത്തറിയിച്ചുവെന്നേയുള്ളൂ. ഇപ്പോൾ നിയമനിർമ്മാണസഭയിൽ

കൊണ്ടുവന്നിട്ടുള്ള ഈ ബില്ലിനെപ്പറ്റി ജനങ്ങൾക്കു പല അഭിപ്രായങ്ങളും ഉണ്ട്.

രാജകുമാരൻ: നിയമിപ്പാൻ പോകുന്ന ആക്ടിന്റെ ഓരോരോ പ്രത്യേക നിബന്ധനകൾ എന്തെല്ലാമാണെന്നു കേൾക്കട്ടെ.

കേശവൻ: അതുകൾ മുഴുവനും സവിസ്തരം വിവരിക്കുന്നതിന്നു വളരെ താമസമുണ്ടെങ്കിലും അടിയൻ അതുകളുടെ താത്പര്യം സംക്ഷേപമായി അറിയിക്കാം.

1. നിയമിപ്പാൻ ഭാവിക്കുന്ന ആക്ട് നിർബ്ബന്ധകരമായിട്ടുള്ളതല്ല. അതെന്തെന്നാൽ മനസ്സില്ലാത്തവർ അതിനെ ആചരിക്കണമെന്നില്ല.
2. ഈ ആക്ട് ഇപ്പോൾ ഉള്ള തറവാട്ടുസ്വത്തിന്റെ പിൻതുടർച്ചക്രമത്തിന്നു യാതൊരു വിധത്തിലും ഭേദഗതി വരുത്തുന്നതല്ല.
3. ഈ ആക്ട്പ്രകാരമുള്ള വിവാഹം വിവാഹരജിസ്ട്രാർമുഖാന്തിരം രജിസ്ത്ര് ചെയ്യപ്പെടേണ്ടതാകുന്നു. വിവാഹം നിശ്ചയിച്ചാൽ പുരുഷൻ ഒരു നോട്ടീസ് എഴുതി വിവാഹരജിസ്ത്രാർക്ക് അയയ്ക്കണം. അദ്ദേഹം ഈ നോട്ടീസിന്റെ ഒരു പകർപ്പു സ്ത്രീയുടെ രക്ഷകർത്താവിന്ന് അയയ്ക്കുകയും വിവാഹം നടത്തുന്നതിന്നു വല്ല വിരോധവും ഉണ്ടെങ്കിൽ പതിന്നാലു ദിവസത്തിനകം അതിന്നുള്ള കാരണങ്ങൾ കാണിപ്പാനായി അയാളോട് ആവശ്യപ്പെടുകയും ചെയ്യുന്നതിന്നു പുറമേ ഈ വിവാഹത്തെപ്പറ്റി അദ്ദേഹത്തിന്റെ ആപ്പീസിൽ പരസ്യപ്പെടുത്തുകയും ചെയ്യണം.
4. പുരുഷന്നു പതിനെട്ടു വയസ്സിലും സ്ത്രീക്കു പതിന്നാലു വയസ്സിലും കുറഞ്ഞിരിപ്പാൻ പാടുള്ളതല്ല. അവരിൽ ആർക്കെങ്കിലും ഇരുപത്തൊന്നു വയസ്സു തികഞ്ഞിട്ടില്ലെങ്കിൽ രക്ഷാകർത്താവിന്റെ അനുവാദത്തോടുകൂടി വേണം വിവാഹം ചെയ്യുന്നത്.
5. വിവാഹകാലത്തു പുരുഷന്നു വേറെ ഒരു ഭാര്യയോ സ്ത്രീക്കു വേറെ ഒരു ഭർത്താവോ ഉണ്ടായിരിപ്പാൻ പാടുള്ളതല്ല.
6. പുരുഷന്റെയോ സ്ത്രീയുടെയോ പിതാമഹപിതാമഹാനെക്കാളും അല്ലെങ്കിൽ മാതാമഹമാതാമഹിയെക്കാളും അധികം അടുത്തതായി രണ്ടു പേർക്കും പൊതുവിൽ ഉള്ള ഒരു പൂർവ്വകനിൽക്കൂടി വല്ല ബന്ധുത്വവും അവർതമ്മിൽ ഉണ്ടെന്നുകണ്ടാലും അവരിൽ ഒരാൾ നേരേതായ്വഴിക്കുള്ള വല്ല കുലസ്ഥനോ കുലസ്ഥയോ അവരുടെ സഹോദരനോ സഹോദരിയോ ആകുന്നു എന്നുകണ്ടാലും അല്ലാത്ത രക്തസംബന്ധത്തെപ്പറ്റിയുള്ള യാതൊരു നിയമവും ആചാരവും വിവാഹത്തിന്നു തടസ്സമായി വരുന്നതല്ല.
7. ഭാര്യയ്ക്കും മക്കൾക്കും അവരുടെ ക്രമപ്രകാരമുള്ള തറവാട്ടവകാശത്തിന്നും പുറമേ ചെലവിന്നു കൊടുക്കുവാനായി ഭർത്താവു ബാധ്യതപ്പെട്ടിരിക്കും.
8. ഭർത്താവോ ഭാര്യയോ മരണപത്രം എഴുതാതെ മരിച്ചുപോവാനിടവന്നാൽ അവരുടെ സ്വയാർജ്ജിതമായോ പ്രത്യേകമായോ ഉള്ള മുത

ലുകൾ തറവാട്ടിലേയ്ക്കു ചേരാതെ അവരിരുവരിൽ ജീവനോടെ ഉള്ള ആൾക്കും മക്കൾക്കും ഒതുങ്ങുന്നതാകുന്നു.

9. തങ്ങളുടെ സ്വയാർജ്ജിതമായോ പ്രത്യേകമായോ ഉള്ള മുതലുകൾ ഭർത്താവിന്നും ഭാര്യയ്ക്കും മരണപത്രംമൂലം വ്യവസ്ഥപ്പെടുത്താവുന്നതും ആകുന്നു.
10. ഭാര്യയുടെ വ്യഭിചാരസംഗതിയിൽമാത്രമേ വിവാഹമോചനത്തിന്നായി ഭർത്താവിന്നു വ്യവഹരിപ്പാൻ പാടുള്ളു. വേശ്യകൾ ഒഴികെ വിവാഹം കഴിഞ്ഞതും കഴിയാത്തതും ആയ യാതൊരന്യസ്ത്രീയോടു കൂടിയ ഭർത്താവിന്റെ വ്യഭിചാരത്തിന്മേലും ദ്വിഭാര്യത്വത്തിന്മേലും നിർദ്ദയതിന്മേലും ഭാര്യയ്ക്കു വിവാഹമോചനത്തിന്നായി വ്യവഹരിക്കാവുന്നതും ആകുന്നു. ഈ വ്യവഹാരകാലത്തു മാസത്തിൽ അല്ലെങ്കിൽ ആഴ്ച വട്ടത്തിൽ ഭർത്താവിന്റെ ചെലവു കഴിച്ചുള്ള വരവിൽ അഞ്ചിലൊന്നിൽ കവിയാതെയുള്ള ഒരു സംഖ്യ ഭാര്യയ്ക്കു കൊടുക്കാനായിട്ടു കോടതി കല്പിക്കാവുന്നതാകുന്നു. വിവാഹമോചനം വന്നാൽ ഭാര്യയുടെ ജീവാവസാനംവരെ ചെലവിന്നുവേണ്ടി കോടതിയുടെ യുക്തപ്രകാരമുള്ള സംഖ്യയ്ക്കു ഭർത്താവിന്റെമേൽ വിധി കൊടുക്കുന്നതുമാകുന്നു.
11. ഭാര്യാഭർത്താക്കന്മാരിൽ ആരെങ്കിലും ഒരാൾ മറ്റേ ആളോടുകൂടി ന്യായമായ കാരണംകൂടാതെ സംയോഗിക്കാതിരിക്കുകയോ ഉപേക്ഷിക്കുകയോ ചെയ്താൽ രണ്ടുപേരിൽ ആരുടെയെങ്കിലും ഒരാളുടെ അന്യായത്തിന്മേൽ വിവാഹാവകാശം യഥാസ്ഥാനപ്പെടുത്തുവാൻ കോടതി കല്പിക്കാവുന്നതാകുന്നു. ഈ കല്പനയെ അനുസരിച്ചില്ലെങ്കിൽ അവളോ അയാളോ ഒരു മാസത്തിൽ കവിയാതെയുള്ള വെറുംതടവിന്നോ ഇരുനൂറുറുപ്പികയിൽ കവിയാതെയുള്ള പിഴയ്ക്കോ രണ്ടിന്നുംകൂടിയുള്ള ശിക്ഷയ്ക്കോ പാത്രമാകുന്നതും ആകുന്നു.

രാജകുമാരൻ: വളരെ നന്നായി. നിശ്ചയമായിട്ടും ഇങ്ങനെ ഒരു നിയമം വേണ്ടതാണ്.

കേശവൻ: ശരിതന്നെ. മരുമക്കത്തായം ആചരിക്കുന്ന ഹിന്ദുക്കളുടെ വിവാഹം ചില നൂതന ഏർപ്പാടുകളെക്കൊണ്ടു പരിഷ്ക്കരിക്കപ്പെടേണ്ട ഒരു സ്ഥിതിയിൽ ആകുന്നുവെന്നതിലേയ്ക്കു യാതൊരു സംശയവും ഇല്ല. എന്നാൽ ഈ ബില്ലിലെ ചില ഭാഗങ്ങളോടുകൂടി അടിയൻ ഒട്ടും യോജിക്കുന്നില്ല. മൂന്നാമത്തെ വകുപ്പു തീരെ ഇല്ലായ്മചെയ്യേണ്ടതാകുന്നു. ആറാമത്തെ വകുപ്പുകൊണ്ടു നാലു തലമുറയ്ക്കകത്തുള്ള വല്ല രക്തസംബന്ധവുംമാത്രമേ വിവാഹത്തിന്നു വിരോധമായി കാണുന്നുള്ളൂ. മലയാളികളുടെ കുടുംബസ്ഥിതിക്കും അവർ മാതൃപരമ്പരയെ മാത്രം അനുസരിച്ചിരിക്കുന്നവരായതുകൊണ്ടും അതു കുറെ അതിക്രമിച്ചിരിക്കുന്നു. ഏഴു തലമുറയ്ക്കകത്തുള്ളവരെല്ലാവരും ശേഷക്രിയയ്ക്കവകാശമുള്ള സപിണ്ഡന്മാരായിരിക്കുന്നതിനാൽ അതിന്നപ്പുറമായിട്ടുള്ള വല്ല ബന്ധുത്വവും വിവാഹത്തിന്നു വിരോധം ചെയ്യുന്നതല്ലെന്നാക്കണം.

എട്ടാമത്തെ വകുപ്പിന്നു പകരം "ഭർത്താവു മരണപത്രം എഴുതാതെ മരിച്ചുപോവാൻ ഇടവന്നാൽ അയാളുടെ സ്വയാർജ്ജിതമായോ പ്രത്യേകമായോ ഉള്ള മുതലിൽ പകുതി തറവാട്ടിലേയ്ക്കും പകുതി ഭാര്യയ്ക്കും മക്കൾക്കും ഒതുങ്ങുന്നതാകുന്നു" എന്നു ചേർക്കേണ്ടത് അത്യാവശ്യം തന്നെ. ഇതുകളെ അനുസരിച്ച് അല്പമായ വല്ല വ്യത്യാസങ്ങളും വരുത്തേണ്ടതുണ്ടെങ്കിൽ അതുകൽ വരുത്തി ഈ ബിൽ നിയമമാക്കിയാൽ നന്നായിരിക്കുമെന്നാണ് അടിയന്റെ അഭിപ്രായം.

എന്നിപ്രകാരം ഈ വിവാഹബില്ലിനെപ്പറ്റി ഓരോന്നും സംസാരിച്ചും കൊണ്ടുതന്നെ അവർ അന്നത്തെ ദിവസം കഴിച്ചുകൂട്ടി.

ഇങ്ങനെ ഇരിക്കുമ്പോൾ ഒരുദിവസം മൈസൂർപട്ടണത്തിലെ പ്രധാന കച്ചവടക്കാരനായ ദേവരാജനായിഡു എന്ന ആൾ രാജകുമാരനെ കാണുന്നതിന്നായി വരികയും അവിടെവെച്ചു കേശവനുണ്ണിനായരുമായിട്ടു വളരെ ഇഷ്ടമായിത്തീരുകയും ചെയ്തു. രാജകുമാരന്നെത്രയും പ്രിയമുള്ള ഒരു സ്നേഹിതൻ മദ്രാശിയിൽ ഉണ്ടെന്നു ദേവരാജനായിഡു മുമ്പേതന്നെ കേട്ടിട്ടുണ്ടെങ്കിലും ആ മനുഷ്യനെ കണ്ടറിയുന്നതിന്ന് അദ്ദേഹത്തിന്നിതുവരെ സംഗതിവന്നിട്ടില്ല. ഇപ്പോൾ കേശവനുണ്ണിനായരെ കണ്ടു സംസാരിച്ച സമയം വളരെ സന്തോഷമാകുകയും നിങ്ങൾ ഒരു ദിവസം എന്റെ വീട്ടിലേയ്ക്കു വരണമെന്നു ഞാൻ പ്രത്യേകം ആവശ്യപ്പെടുന്നു എന്നു പറയുകയും ചെയ്തു. "അതിന്നു യാതൊരു വിരോധവും ഇല്ല. ഞാൻ നാളെത്തന്നെ വരാമല്ലോ. ഉച്ചതിരിഞ്ഞു രണ്ടുമണിക്കു നിങ്ങൾ ഭവനത്തിൽ ഉണ്ടായിരിക്കില്ലേ? ഞാൻ അപ്പോൾ വന്നുകൊള്ളാം." എന്നു കേശവനുണ്ണിനായർ മറുപടി പറഞ്ഞതിന്റെശേഷം രണ്ടുപേരും കൈ കൊടുത്തു വളരെ ഇഷ്ടത്തോടെ പിരിഞ്ഞു. പിറ്റേദിവസം രണ്ടു മണിക്കു കേശവനുണ്ണിനായർ രാജകുമാരന്റെ വണ്ടിയിൽ കയറി നായിഡുവിനെ കാണുവാനായിട്ടു ചെല്ലുമ്പോൾ അദ്ദേഹം അയാളുടെ വരവിനെ കാത്തുകൊണ്ടു പടിക്കൽത്തന്നെ നിന്നിരുന്നു. അയാൾ വണ്ടിയിൽനിന്ന് ഇറങ്ങിയ ഉടൻ അദ്ദേഹം അടുക്കൽ ചെന്നു കൈ പിടിച്ചു. "ഞാൻ ഏകദേശം അരമണിക്കൂർ നേരമായി നിങ്ങടെ വരവിനെ കാത്തിവിടെ നില്ക്കുന്നു" എന്നു പറഞ്ഞപ്പോൾ–

കേശവൻ: ഞാൻകാരണമായിട്ടു നിങ്ങൾ ബുദ്ധിമുട്ടുന്നുവല്ലോ.

നായിഡു: ഛി!ഛി അങ്ങനെയുണ്ടോ? ഇതൊക്കെ ഒരു ബുദ്ധിമുട്ടാണോ? സ്നേഹിതന്മാർക്കുവേണ്ടി ബുദ്ധിമുട്ടുന്നതിങ്ങനെയാണോ?

എന്നിങ്ങനെ പറഞ്ഞുംകൊണ്ട്, ഏകദേശം എൺപതിൽ ചില്വാനം അടി നീളത്തിൽ പുഷ്പിച്ചിരിക്കുന്ന പിച്ചകവല്ലികൾ അർദ്ധചക്രാകൃതിയിൽ പടർത്തപ്പെട്ടു വെളുത്തതും പച്ചയും ആയ വർണ്ണങ്ങളെക്കൊണ്ടു സമ്മിശ്രമായ ഒരു പന്തലെന്നു തോന്നത്തക്കവണ്ണം അതിഭംഗിയിൽ ഉണ്ടാക്കിയിരിക്കുന്നതിൽക്കൂടി ദേവരാജനായിഡുവ കേശവനുണ്ണിനായരെ ഒരു ബംഗ്ലാവിലേയ്ക്കു കൂട്ടിക്കൊണ്ടുപോയി. ഇരുപതും

പന്ത്രണ്ടും കോൽ ദീർഘവിസ്താരമുള്ള ഈ ബംഗ്ലാവിന്റെ മുകളിലത്തെ നിലയ്ക്ക് ഇരിമ്പഴികൾ ഇട്ടിട്ടുള്ള ഇരുപത്തൊന്നു ജനലുകൾ ഉള്ളതുകൊണ്ട് ആ നിലയ്ക്ക് കല്ലും കുമ്മായവും നന്നെ ലുബ്ധായിട്ടു തന്നെ ഉപയോഗിച്ചിട്ടുള്ളൂ. ചട്ടികളിലും കുപ്പികളിലും പലതരത്തിലുള്ള ശീമച്ചെടികൾ പിടിപ്പിച്ചു ജനലുകളിന്മേൽ നിരത്തിവെച്ചിട്ടുണ്ട്. മുകളിൽ വെള്ളമേക്കട്ടിയുടെ നടുവിൽ ഒരു വരി ലസ്റ്റർകളും അതിനിരുഭാഗത്തും ചുകപ്പ്, വെള്ള, പച്ച ഈ വർണ്ണങ്ങളിലുള്ളവ ഇടകലർത്തി ഈരണ്ടു വരി ഗുളോപ്പുകളും തൂക്കീട്ടുണ്ട്. മേക്കട്ടിയുടെ ചുകന്നതും കസവുള്ളതും ആയ ഞെറിക്കു കീഴിൽ ചുറ്റും ഒരു കോൽ നീളത്തിലും മുക്കാൽ കോൽ വീതിയിലും തങ്കവർണ്ണക്കൂടോടുകൂടിയും ഉള്ള വെള്ളക്കണ്ണാടികൾ ചുമരിന്മേൽ നിരത്തി തറച്ചിരിക്കുന്നു. ഇതിന്നും കീഴിൽ ജനലുകളുടെ ഇടയിൽ വിശേഷതരമായ വാൾഷേഡുകളും തറച്ചിട്ടുണ്ട്. യാതൊരു മുറിയും അറയും കൂടാതെ വിലാസമായി കിടക്കുന്ന ആ തളത്തിൽ നിലത്തു മുഴുവൻ ചൂരൽപ്പായ വിരിച്ചിട്ടുള്ളതിന്മേൽ നടുക്കു മാർബിൾ കൊണ്ടുള്ള നാലുവലിയ മേശകളും ഓരോന്നിന്നു ചുറ്റും എട്ടെട്ടു വീട്ടിക്കസേരകളും ഇതിന്നിരുഭാഗത്തും ചുമരിന്നടുക്കെ നീളത്തിൽ ഓരോ വരി ചാരുകസേരകളും രണ്ടു തലയ്ക്കലും വീട്ടിക്കൊണ്ടു പണിചെയ്തു വാർനീഷ് ഇട്ടു മിന്നുന്ന വിശേഷപ്പെട്ട ഓരോ കോച്ചികളും വെച്ചിരിക്കുന്നു. നാലു മൂലയിലും നാലു തരത്തിലുള്ള ഓകോ വസി ക്ലോക്കുകളും വെച്ചിരിക്കുന്നു. കാട്ടുപോത്ത്, കലമാൻമുതലായ മൃഗങ്ങളുടെ കൊമ്പോടുകൂടിയ തലകളും ചുമരിന്മേൽ തറച്ചിരിക്കുന്നു. യോഗ്യന്മാരായ തന്റെ സ്നേഹിതന്മാർ ആരെങ്കിലും വന്നാൽ അവരെ സത്ക്കരിച്ചിരുത്തേണ്ടതിനെമാത്രം ഉദ്ദേശിച്ചാണത്രേ ദേവരാജനായിഡു ഈ സ്ഥലം ഉണ്ടാക്കിയിരിക്കുന്നത്. കേശവനുണ്ണിനായരെ ഇവിടെ കൊണ്ടുവന്നിരുത്തിയതിന്റെ ശേഷം–

ദേവരാജനായിഡു: സ്വല്പന്മാരായ ഞങ്ങടെ ഈ പ്രാകൃതാവസ്ഥയൊക്കെയും എല്ലാ സ്നേഹിതന്മാരെയും കാണിക്കണമല്ലോ എന്നു വിചാരിച്ചാണ് ക്ഷണിച്ചത്.

കേശവൻ: ശരി! ഇപ്രകാരമുള്ള പ്രാകൃതാവസ്ഥയിലായിരുന്നാൽ മതിയായിരുന്നു. എത്ര ഉറുപ്പിക കച്ചവടത്തിന്നായി മുടക്കീട്ടുണ്ട്?

നായിഡു: അൻപതു ലക്ഷം ഉറുപ്പികമാത്രമേ ഉള്ളൂ.

കേശവൻ: ഇതിൽനിന്നൊരു കൊല്ലത്തിൽ എന്താദായമുണ്ടാവും?

നായിഡു: എന്താദായമാണുള്ളത്? സകലചെലവും കഴിച്ച് ഒന്നൊന്നരലക്ഷം ഉറുപ്പിക സമ്പാദ്യമുണ്ടാവും.

ഇങ്ങനെ സംസാരിക്കുമ്പോൾ ദേവരാജനായിഡു ഒരു ഭൃത്യനെ വിളിച്ച്, "ഠ–എന്തു നോക്കി നില്ക്കുന്നു? ചായ തയ്യാറായോ എന്നറിയൂ" എന്നു പറഞ്ഞതു കേട്ട് അവൻ ഓടിപ്പോയി വേഗത്തിൽ തിരിയെ വന്നു "ചായ തയ്യാറായിരിക്കുന്നു" എന്നറിയിച്ചു. "എന്നാൽ എല്ലാം ഇവിടേയ്ക്കുതന്നെ കൊണ്ടുവരാൻ പറ". അപ്പോൾ കാപ്പി, ചായ, ബിസ്ക്കറ്റ്,

അപ്പം മുതലായതു വിശേഷമായ സ്ഫടികക്കിണ്ണങ്ങളിലും വെള്ളിക്കിണ്ണങ്ങളിലും നിറച്ച് ഇവരുടെ അരികെ ഒരു മേശപ്പുറത്തു തയ്യാറാക്കി വെച്ചതിന്റെശേഷം "എന്നാൽ നമുക്കിനി അല്പം ചായ കഴിക്കല്ലേ?" എന്നു പറഞ്ഞ് അവർ ചായ കഴിക്കുവാൻ തുടങ്ങി. ഓരോ വർത്തമാനങ്ങൾ പറഞ്ഞു ചായ കുടിച്ചിട്ട് "പ്യൂൻ! ഇതെല്ലാം കൊണ്ടുപോയി ശീഘ്രം ഇവിടെ വെടിപ്പാക്കണം" എന്നു പറഞ്ഞ് അവർ ഓരോ ചാരുകസേരയിന്മേൽ ചെന്നുകിടക്കുകയും ചെയ്തു.

കേശവൻ: സകല ഉദ്യോഗത്തിനെക്കാളും വളരെ നല്ലതാണ് നിങ്ങടെ സ്ഥിതിയിൽ ഇരിക്കുന്നത്.

നായിഡു: അതെന്താണ്?

കേശവൻ: ഒരുത്തനെയും കൂട്ടാക്കാതെ തന്റെ ഇഷ്ടപ്രകാരം നടക്കാമല്ലോ. ഉദ്യോഗസ്ഥന്മാരുടെ ശരീരം സർക്കാരിന്റെ പണയത്തിലല്ലേ?

നായിഡു: കച്ചവടക്കാരുടെ ശരീരം സകലജനങ്ങളുടെയും പണയത്തിലാണ്.

കേശവൻ: കൃഷിക്കാരന്മാരോടു മുഷിഞ്ഞാൽ ചോറുണ്ണില്ല. അതുകൊണ്ടെല്ലാ കൃഷിക്കാരന്മാരുടെയും ഇഷ്ടം വേണം. എന്നു പറയുന്ന മാതിരിയല്ലേ അത്?

നായിഡു: എല്ലാ ജനങ്ങൾക്കും ഉദ്യോഗസ്ഥന്മാരുടെ ഇഷ്ടം സമ്പാദിക്കേണ്ടത് അത്യാവശ്യമല്ലേ?

കേശവൻ: മര്യാദക്കാർക്ക് ഉദ്യോഗസ്ഥന്മാരുടെ പ്രത്യേകിച്ചൊരിഷ്ടം ആവശ്യമില്ല.

നായിഡു: സാമാന്യം യോഗ്യനായ ഒരു ഉദ്യോഗസ്ഥൻ പുറത്തിറങ്ങിയാൽ സ്വസ്ഥന്മാരായ എത്രയാളുകളാണ് കൈകെട്ടി പിന്നാലെ സേവയ്ക്കു കൂടുന്നത്? ഒരു കച്ചവടക്കാരന്റെ പിന്നാലെ അവന്റെ ശമ്പളക്കാരല്ലാതെ ഏതു പട്ടിയാണ് വരുന്നത്?

കേശവൻ: കച്ചവടക്കാരൻ ഒരുത്തന്റെ പിന്നാലെയും പോകേണ്ടല്ലോ. അവന്നു യാതൊരപമാനം സിദ്ധിപ്പാനും ഇടവരുന്നില്ല. മര്യാദയ്ക്കു നടന്നാൽ ഒരു ഉദ്യോഗസ്ഥനും അപമാനങ്ങൾ സംഭവിപ്പാനിടവരില്ലെന്നു നിങ്ങൾ പറയുമായിരിക്കാം. അതുകൊണ്ടു പോരാ. മര്യാദയ്ക്കു നടന്നാൽത്തന്നെ പോരാ. സാമാന്യം യോഗ്യനായ ഒരു ഉദ്യോഗസ്ഥൻ തന്റെ മേലധികാരമുള്ള എത്ര ഉദ്യോഗസ്ഥന്മാരുടെയാണ് പിന്നാലെ മൂക്കിൽ വിരലുംതള്ളിനടന്നു സേവ സമ്പാദിക്കേണ്ടത്?

നായിഡു: ന്യായമായും ജാഗ്രതയായും തന്റെ പ്രവൃത്തിയെമാത്രം നടത്തിക്കൊണ്ടിരുന്നാൽ അവരുടെ പ്രീതി ഉണ്ടാവില്ലേ?

കേശവൻ: അതു വാക്കുകൊണ്ടു പറയാൻമാത്രം കൊള്ളാം. യഥാർത്ഥത്തിൽ അങ്ങനെ വിചാരിക്കുന്നവർ നന്നെ ദുർല്ലഭമായിട്ടേയുള്ളൂ. പക്ഷേ, അങ്ങനെയായിരുന്നാൽ ചിലരുടെ പ്രീതിയുണ്ടായേക്കാം. പ്രീതികൊണ്ടു പോരാ, സേവയാണ് വേണ്ടത്.

നായിഡു: അങ്ങനെ മേലുദ്യോഗസ്ഥരുടെ സേവ സമ്പാദിച്ചിട്ടു കാര്യമെന്താണ്?

കേശവൻ: അവരുടെ സേവയില്ലെങ്കിൽ ഇവന്നു ന്യായമായി കിട്ടാനുള്ള ഗുണങ്ങൾകൂടി സേവയുള്ള വേറെ ഒരുത്തൻ ചിലപ്പോൾ കൊണ്ടുപോയേയ്ക്കാം. അതുകൊണ്ടിവന്റെ ന്യായമായ ഗുണത്തിന്നുകൂടി സേവ വേണ്ടിയിരിക്കുന്നു. ഇതിന്നുംപുറമേ മേലുദ്യോഗസ്ഥന്റെ പ്രീതിയില്ലെങ്കിൽ ഒരു കീഴുദ്യോഗസ്ഥൻ എത്രതന്നെ ന്യായവാനായിരുന്നാലും അവനെ പല വിധത്തിലും ഉപദ്രവിക്കാൻ കഴിയും. എത്രാളുടെ അടുക്കൽ കാര്യം പറയണം? എത്രാളുടെ ആക്ഷേപങ്ങൾക്കു പാത്രമായിത്തീരണം? എത്രയാളുടെ മുഷിച്ചിൽ സമ്പാദിക്കണം? അപായത്തിന്നിടയുള്ള എത്ര കാര്യങ്ങളിൽ പ്രവേശിക്കണം? ഇതെല്ലാം വിചാരിക്കുമ്പോൾ യോഗ്യനായ ഒരു കച്ചവടക്കാരന്റെ പരാധീനമല്ലാത്തതായ സ്ഥിതി എത്ര അധികം നല്ലതാണ്!

നായിഡു: അഭിപ്രായങ്ങൾ ഭേദിക്കുന്നു എന്നുമാത്രമേ ഞാൻ ഇതിൽ പറയുന്നുള്ളൂ. നിങ്ങൾക്കെന്റെ ഭവനമെല്ലാം കാണണ്ടേ? വരൂ.

എന്നു പറഞ്ഞു രണ്ടുപേരും ആ ബംഗ്ലാവിൽനിന്നു താഴത്തിറങ്ങി മറ്റുള്ള സ്ഥലങ്ങൾ നോക്കിക്കാണുവാൻ തുടങ്ങി. ദേവരാജനായിഡുവിന്റെ പ്രത്യേക ഉപയോഗത്തിന്നുള്ള ബംഗ്ലാവു വേറെ ഉണ്ട്. അതിന്റെ ജനലുകളിലെല്ലാം ചുകന്ന തിരശ്ശീലകൾ തൂക്കിയിരിക്കുന്നു. അതിൽ വിശേഷതരമായ കട്ടിലുകളിന്മേൽ അതിമാർദ്ദവമുള്ള കിടയ്ക്കകളും തലേണകളും മാത്രമേ കിടപ്പറയിൽ ഉള്ളൂ. ശേഷം തളത്തിൽ നാലോ അഞ്ചോ ചില്ലലമാരികളിൽ പലതരത്തിലുള്ള പുസ്തകങ്ങൾ അടുക്കിവെച്ചിരിക്കുന്നു. നടുക്കു വീട്ടികൊണ്ടുള്ള ഒരു വട്ടമേശയിന്മേൽ എഴുതുവാനുള്ള സാമാനങ്ങളും വർത്തമാനകടലാസുകളും വെച്ചിട്ടുണ്ട്. മൂന്നോ നാലോ കസേലകളും രണ്ടോമൂന്നോ കോച്ചികളും ഈ മേശയ്ക്കു ചുറ്റുമായിട്ട് ഇട്ടിട്ടുണ്ട്. മനോഹാരികളായിരിക്കുന്ന യൗവനസ്ത്രീകളുടെ ഛായകൾ അതിപാടവത്തോടെ എഴുതിവെച്ചിരിക്കുന്നതു നയനരമ്യങ്ങൾതന്നെ. ചുമരിന്മേൽ നിരത്തി തറച്ചിട്ടുള്ള പലതരം ക്ലോക്കുകളുടെ ശബ്ദംകൊണ്ട് ഉറക്കെ സംസാരിച്ചില്ലെങ്കിൽ അന്യോന്യം കേൾക്കുവാൻ പ്രയാസമാകുന്നു. ദന്തംകൊണ്ട് അനേകവിധമായ രൂപങ്ങളും ലതകളും കൊത്തിവെച്ചിരിക്കുന്നതിന്റെ ഭംഗി പറയാവതല്ല. ഈ തളത്തിൽനിന്നു കാണാവുന്നതായ നിലാമിറ്റത്തു നാലുഭാഗത്തും പടുത്തുണ്ടാക്കിയിരിക്കുന്ന തറയിന്മേൽ വെച്ചിട്ടുള്ള വിശേഷതരപാത്രങ്ങളിൽ നട്ടുണ്ടാക്കിയ പിച്ചകം, മുല്ല, പനിനീർപിച്ചകം മുതലായ വല്ലികളിന്മേൽ സകലജനാനന്ദകരനായ പനിമതിബിംബത്തെ നോക്കിച്ചിരച്ചുകൊണ്ടു ധാരാളമായി നില്ക്കുന്ന പുഷ്പങ്ങളുടെ സൗരഭ്യത്തെ വഹിച്ചുവരുന്ന മന്ദവായുക്കൾ അവിടെ ഇരിക്കുന്ന യാതൊരു ദമ്പതിമാരെയാകുന്ന അതികഠിനമാകംവണ്ണം പീഡിപ്പിക്കാത്തത്? സ്ത്രീകൾക്കിരിപ്പാനായിട്ടുള്ള സ്ഥലത്തു ചെന്നുനോക്കിയ സമയം ദേവരാജനായിഡുവിന്റെ രണ്ടോ

മൂന്നോ പുത്രിമാർ ഓരോ അറകളിൽ ഇരുന്നു വളരെ കൗതുകമുള്ള ചില തുന്നപ്പണികൾ ചെയ്യുന്നതിനെ കണ്ടപ്പോൾ ലക്ഷ്മിക്കുട്ടിയുടെ മനോഹരമായ രൂപം ഓർത്തതിനാൽ കേശവനുണ്ണിനായർ ശേഷമുള്ള വിശേഷങ്ങളെ അത്ര ശ്രദ്ധയോടെ ഓർമ്മവെച്ചറിഞ്ഞില്ല. ഇതിന്നും പുറമേ ഭൃത്യന്മാർക്കു താമസിപ്പാനുള്ള സ്ഥലങ്ങൾ, വെപ്പുപുരകൾ, കുളിപ്പുരകൾ, വഴിപോക്കർ വന്നാലിരിപ്പാനും ഭക്ഷണം കഴിപ്പാനും ഉള്ള വലിയ ഊട്ടുപുരകൾ, വണ്ടിപ്പുരകൾ ആദിയായ വളരെ സ്ഥലങ്ങൾ കാണാം. ഇതുകളെല്ലാം നോക്കിക്കണ്ടതിന്റെശേഷം കേശവനുണ്ണിനായർ പോവാനായിട്ടു യാത്രപറഞ്ഞപ്പോൾ "നാളെ രാത്രി ഇവിടെ തേവിടിശ്ശി ആട്ടം നിശ്ചയിച്ചിട്ടുണ്ട്. അതു കാണുവാൻ നിങ്ങളും വരണമെന്നു ഞാൻ പ്രത്യേകം ക്ഷണിക്കുന്നു'' എന്നു ദേവരാജനായിഡു പറകയും അങ്ങനെയാവാമെന്നു സമ്മതിച്ചു കേശവനുണ്ണിനായർ പോകയും ചെയ്തു. പിറ്റേ ദിവസം രാത്രി എട്ടു മണിയായപ്പോഴേയ്ക്കു കേശവ നുണ്ണിനായർ ഊണും മറ്റും കഴിച്ചു നായിഡുവിന്റെ ഭവനത്തിലേയ്ക്ക് ആട്ടം കാണുന്നതിനായി പോയി. ക്ഷണിച്ചിട്ടുള്ള ഓരോ സ്നേഹിതന്മാർ വരുമ്പോൾ അവരെ ആദരപൂർവ്വം സ്വീകരിക്കുന്നതിന്നുവേണ്ടി നായിഡു വ്രാന്തയിൽ നില്ക്കുന്ന സമയം കേശവനുണ്ണിനായർ വരുന്നതിനെ കണ്ടിട്ടു മുറ്റത്തിറങ്ങിച്ചെന്നു കൈകൊടുത്തു സ്നേഹിതന്മാരെ സത്ക്ക രിച്ചിരുത്തുവാനുള്ള ബംഗ്ലാവിന്റെ മുകളിലേയ്ക്കു കൂട്ടിക്കൊണ്ടു പോകയും വിളക്കുവെച്ചിരിക്കുന്നതിന്റെ അടുക്കലായി മാന്യസ്ഥലത്തെ ഒരു ചാരുകസേരയിന്മേൽ ഇരുത്തുകയും ചെയ്തു. ദേവരാജനായിഡു തന്റെ അത്യാവശ്യമുള്ള സ്നേഹിതന്മാരെമാത്രം ക്ഷണിച്ചിട്ടുണ്ടായിരുന്ന തിനാൽ ഏകദേശം അൻപതാളുകളോളം അവിടെ ഇരുപ്പുണ്ടായിരുന്നു. കഷ്ടിച്ചഞ്ചു മിനിട്ടുനേരം കഴിഞ്ഞപ്പോൾ 'മൈസൂർമുത്തുമാണിക്യം' എന്നു ലോകവിശ്രുതയായ വേശ്യ വിലമതിക്കപ്പെടുവാൻ പ്രയാസമുള്ള നവരത്നഖചിതങ്ങളായ കാഞ്ചനാഭരണങ്ങളാൽ ആപാദചൂഡം അലങ്കരി ക്കപ്പെട്ടവളായി പെട്ടന്നരങ്ങത്തു വന്നുനിന്നപ്പോൾ അവളിൽനിന്നു ജ്വലി തങ്ങളായ തേജഃപുഞ്ജങ്ങളെക്കൊണ്ടു മങ്ങപ്പെട്ട നയനങ്ങളോടുകൂടിയ രംഗസ്ഥിതന്മാർ അല്പനേരം ഭ്രമിച്ചുപോയി. രാത്രിയിൽ ഭയങ്കരമായ ഇടിമിന്നൽഹേതുവായിട്ടു കണ്ണറിയാൻ പാടില്ലാതെ വഴിയിൽ പെട്ടെന്നു നിന്നുപോകുന്ന പാന്ഥന്മാർക്കു കുറച്ചുനേരം കഴിഞ്ഞതിന്റെശേഷം മിന്നലിന്റെ ശക്തിയിൽനിന്നു മോചിക്കപ്പെട്ട് അവരുടെ വഴിയെ എങ്ങനെ തിരിച്ചറിയാറാകുന്നുവോ, അതുപോലെ ആട്ടം കാണുവാനായിരിക്കുന്ന ജനങ്ങൾ തങ്ങളുടെ കണ്ണുകളെ ഒന്നു തിരുമ്മിത്തുടച്ചു വീണ്ടും നോക്കി യപ്പോൾ ഇവളുടെ മനോമോഹനമായിരിക്കുന്ന വദനാംബുജത്തെ അവർക്കു സ്പഷ്ടമായി കാണുമാറായി. ഇവൾ അഖിലജനകാമ്യമായി രിക്കുന്ന തന്റെ മുഖത്ത് ഓരോ ഭാവങ്ങളെ നടിച്ചുംകൊണ്ടു നോക്കു ന്നതിനെ കാണുമ്പോൾ "എന്റെ നേരെയാണ്, എന്റെ നേരെയാണിപ്പോൾ നോക്കുന്നത്" എന്നു വിചാരിച്ചും അനേകവികാരങ്ങളെ മനസ്സിൽ സ്വീക

രിച്ചും ഇരിക്കുന്ന ഈ രംഗസ്ഥിതന്മാരുടെ അവസ്ഥ എങ്ങനെയാകുന്നു വിവരിക്കുന്നത്? ഗന്ധർവ്വന്മാർപോലും അത്ഭുതപ്പെടുന്നതും കുയിലുകൾ ലജ്ജിക്കത്തക്കതും ആയ ഗാനം കേട്ടാൽ യാതൊരു ശഠന്മാരുടെ മനസ്സാകുന്നു അലിയാത്തത്! പ്രകൃത്യാതന്നെ മനോഹരമായിരിക്കുന്ന വയും ഇപ്പോൾ വിശേഷിച്ചു ഗുണങ്ങൾ വരുത്തീട്ടുള്ളവയും ആയ കടാക്ഷസ്മിതങ്ങൾക്ക് അധീനനാവാതെ യാതൊരു ധൈര്യശാലിയാണുള്ളത്? കേശവനുണ്ണിനായർക്കിവളുടെ രൂപഗുണത്തിൽ അധികമായ ഭ്രമം ഉണ്ടായില്ലെങ്കിലും ഗാനവിശേഷം അയാളുടെ മനസ്സിനെ മുഴുവൻ ആകർഷിച്ചു. ഏകദേശം മൂന്നു മണിക്കൂറുനേരത്തോളം ആട്ടം ഉണ്ടായി. അതിസുന്ദരിയായ ഈ വേശ്യാംഗനയെപ്പറ്റിയുള്ള ഓരോ വിചാരങ്ങളിൽ മുഴുകിക്കൊണ്ടിരിക്കുന്ന രംഗസ്ഥിതജനങ്ങൾ ആട്ടം നിർത്തിയതിനു ശേഷം കുറേ നേരംകൂടി മനം മറന്നവിടെത്തന്നെ ഇരുന്നുപോയി. ഒടുക്കം ആട്ടം കഴിഞ്ഞു എന്നു കണ്ടിട്ട് "ഛരി! ഇത്ര വേഗം മാറ്റിയോ? പറഞ്ഞറിയിപ്പാൻ പ്രയാസമുള്ളേടത്തോളം രമണീയമായിരിക്കുന്ന ഇവളുടെ മുഖത്തു നോക്കീട്ടെനിക്കിനിയും തൃപ്തിവന്നില്ലല്ലോ! എന്നു കേശവനുണ്ണിനായർ ഒഴികെ ശേഷം ഉള്ളവരൊക്കെയും "ഇവളുടെ ഗാനം അല്പംകൂടി കേട്ടാൽ കൊള്ളാമെന്നുണ്ടായിരുന്നു. അതിവിശേഷംതന്നെ. "ആട്ടെ, ഇനിയാവാമല്ലോ" എന്നു കേശവനുണ്ണിനായരും വിചാരിച്ചു. ശേഷം ഉള്ളവരെപ്പോലെയുള്ള വിചാരം കേശവനുണ്ണിനായർക്കുണ്ടാവാനിടയില്ലെന്നു വായനക്കാർക്കറിയാവുന്നതാണ്. ആട്ടം കഴിഞ്ഞതിന്റെ ശേഷം ദേവരാജനായിഡു തന്റെ സ്നേഹിതന്മാരെ എല്ലാം യാത്രയാക്കി അയച്ചിട്ട് ആട്ടക്കാരത്തിക്കു മുന്നൂറുപ്പികയും വളരെ സമ്മാനങ്ങളും കൊടുത്ത് അവളെ അയയ്ക്കുകയും അദ്ദേഹം ശയനഗൃഹത്തിലേയ്ക്കു പോകയും ചെയ്തു. ഇതിന്നിടയ്ക്കൊന്നുകൂടി ഇവിടെ പ്രസ്താവിക്കേണ്ടിയിരിക്കുന്നു: നായിഡുവിന്നു ക്രമമായ ഭാര്യ ഉണ്ടായിരുന്നു എങ്കിലും അദ്ദേഹം ഈ ഗണികയുടെ ഒരു ഗൂഢഭർത്താവായിരുന്നു എന്നുകൂടി അറിഞ്ഞിരിക്കേണ്ടതത്യാവശ്യമാകുന്നു. അദ്ദേഹത്തിന്നിവളുടെമേലുള്ള പ്രേമാധിക്യംഹേതുവാൽ തന്റെ തൊഴിലിനെ അനുസരിച്ചു നടക്കാനായിട്ട് ഇവളെ സമ്മതിക്കാറില്ല. തന്റെ സ്വന്തംഭാര്യയൊടുകൂടി അന്യനു സംസർഗ്ഗം ഉണ്ടെന്നറിഞ്ഞാൽ അവനോടെത്ര ശത്രുതയുണ്ടാകുമോ, അതിലധികമായിരുന്നു ഇവളുമായിട്ടു സംസർഗ്ഗം ഉണ്ടായവരിലുള്ള വൈരം. കുറച്ചു ദിവസം കഴിഞ്ഞതിന്റെശേഷം ഒരുനാൾ കേശവനുണ്ണിനായർ മുത്തുമാണിക്യത്തിന്റെ വീട്ടിൽ പോവുകയും പാട്ടുകേൾക്കുകയും ഉണ്ടായി. അയാൾക്കു സംഗീതത്തിലുള്ള അതിതാത്പര്യം ഹേതുവായിട്ടു കൂടക്കൂടെ ഇവളുടെ അടുക്കൽ പോകയും പാട്ടു കേൾക്കുകയും പതിവായിത്തീർന്നു. എന്നാൽ മുത്തുമാണിക്യത്തിനെപ്പറ്റിയേടത്തോളം ദേവരാജനായിഡുവിന്റെ സ്വഭാവത്തെക്കുറിച്ചു മുമ്പിൽ പ്രസ്താവിക്കുക കാരണമായിട്ടു വായനക്കാർ കേശവനുണ്ണിനായരുടെ മേൽ വല്ല ദോഷാരോപണങ്ങളും ചെയ്തുപോകാനിടയുണ്ട്. ആ വേശ്യയുടെ ഗാനമാധുര്യ

ത്തെമാത്രം ഓർത്തിട്ടായിരുന്നു അയാൾ അവളുടെ വീട്ടിൽ പോകാറുണ്ടായിരുന്നതും പാട്ടു കേൾക്കുന്നതിനാലുള്ള പരമാനന്ദത്തെമാത്രം അനുഭവിച്ചുപോരാറുണ്ടായിരുന്നതും. അതല്ലാതെ യാതൊരു ദുർവ്വിചാരവും കേശവനുണ്ണിനായരുടെ മനസ്സിൽ സ്വീകരിക്കപ്പെട്ടിട്ടില്ലെന്നുതന്നെയല്ല, അതിന്നിടയുമില്ല. ഇങ്ങനെ മുത്തുമാണിക്യത്തിന്റെ വീട്ടിലേയ്ക്കു കൂടെക്കൂടെയുള്ള പോക്കുവരവുകളെ കണ്ടിട്ട് ചിലർ ദേവരാജനായിഡുവിനോട് അയാളെക്കുറിച്ച് ഏഷണികൾ കൂട്ടിത്തുടങ്ങി. അന്യന്മാരെ അനാവശ്യമായി ദുഷിക്കുന്നതിലും തമ്മിൽ ഛിദ്രിപ്പിക്കുന്നതിലും താത്പര്യമുള്ള കുസൃതിക്കാർ ഇല്ലാതെ യാതൊരു പ്രദേശമാണുള്ളത്? യാതൊരാത്മസ്നേഹിതന്മാരാകുന്നു കാമിനികൾമൂലം തീരെ വൈരികളാക്കി ചെയ്യപ്പെടാത്തത്? കേശവനുണ്ണിനായർക്കു മുത്തുമാണിക്യമായിട്ടു ഗൂഢസംസർഗ്ഗമുണ്ടെന്നുള്ള വർത്തമാനം ഏതൊരു സമയത്താണോ തന്റെ ചെവികളിൽ കേട്ടത്, തത്സമയത്തുതന്നെ കേശവനുണ്ണിനായരുടെ നേരെയുള്ള വൈരമാകുന്ന വിത്തു നായിഡുവിന്റെ മനസ്സിൽ കുഴിച്ചിടപ്പെട്ടു. ഈ വിത്തു മുളച്ചുവന്ന് ഏഷണിക്കാരുടെ വാക്കാകുന്ന വളമിട്ടു വളർത്തി കാലക്രമേണ നായിഡുവിന്റെ ഉള്ളിൽ ഒതുക്കുവാൻ പാടില്ലാത്ത സ്ഥിതിയിൽ ആയിത്തീർന്നു. കേശവനുണ്ണിനായരെ കാണുന്ന സമയം തന്റെ അപ്രീതിസൂചകമായ വല്ല ഭാവങ്ങളും ദേവരാജനായിഡു കാണിക്കാതെ സ്നേഹിതാവസ്ഥയെമാത്രം നടിച്ചിരുന്നതിനാൽ അയാൾക്കു യാതൊരു സംശയത്തിന്നും ഇടവന്നില്ല. ഇപ്രകാരമിരിക്കും സമയത്തിങ്കൽ മൈസൂർരാജ്യത്തെ ചാരായക്കുത്തക മുഴുവനും ഒന്നായി തന്നെ ഏല്പിച്ചുകൊടുക്കണമെന്നു ക്ഷപാകരമഹാരാജാവിന്റെ പ്രധാന മന്ത്രിയും തന്റെ ഒരു വലിയ സ്നേഹിതനും ആയ വിജയരങ്കയ്യഗാറു എന്ന മഹാന്റെ അടുക്കൽ ദേവരാജനായിഡു ഹർജി കൊടുത്തിട്ടുണ്ടായിരുന്നു. ഈ ഹർജിയെപ്പറ്റി മന്ത്രിയോടു സ്വാകാര്യമായി അല്പം പറയണമെന്നുള്ള വിചാരത്തിന്മേൽ ഒരു ദിവസം നായിഡു മന്ത്രിയുടെ അടുക്കൽ പോയിട്ട്–

മന്ത്രി: താങ്കളിപ്പോൾ വന്നതു വിശേഷിച്ചൊന്നുമുണ്ടായിട്ടല്ലല്ലോ.

നായിഡു: വിശേഷിച്ചൊന്നുമില്ല. എന്റെ കാര്യമെന്തായി എന്നറിയാമല്ലോ എന്നും നിങ്ങളെ കണ്ടിട്ടു കുറച്ചു ദിവസമായല്ലോ എന്നും വിചാരിച്ചാണ് വന്നത്.

മന്ത്രി: സ്നേഹിതന്റെ ആ വാക്കു വളരെ സന്തോഷംതന്നെ. പക്ഷേ താങ്കളുടെ കാര്യമെന്താകുന്നു എന്നു ഞാനിപ്പോൾ ഓർക്കുന്നില്ല. അസംഖ്യം കാര്യങ്ങളെ ആലോചിച്ചു തീർച്ചപ്പെടുത്തേണ്ടതായ സ്ഥാനം ദൈവഗത്യാ ഞാൻ ചുമതലപ്പെട്ടിരിക്കുന്നതിനാൽ ഓരോ സംഗതികളെ പ്രത്യേകിച്ചോർമ്മവെയ്ക്കുന്നതു പ്രയാസമായിരിക്കകൊണ്ടു താങ്കളുടെ കാര്യം തത്കാലം മനസ്സിൽനിന്നു വിട്ടുപോയതാണ്. അതല്ലാതെ സ്നേഹിതന്റെ കാര്യത്തിലുള്ള അജാഗ്രത കൊണ്ടാണെന്നു വിചാരിക്കല്ലേ.

നായിഡു: അങ്ങനെ ഞാനൊരിക്കലും വിചാരിച്ചിട്ടില്ല. ചാരായക്കുത്തകയുടെ കാര്യത്തെപ്പറ്റി ഞാൻ ഒരു ഹർജ്ജി കൊടുത്തിട്ടുള്ളത് ഓർമ്മയുണ്ടായിരിക്കുമല്ലോ.

മന്ത്രി: ശരി ശരി. ഇപ്പോൾ ഞാനോർക്കുന്നുണ്ട്. ഇതുവരെ അത് ഒരാളെത്തന്നെ ഏല്പിച്ചതായി കാണുന്നില്ല. മഹാരാജാവിന്റെ അഭിപ്രായംകൂടി അറിഞ്ഞിട്ടാവാം. രാജ്യത്തിൽ മുതലെടുപ്പിന്റെ ഒരു മുഖ്യമായ ഭാഗമാണ് ചാരായക്കുത്തക. പലരെയുംകൂടി ഒൻപതു ലക്ഷം ഉറുപ്പികയ്ക്കേല്പിച്ചുവന്നിരുന്നത് ഇപ്പോൾ താങ്കളെ തനിച്ചു പത്തു ലക്ഷത്തിന്നേല്പിച്ചുതരണമെന്നാണ് ആവശ്യപ്പെടുന്നത്. അല്ലേ? ആട്ടെ, ഞാനതു വേണ്ടതുപോലെ ആക്കിത്തരാം. താങ്കളുടെ കാര്യത്തിൽ ഇനിക്കു യാതൊരുപേക്ഷയും ഉണ്ടാകയില്ല. മണി എത്രയായി? രാജകുമാരന്റെ കോവിലകത്തു പോയി വരണമെന്നു മഹാരാജാവു കല്പനയായിട്ടുണ്ട്.

നായിഡു: വിശേഷിച്ചൊന്നുമില്ല. വിശേഷിച്ചേതാനുമുണ്ടായിട്ടോ?

മന്ത്രി: രണ്ടുദിവസമായിട്ടു രാജകുമാരൻ മഹാരാജാവിനെ കാണാൻ വരാറില്ല. വല്ല സുഖക്കേടും ഉണ്ടോ എന്നറിയണം.

നായിഡു: ഇയ്യിടയിൽ നിങ്ങളും രാജകുമാരനുമായിട്ടു നല്ല രസമില്ലെന്നു കേട്ടു. എന്താ അതിനു കാരണം?

മന്ത്രി: ഞങ്ങൾതമ്മിൽ യാതൊരു നീരസവും ഉള്ളതായി ഇനിക്കു തോന്നുന്നില്ല.

നായിഡു: വലിയ ഉദ്യോഗസ്ഥന്മാർ നാട്ടുവർത്തമാനം ഏതാനും അറിയോ?

മന്ത്രി: അതെന്താ? കേൾക്കട്ടെ.

നായിഡു–ഞാനൊന്നും പറയുന്നില്ല, അതൊക്കെ നിങ്ങൾ താനെ കേട്ടോളും. ഇയ്യുള്ളോൻ വല്ലതും കേട്ടു എന്നു പറഞ്ഞു എന്നും വരുത്തീട്ടു കാര്യമില്ലല്ലോ.

മന്ത്രി: എന്റെ സ്ഥിതിക്കു പലർക്കും പല ഗുണങ്ങളും ദോഷങ്ങളും അറിഞ്ഞും അറിയാതെയും ചെയ്യാൻ ഇടയുണ്ട്. സ്നേഹിതന്മാരായ നിങ്ങൾ എന്നെ അതുകളിലെല്ലാം വേണ്ടതുപോലെ സഹായിക്കുമെന്നാണ് എന്റെ പൂർണ്ണവിശ്വാസം.

നായിഡു: നിങ്ങളുടെ പ്രവൃത്തിയിൽ യാതൊരു ദോഷവും ഉണ്ടെന്നു ഞാൻ പറയുന്നില്ല. എങ്കിലും നിങ്ങളുടെ അഭിവൃദ്ധിയെ കാണുവാൻ പാടില്ലാത്ത ചില സേവന്മാരുണ്ട്.

മന്ത്രി: എന്നാൽ അതിനിക്ക് അറിവുതരേണ്ടതു താങ്കളുടെ ചുമതലയല്ലേ?

നായിഡു: അതുകൊണ്ടുതന്നെയാണ് ഞാൻ അല്പം പറയണമെന്നു വിചാരിക്കുന്നത്. രാജകുമാരന്റെ എത്രയും സ്നേഹവനായ ഒരാൾ ഉണ്ടെന്നുള്ളതറിഞ്ഞിട്ടുണ്ടോ?

മന്ത്രി: ഞാൻ കേട്ടിട്ടുണ്ട്. മദ്രാശിയിൽ പഠിക്കുന്ന ഒരുത്തനല്ലേ? ഞാൻ അയാളായിട്ടു പരിചയമില്ലെങ്കിലും കണ്ടിട്ടുണ്ട്.

നായിഡു: അയാൾ വളരെ ദുഃസ്വഭാവിയാണെന്നാണ് കേൾവി. രാജകുമാരന്റെ ബുദ്ധി നല്ല ഉറപ്പുള്ളതും ചീത്തത്തമില്ലാത്തതും ആണെങ്കിലും 'വീഴുന്ന തുള്ളികൾ കാലക്രമേണ കരിങ്കല്ലിനെയും കുഴിക്കും.' നിങ്ങളെക്കുറിച്ചോരോരോ ദൂഷ്യവാക്കുകളും പറഞ്ഞുകൊടുത്തു രാജകുമാരന്നു നിങ്ങളുടെ മേൽ അപ്രീതിയുണ്ടാക്കുവാനാണത്രേ അയാളുടെ ഉത്സാഹം.

മന്ത്രി: അതുകൊണ്ടയാൾക്കെന്തു കാര്യമുണ്ട്?

നായിഡു: അയാൾ വലിയ പരീക്ഷകളും മറ്റും പാസായി ഒരു യോഗ്യത സ്ഥിതിയിൽ വരാറായി. മഹാരാജാവിന്നു പ്രായാധിക്യമായിരിക്കുന്നു. ഇപ്പോൾത്തന്നെ രാജകുമാരന്നു കഠിനമായ അപ്രീതി നിങ്ങളുടെമേൽ തോന്നിച്ചാലല്ലേ ഈ സ്ഥാനം അയാൾക്കു വഹിപ്പാൻ തരമാവൂ? രാജകുമാരന്നത്രയ്ക്കു പ്രീതിയും അയാളുടെ മേലുണ്ട്.

മന്ത്രി: ശരിയാണത്. അങ്ങനെ വരാനിടയുണ്ട്.

നായിഡു: അതിന്നും പുറമേ അയാളായിട്ടുള്ള സംസർഗ്ഗം ഹേതുവായിട്ടു രാജകുമാരനു വല്ല അപമാനവും സിദ്ധിപ്പാനിടയുണ്ടോ എന്നുകൂടി ഞാൻ സംശയിക്കുന്നു.

മന്ത്രി: അതെങ്ങനെയാണ്? അതു കേൾക്കട്ടെ.

നായിഡു: ചില ദിവസം രാത്രി രാജകുമാരനും അയാളും കൂടി വേഷച്ഛന്നന്മാരായിട്ടു ചില ഗൂഢസഞ്ചാരങ്ങൾ ചെയ്യാറുണ്ടെന്നു ഞാൻ സൂക്ഷ്മമായി കേട്ടു. ഇങ്ങനെയുള്ള സഞ്ചാരങ്ങളിൽനിന്ന് എന്തെല്ലാം അബദ്ധങ്ങൾ പറ്റുവാനുണ്ട്. അയാൾ വന്നുകൂടിയതിൽ പിന്നെയാണ് ഇങ്ങനെയുള്ള സംസാരങ്ങൾക്കിടയായിത്തീർന്നത്.

മന്ത്രി: ഇപ്രകാരമൊക്കെയുമാണോ സ്ഥിതി? ഞാനിതൊന്നും ഇതുവരെ അറിഞ്ഞിട്ടില്ല.

നായിഡു: ഇങ്ങനെയുള്ള വർത്തമാനങ്ങൾ ഒക്കയും നിങ്ങളോടു ഭയപ്പെട്ടിട്ടാരു പറയും? ഞങ്ങളെ പേടിക്കാനൊന്നുമില്ലല്ലോ, കച്ചവടക്കാരല്ലേ? ആരെങ്കിലും എന്തും പറയും. ഞാനിതു മറ്റൊന്നും വിചാരിച്ചു പറഞ്ഞതല്ല. നിങ്ങളുടെ ഗുണത്തെ കാത്തുനില്ക്കേണ്ടതിന്നുമാത്രം അറിയിച്ചതാണ്. രാജകുമാരന് എന്റെമേൽ വല്ല നീരസവും ഉണ്ടാവാൻ ഇടവരുത്തരുതെന്നു ഞാൻ പ്രത്യേകം അപേക്ഷിക്കുന്നു.

മന്ത്രി: ഛീ! ഛീ! അതൊന്നും ഉണ്ടാവില്ല. ഇനിക്കറിഞ്ഞുകൂടേ? നേരം കുറെയായി. രാജകുമാരന്റെ അടുക്കൽ ഇപ്പോൾ പോവാൻ കഴികയില്ല. ഞാൻ കുളിക്കാൻ നോക്കട്ടെ. എന്നാൽ താങ്കൾ ചെല്ലൂ.

എന്നു പറഞ്ഞു വിജയരങ്കയ്യഗാറു കുളിപ്പാനും ദേവരാജനായിഡു തന്റെ ഭവനത്തിലേയ്ക്കും പോയി. "സത്യാസത്യങ്ങളെ അറിഞ്ഞും നീതിന്യായശാസ്ത്രങ്ങളെ അനുസരിച്ചും യാതൊരാൾക്കും അപ്രീതിക്കിടവരുത്താതെയും വളരെ ശ്രദ്ധയോടും രാജ്യകാര്യങ്ങളെ നടത്തിവരുന്ന എന്നെപ്പറ്റി ഇപ്രകാരമുള്ള കുസൃതിവാക്കുകൾ രാജകുമാരന്നോടു

പറഞ്ഞ് എന്റെ മേൽ വൈരം ജനിപ്പിക്കുന്ന ഇവനെക്കുറിച്ചേതുപ്രകാരമാണ് ഞാൻ പ്രവർത്തിക്കേണ്ടത്? ഒന്നും മിണ്ടാതിരുന്നാൽ ഇവൻ ഇനിക്കൊരു കോടാലിയായിത്തീരും എന്നുള്ളതിലേയ്ക്കു സംശയമില്ല. എന്റെ സ്നേഹിതനായ ദേവരാജനായിഡുവിന്റെ വാക്കുകളിൽ യാതൊരു വ്യത്യാസവും ഉണ്ടാകുവാൻ പാടുള്ളതല്ല. എന്നെ ദുഷിക്കുന്നു എന്ന ഒരു കാരണത്തിന്മേൽമാത്രം ഇവനെ ശിക്ഷിക്കുവാൻ തരമില്ല. സകല ജനങ്ങളാലും പൂജ്യനായിരിക്കുന്ന മകരധ്വജരാജുകുമാരന്റെ മനസ്സ് ഇവന്റെ വിഷസമ്മിശ്രമായ ദുർബ്ബോധനകൾകൊണ്ടു മലിനമാക്കിച്ചെയ്യപ്പെടുന്നു എന്നും അതുഹേതുവായിട്ട് ആക്ഷേപകാരണമായ ചില ഹീനപ്രവൃത്തികളിൽ രാജകുമാരന്റെ മനസ്സു പ്രവേശിക്കുന്നു എന്നും അതു മഹാരാജാവിന്നും തന്റെ പ്രിയപ്പെട്ട പുത്രനും ശ്രേയസ്കരമായി ഭവിക്കയില്ലെന്നുതന്നെയല്ല, സന്ദേഹമെന്നിയേ അവമാനജനകമായിത്തന്നെ തീരുമെന്നും മഹാരാജാവിനെ ഉടൻ അറിയിക്കുന്നതുതന്നെ യുക്തം" എന്നീപ്രകാരം ഓരോന്നു വിചാരിച്ചുറച്ചുംകൊണ്ടു മന്ത്രി, സ്നാനഭക്ഷണാദികൾ കഴിച്ചു രാജസന്നിധിയിൽ ചെന്നപ്പോൾ–

മഹാരാജാവ്: മന്ത്രി ഉണ്ണിയുടെ അടുക്കൽ പോയിരുന്നില്ലേ?

മന്ത്രി: പോയിരുന്നില്ല.

മഹാരാജാവ്: എന്താ പോവാഞ്ഞത്?

മന്ത്രി: അവിടെ പോകുന്നതിന്നുമുമ്പേതന്നെ ചില ഗൗരവമുള്ള കാര്യങ്ങൾ തിരുമനസ്സറിയിക്കേണ്ടതുണ്ടായിരുന്നു.

മഹാരാജാവ്: അതെന്താണ്?

മന്ത്രി: രാജകുമാരന്നു കേശവനുണ്ണിനായർ എന്ന് അതിവികൃതിയായ ഒരു സേവൻ ഉണ്ടെന്നു തിരുമനസ്സുകൊണ്ട് അറിഞ്ഞിട്ടുണ്ടല്ലോ.

മഹാരാജാവ്: അവൻ അത്ര വികൃതിയാണെന്ന് ഞാൻ മനസ്സിലാക്കി വെച്ചിട്ടില്ല.

മന്ത്രി: അയാൾ അത്ര നല്ലവനല്ലെന്നു മുമ്പേതന്നെ ഇനിക്കു ശങ്കിപ്പാനിടയുണ്ടായിട്ടുണ്ട്, എന്നാൽ തീർച്ചയറിയാതെ ഇവിടെ വന്നു വല്ലതും തിരുമനസ്സറിയിക്കുന്നതു ഭൂഷണമായിരിക്കയില്ലല്ലോ എന്നു കരുതി ഇതുവരെ ഒന്നും മിണ്ടാതിരുന്നതാണ്. അയാളുടെ സംസർഗ്ഗം തുടങ്ങിയതിൽ പിന്നെ രാജകുമാരന്റെ സ്വകാര്യനടപടി ഏറ്റവും ചീത്തയായിത്തീർന്നു എന്നും ഇപ്പോൾ അതു ജനസമുദായത്തിന്റെ ഇടയിൽ വളരെ അപകീർത്തികരമായ ആക്ഷേപങ്ങൾക്കിടയായിരിക്കുന്നു എന്നും മറ്റും വിശ്വസിക്കത്തക്ക ചില വർത്തമാനം ഞാൻ കേൾക്കയുണ്ടായി. ഇവിടുന്നിരിക്കുമ്പോൾത്തന്നെ ഇങ്ങനെയുള്ള ദുഷ്കീർത്തികൾക്കിടവരുത്തിയ കൂളന്മാരായിട്ടുള്ള സംസർഗ്ഗത്തെ നിർത്തൽചെയ്യാഞ്ഞാൽ ഒടുക്കത്തിൽ അത് ഇവിടേയ്ക്കുകൂടി ഒരു കുറവായിത്തീരും. അന്യന്മാരെക്കുറിച്ചു രാജകുമാരനോടനാവശ്യമായി ദൂഷ്യവാക്കുകൾ പറഞ്ഞുകൊടുക്കുകയാണത്രേ അയാളുടെ മുഖ്യമായ പ്രവൃത്തി. ഇപ്രകാരമുള്ള ദുർജ്ജ

നങ്ങളെ രാജസന്നിധിയിൽ അടുപ്പിക്കാതെ സൂക്ഷിക്കേണ്ടതിലേയ്ക്കു തക്കതായ ഏർപ്പാടുകൾ ഉടനെ ചെയ്യേണ്ടതത്യാവശ്യമായിരിക്കുന്നു.

മഹാരാജാവ്: എന്നാലവൻ ഇനി മൂന്നു ദിവസത്തിനകം നമ്മുടെ രാജ്യതിരുകളെ വിട്ടുപോയിട്ടില്ലെങ്കിൽ കഠിനമായ ശിക്ഷയ്ക്കു പാത്രമായിത്തീരുമെന്നു കല്പന കൊടുക്കതന്നെ.

മന്ത്രി: അത് അത്ര മതിയായെന്നു തോന്നുന്നില്ല. എന്തുകൊണ്ടെന്നാൽ രാജകുമാരന്റെ താമസം മിക്കവാറും മദ്രാസിലാകുന്നു. അതുംകൂടി ഇനി പാടില്ലെന്നു വെച്ചാൽ മതി. ഒ! അതുതന്നെയല്ല. അങ്ങനെയായാൽ എഴുത്തുകൾമൂലമെങ്കിലും അയാളുടെ ദുരാലോചനകളെ നടത്തുന്നതിന്നു പ്രയാസമില്ല.

മഹാരാജാവ്: നമ്മുടെ ഉണ്ണിക്കു ദുർബ്ബോധനകൾ ചെയ്യുന്നു എന്നു സൂക്ഷ്മമായ അറിവു നമുക്കു കിട്ടിയതിനാൽ തത്ക്ഷണം അവനെ പിടിച്ചു തടവിൽ പാർപ്പിക്കണമെന്നും നാം കല്പിക്കുന്നു.

മന്ത്രി: എന്നാൽ പോലീസുകാർക്ക് ഇപ്പോൾതന്നെ കല്പന കൊടുത്തുകളയാം.

എന്നു പറഞ്ഞു മന്ത്രി അവിടെനിന്നു പോരുകയും കേശവനുണ്ണിനായരെ ഉടനെ പിടിച്ചു തടവിൽ പാർപ്പിക്കേണ്ടതിന്നു ജയിൽസൂപ്രണ്ടിനെ ഏല്പിച്ചുകൊടുക്കേണമെന്നു പോലീസുകാർക്കുത്തരവു കൊടുക്കുകയും ചെയ്തു. ഇതൊക്കെയും അല്പസമയംകൊണ്ടു കഴിഞ്ഞതിനാൽ കേശവനുണ്ണിനായർ പോലീസുകാരുടെ അധീനത്തിൽ പെടുന്നതിന്നു വളരെ താമസമുണ്ടായില്ല. ഏകദേശം അഞ്ചുമണിക്ക് അയാൾ പുറത്തിറങ്ങി ലാത്തുവാൻ പോകുക പതിവുണ്ടായിരുന്നതിനാൽ രണ്ടു കോൺസ്റ്റബിൾമാർ ആ സമയത്തു കാത്തുംകൊണ്ടു രാജകുമാരന്റെ കോവിലകത്തിന്ന് ഏകദേശം അരയ്ക്കാൽ മൈൽ ദൂരേ ഒരു സ്ഥലത്തു നില്ക്കുമ്പോൾ കേശവനുണ്ണിനായർ കോവിലകത്തുനിന്നിറങ്ങി വഴിയിലേയ്ക്കു വരുന്നതിനെ കണ്ടിട്ട് അവർ ചെന്നു കല്പന കാണിച്ച് അയാളെ പിടിച്ച സമയം "ഞാനിവിടെ പോയി രാജകുമാരനെ വിവരം അറിയിച്ച് ഉടനെത്തന്നെ നിങ്ങളുടെ കൂടെ വന്നേയ്ക്കാം" എന്നു പറഞ്ഞതിനെ അവർ സമ്മതിക്കാതെ അയാളെ കൊണ്ടുപോയി ജയിൽ സൂപ്രണ്ടിനെ ഏല്പിച്ചുകൊടുത്തു. വാർഡർ ജെയിൽമുറിയുടെ വാതിൽ തുറന്നു കേശവനുണ്ണിനായരോടകത്തേയ്ക്കു കടക്കുവാൻ പറഞ്ഞപ്പോൾ അയാൾ ഉമ്മറത്തുചെന്നു മുറിയിലേയ്ക്കു നോക്കീട്ട് "അയ്യോ! ദൈവമേ! ഇതാണോ എന്റെ വിധി? എന്നു പറഞ്ഞകത്തേയ്ക്കു കടക്കുകയും വാർഡർ വാതിൽ പൂട്ടുകയും ചെയ്തു. ഈ വിവരം ഒരാൾ ചെന്നു രാജകുമാരനെ അറിയിച്ചപ്പോൾ അദ്ദേഹത്തിന്നുണ്ടായ വ്യസനത്തെക്കുറിച്ചു വിചാരിക്കുന്നത് അസാധ്യംതന്നെ.

7

ലക്ഷ്മിക്കുട്ടിയുടെ ദേശാന്തരയാത്ര

അക്കരപ്പാട്ടുപ്രഭുവിന്റെ ഭാര്യയായിരിക്കണമെന്നുള്ള നിർബ്ബന്ധത്തിൽനിന്ന് ഒഴിഞ്ഞു നില്ക്കേണ്ടതിന്നുവേണ്ടി ലക്ഷ്മിക്കുട്ടി മീനാക്ഷിയോടൊന്നിച്ചു ദേശസഞ്ചാരത്തിനായിക്കൊണ്ടു നിശ്ചയിച്ച് ഒരു ദിവസം രാത്രി മൂന്നുമണിക്ക് അവളുടെ വീട്ടിൽനിന്ന് ആരും അറിയാതെ പുറപ്പെട്ടു പോയി എന്നു മുമ്പേ പറഞ്ഞുവെച്ചിട്ടുണ്ടല്ലോ. അടുക്കെയുള്ള ലക്ഡിസ്റ്റേഷ്യനിൽനിന്നു പതിനൊന്നര മണിക്കേ കിഴക്കോട്ടുള്ള വണ്ടി കയറുവാൻ തരമാവുള്ളൂ എന്നും അതുവരെ അവിടെ കാത്തിരുന്നാൽ തങ്ങളുടെ യാത്രയ്ക്കു വല്ല വിഘ്നവും വന്നേയ്ക്കുവാൻ ഇടയുണ്ടെന്നും അതുകൊണ്ട് ഏകദേശം പതിനാറു നാഴിക ദൂരേയുള്ള പാലക്കാട്ടു സ്റ്റേഷ്യനിൽ ചെന്നു വണ്ടികയറുന്നതാണ് നല്ലതെന്നും മറ്റും കരുതി അവർ പാലക്കാട്ടേയ്ക്കുള്ള നിരത്തിൽക്കൂടി ദാക്ഷിണ്യമെന്നിയേ നടക്കുവാൻ തുടങ്ങി. പതിനൊന്ന് മണിക്കു പാലക്കാട്ടെത്തി. ഒരു ഹോട്ടലിൽ കയറി ഊണുകഴിച്ചു സ്റ്റേഷ്യനിൽനിന്നു ജലാർപ്പേട്ടയിലേയ്ക്കും ടിക്കറ്റും വാങ്ങി ഒരു മണിക്കവിടെനിന്നു വണ്ടികേറുകയും ചെയ്തു. രാത്രി പന്ത്രണ്ടര മണിക്കു ജലാർപ്പേട്ടയിൽ ചെന്നിറങ്ങി നാലു ദിവസം താമസിച്ചതിന്റെശേഷം അവിടെനിന്നു പോകാമെന്നു നിശ്ചയിച്ച് അടുക്കെ ഒരു സത്രത്തിൽ ചെന്നു കിടന്നു. നടുക്കു ചെറുതായ ഒരു ഭാണ്ഡം വെച്ച് അതിന്റെ ഇരുഭാഗത്തുമായി ഒരു സ്ത്രീയും ഒരു പുരുഷനും മാത്രമേ ആ സത്രത്തിൽ ഇവർ ചെന്ന സമയം കിടപ്പുണ്ടായിരുന്നുള്ളൂ. യാതൊരു സമയത്തും പാന്ഥന്മാരുടെ ആവശ്യത്തിന്നുതകത്തക്കവണ്ണം പണിയിക്കപ്പെട്ടിട്ടുള്ള സത്രത്തിന്റെ വാതിലുകൾ അടച്ചുകൂടെന്നാകുന്നു നിശ്ചയം. ഈ നിശ്ചയത്തെ സഫലമാക്കിച്ചെയ്തിരിക്കുന്ന ചോരന്മാർ ഇവർ ഉറങ്ങിയ സമയം മെല്ലെ വന്നിട്ട് ആ സ്ത്രീപുരുഷന്മാരുടെ ഇടയിൽ വെച്ചി

രുന്ന ഭാണ്ഡത്തെ മോഷ്ടിക്കുകയും അതിലുണ്ടായിരുന്ന വസ്ത്രങ്ങൾ സത്രത്തിന്റെ വ്രാന്തയിൽത്തന്നെ ഇടുകയും ഒരുനൂറ്റിപ്പത്തുറുപ്പിക യുണ്ടായിരുന്നതു കൊണ്ടുപോകുകയും ചെയ്തു. അന്യന്മാർ വളരെ കായക്ലേശം ചെയ്തധികകാലംകൊണ്ടു സമ്പാദിച്ചു സൂക്ഷിച്ചുവെച്ചിരിക്കുന്ന ദ്രവ്യത്തെ ക്ഷണനേരത്തിൽ നിർലജ്ജം കരസ്ഥമാക്കി തങ്ങളുടെ ദിവസവൃത്തിയെ സുഖമാകുംവണ്ണം കഴിച്ചുവരുന്ന തസ്ക്കരപുംഗവന്മാർ ഏതൊരു രാജസന്നിധിയിൽക്കൂടിയാണില്ലാത്തത്? നേരം പുലർന്നതിന്റെ ശേഷം അവർ എഴുന്നേറ്റപ്പോൾ സാമാനങ്ങളും ഉറുപ്പികയും വെച്ചിരുന്ന ഭാണ്ഡം കാണായ്ക്കയാൽ അവിടെ എല്ലാം നോക്കിയ സമയം വസ്ത്രങ്ങൾമാത്രം വ്രാന്തയിൽനിന്നു കിട്ടുകയും ഉറുപ്പികയുടെ വിവരമില്ലാതിരിക്കുകയും ചെയ്തതിനാൽ എത്രയും വ്യസനിച്ച് അടുത്തുള്ള പോലീസ് സ്റ്റേഷ്യനിൽ വിവരം അറിവുകൊടുത്തു. തത്ക്ഷണം രണ്ടു പോലീസുകാർ പുറപ്പെട്ടു സത്രത്തിൽ ചെന്നമ്പേഷണം നടത്തിയപ്പോൾ അന്യായക്കാരൻ ഒഴികെ ലക്ഷ്മിക്കുട്ടിയും മീനാക്ഷിയും മാത്രമേ തലേദിവസം രാത്രി അവിടെ കിടന്നിരുന്നുള്ളൂ എന്നറികയാൽ ഉടനെ അവർ ഈ രണ്ടു സ്ത്രീകളെയും പിടികൂടി. ചെന്നായ്ക്കളാൽ വളയപ്പെട്ട മാൻപേടകൾ ജീവരക്ഷണത്തിന്നു വഴി കാണാഞ്ഞിട്ടെങ്ങനെ വ്യസനിക്കുന്നുവോ, അതുപോലെ പോലീസുകാരാൽ പിടികൂടപ്പെട്ട ഈ നിർദ്ദോഷികളായ അബലകളുടെ സന്താപത്തെക്കുറിച്ചു ഞാൻ എന്തു പറയട്ടെ.

പോലീസുകാരൻ: എന്താ, നിങ്ങൾക്കീക്കളവിനെപ്പറ്റി വല്ലതും അറിയാമോ?

ലക്ഷ്മിക്കുട്ടി: (വ്യസനിച്ചു ഗദ്ഗദത്തോടെ) ഞങ്ങൾ യാതൊന്നും അറിഞ്ഞിട്ടില്ല.

പോലീസ്: ഒന്നും അറിഞ്ഞിട്ടില്ലേ? എടുത്തിരിക്കുന്ന ഉറുപ്പിക വേഗത്തിൽ തന്നുകളയേ വേണ്ടൂ. എന്താ ഒന്നും മിണ്ടാതെ നില്ക്കുന്നത്?

ലക്ഷ്മിക്കുട്ടി: ഞങ്ങൾ നിരപരാധികളാണേ.

പോലീസ്: എന്തു പറയുന്നു? നിരപരാധികളോ? ഇന്നലെ രാത്രി ഇവരുടെ ഭാണ്ഡത്തിൽനിന്നു നിങ്ങളെടുത്ത ഉറുപ്പിക എവിടെ എന്നാണ് ചോദിച്ചത്.

ലക്ഷ്മിക്കുട്ടി: ഞങ്ങൾ ഉറുപ്പിക എടുക്ക ഉണ്ടായില്ലല്ലോ

പോലീസ്: ഉറുപ്പിക എടുക്ക ഉണ്ടായില്ലേ? പിന്നെന്താ എടുത്തത്?

ലക്ഷ്മിക്കുട്ടി: ഒന്നും എടുത്തിട്ടില്ല.

പോലീസ്: എടുത്തിട്ടില്ലേ? കള്ളി! വല്ലവരുടെ മുതൽ കട്ടാൽ പോരാ. ഇങ്ങോട്ടു തിരിഞ്ഞു നിക്ക്! ചെറുപ്പമല്ലേ നിനക്ക്! അധ്വാനിച്ചു സമ്പാദിക്കണം. എന്തേ മിണ്ടുന്നില്ല? ഈ തട്ടിപ്പൊന്നും സമ്മതിക്കയില്ല.

ലക്ഷ്മിക്കുട്ടി: ഞാൻ എന്തോന്നാണ് നിങ്ങളോട് പറയേണ്ടത്?

പോലീസ്: നിയ്യൊന്നും പറയണമെന്നില്ല. ഉറുപ്പിക എടുത്തതു തന്നാൽ മതി.

ലക്ഷ്മിക്കുട്ടി: സത്യമാണേ പറയുന്നത്. ഞങ്ങൾ ഉറുപ്പിക എടുത്തിട്ടില്ല.

പോലീസ്: നിയ്യു പറയുന്നതിനെ കേട്ടു പോവാനായിട്ടു ഞങ്ങൾക്കത്ര ഭ്രമം തോന്നീട്ടില്ല. (ലക്ഷ്മിക്കുട്ടിയുടെ ഭാണ്ഡം അഴിച്ചു നോക്കുന്നു.)

ലക്ഷ്മിക്കുട്ടി: അതു ഞങ്ങളുടെ ഉറുപ്പികയാണ്.

പോലീസ്: എന്നാൽ മറ്റേ ഉറുപ്പിക എവിടെ?

ലക്ഷ്മിക്കുട്ടി: അതു ഞങ്ങൾ എടുത്തിട്ടില്ല.

പോലീസ്: ഇവരോടിങ്ങനെ ചോദിച്ചതുകൊണ്ടു മതിയാവില്ല. കൊണ്ടു പോവാം. ഇനി സ്റ്റേഷ്യനിൽ പോയിട്ടാവാം.

ഇതു കേട്ടപ്പോൾ ലക്ഷ്മിക്കുട്ടിയുടെ പകുതി ജീവൻ പോയി. എന്തു കൊണ്ടെന്നാൽ സാധാരണയായി പോലീസുകാർ കളവു തുമ്പുണ്ടാക്കുവാൻ വേണ്ടി ചെയ്യുന്ന ഭേദ്യങ്ങളെപ്പറ്റി അവൾ ധാരാളമായി കേട്ടിട്ടുണ്ട്.

ലക്ഷ്മിക്കുട്ടി: അയ്യോ! ഈ നിർദ്ദോഷികളായിരിക്കുന്ന ഞങ്ങളെ അനാവശ്യമായി ഉപദ്രവിക്കല്ലേ.

പോലീസ്: നിയ്യാണ് നിർദ്ദോഷിയായിരിക്കുന്നവൾ, അല്ലേ? അതു കണ്ടാൽത്തന്നെ അറിയാം. അമ്പടി കേമി! ഇങ്ങട്ടു നടക്ക്! മേലാൽ നിയ്യു നിർദ്ദോഷിയായിരിക്കത്തക്കവണ്ണമാക്കിവിടാം.

എന്നു പറഞ്ഞു ലക്ഷ്മിക്കുട്ടിയെയും മീനാക്ഷിയെയും അവർ സ്റ്റേഷ്യനിലേയ്ക്കു കൊണ്ടുപോയി. അവിടെ ചെന്നിട്ട് ഇവരെ ഒരു മുറിയിൽ ആക്കി ഉടനെ ഒരു പോലീസുകാരൻ കുറേ മുളകരച്ചതും ഒരു ഉണ്ണിപ്പിണ്ടിയും എടുത്തുംകൊണ്ടകത്തേയ്ക്കു കടന്നു വാതിൽ അടച്ചിട്ടു. "നേരു പറയില്ലേ? അഴിക്കൂ ചേല" എന്നു പറഞ്ഞപ്പോൾ ലക്ഷ്മിക്കുട്ടി "ഇനി എന്തുതന്നെ ആയാലും കുറ്റം സമ്മതിക്കുന്നതാണു നല്ലത്" എന്നു കരുതി "ഉറുപ്പിക ഞങ്ങൾ എടുത്തിട്ടുണ്ട്. ഞങ്ങളെ ഉപദ്രവിക്കല്ലേ" എന്നു പറഞ്ഞതിനെ കേട്ടു.

പോലീസ്: എന്നാലതെന്തുകൊണ്ടിത്രനേരം പറഞ്ഞില്ല? ഇതുവരെ മിണ്ടാതിരുന്നതിന്ന് ഇതിന്റെ സ്വാദ് അല്പം അറിയിക്കയാണ് വേണ്ടത്. ആട്ടെ ഉറുപ്പിക എവിടെ?

ലക്ഷ്മിക്കുട്ടി: ഇതാ ഇവിടെയുണ്ട് (എന്നു പറഞ്ഞു റെയിൽസഞ്ചിയിൽ നിന്നു ഉറുപ്പിക എടുത്തു കൊടുത്തു.)

പോലീസ്: (എണ്ണിനോക്കീട്ട്) ഇതു തൊണ്ണൂറ്റോന്നേകാൽ ഉറുപ്പികയല്ലേള്ളൂ. പെട്ടിയിൽ ഞാൻ നോക്കട്ടെ. ഇനി ഉള്ളതു നോട്ടുകളാണ്. ശേഷം ഉറുപ്പിക എവിടെ?

ലക്ഷ്മിക്കുട്ടി: ഇത്രമാത്രമേ ഉണ്ടായിരുന്നുള്ളൂ. നോട്ടുകൾ ഞങ്ങളുടേതാണ്.

പോലീസ്: നൂറ്റിപ്പത്തുറുപ്പികയാണ് കളവു പോയിരിക്കുന്നത്. ശേഷം ഉറുപ്പിക വല്ലവിടേം വെച്ചിട്ടുണ്ടോ?

ലക്ഷ്മിക്കുട്ടി: ഇല്ല, വേറേ ഒളിച്ചുവെയ്ക്കാൻ തരമായിട്ടില്ലെന്നു നിങ്ങൾക്കറിഞ്ഞുകൂടേ? ഇതുമാത്രമേ അവരുടെ ഭാണ്ഡത്തിൽ ഉണ്ടായിരുന്നുള്ളൂ.

പോലീസ്: ഇനി ആരെങ്കിലും ചോദിച്ചാൽ ഈ ഉറുപ്പിക നിങ്ങടേതാണെന്നു പറയുമോ?

ലക്ഷ്മിക്കുട്ടി: ഇല്ല. ഞങ്ങളുടേതല്ല. അതു ഞങ്ങൾ എടുത്തതാണ്.

പോലീസ്: ശരിതന്നേല്ലേ? ഇനി വാക്കു മാറുമോ?

ലക്ഷ്മിക്കുട്ടി: ഇല്ല, മാറിപ്പറകയില്ല.

പോലീസ്: (മീനാക്ഷിയോട്) ഈ ഉറുപ്പിക നിങ്ങൾ അവരുടെ ഭാണ്ഡത്തിൽനിന്ന് ഇന്നലെ രാത്രി എടുത്തതല്ലേ?

മീനാക്ഷി: അതേ. അതു ഞങ്ങൾ എടുത്തതാണ്.

പോലീസ്: ഇനിനു വ്യത്യാസമില്ലല്ലോ?

മീനാക്ഷി: വ്യത്യാസമില്ല.

പോലീസ്: ഇനി മാറിപ്പറഞ്ഞാൽ ഞാൻ നിങ്ങടെ–

എന്നു പറഞ്ഞു കേസ്സു മജിസ്ത്രേട്ടുകോടതിയിലേയ്ക്കു ചാർജ്ജു ചെയ്യേണ്ടതിനു വേണ്ടുന്ന റിപ്പോർട്ടുകളും യാദാസ്സുകളും രണ്ടു സാക്ഷികളോടുകൂടെ തയ്യാറാക്കുകയും ചെയ്തു. ഉച്ചതിരിഞ്ഞു കേസ്സു ചാർജ്ജുചെയ്തപ്പോൾ അന്നു വിസ്തരിപ്പാൻ തരമില്ലാത്തതിനാൽ പിറ്റേ ദിവസമാവാമെന്നു വെച്ചു പ്രതികളെ റിമാണ്ടിൽത്തന്നെ താമസിപ്പിച്ചു. പിറ്റേ ദിവസം പത്തു മണിക്കു മജിസ്ത്രേട്ടു കോടതിയിൽ വന്നപ്പോഴേയ്ക്കു കേസ്സുവിസ്താരം കേൾക്കുവാൻവേണ്ടി വളരെ ജനങ്ങൾ കച്ചേരിയിൽ ശേഖരിച്ചുകൂടി. ആദ്യംതന്നെ അന്യായക്കാരനെ സത്യം ചെയ്യിച്ചു കൂട്ടിൽ കയറ്റീട്ട്–

മജിസ്ത്രേട്ട്: എന്നാണ് ഈ കളവു നടന്നിരിക്കുന്നത്?

അന്യായക്കാരൻ: മിനിഞ്ഞാന്നു രാത്രിയിൽ.

മജിസ്ത്രേട്ട്: മിനിഞ്ഞാന്നു രാത്രി എത്ര മണിക്ക്?

അന്യായക്കാരൻ: എത്ര മണിക്കാണെന്നുള്ളതറിഞ്ഞുകൂടാ. പന്ത്രണ്ടു മണി കഴിഞ്ഞതിന്റെശേഷവും ആറു മണിക്കു മുമ്പിലും ആകുന്നു.

മജിസ്ത്രേട്ട്: എവിടെവെച്ചാണ് കളവുണ്ടായത്?

അന്യായക്കാരൻ: ആ സത്രത്തിൽവെച്ചാകുന്നു.

മജിസ്ത്രേട്ട്: എന്തെല്ലാം സാമാനങ്ങളാണ് പോയിരിക്കുന്നത്?

അന്യായക്കാരൻ: 110 ഉറുപ്പികമാത്രമേ പോയിട്ടുള്ളൂ. ശേഷം വസ്ത്രങ്ങളും മറ്റും അതിന്റെ വ്രാന്തയിൽ ഇട്ടിരുന്നതു കിട്ടി.

മജിസ്ത്രേട്ട്: ഉറുപ്പികയായിട്ടോ നോട്ടായിട്ടോ പോയിരിക്കുന്നത്?

അന്യായക്കാരൻ: ഉറുപ്പികയായിട്ട്.

മജിസ്ത്രേട്ട്: പ്രതികൾ തന്റെ ഭാണ്ഡം എടുത്തുകൊണ്ടുപോയി വ്രാന്തയിൽ വെച്ചിരിക്കുന്നതു താൻ കണ്ടു. ഇല്ലേ?

അന്യായക്കാരൻ: കണ്ടില്ല. ഞാൻ ഉറങ്ങുകയായിരുന്നു.

മജിസ്ത്രേട്ട്: ഈ പ്രതികൾതന്നെയാണ് തന്റെ ഉറുപ്പിക കളവുചെയ്തത് എന്നു തനിക്കു നിശ്ചയമുണ്ടോ?

അന്യായക്കാരൻ: അതു നിശ്ചയമില്ല. ഇവർമാത്രമേ പിന്നെ അവിടെ കിടപ്പുണ്ടായിരുന്നുള്ളൂ.

മജിസ്ട്രേട്ട്: അതു വിചാരിച്ചവർതന്നെയാണ് കട്ടതെന്നു നിർണ്ണയിപ്പാൻ പാടുണ്ടോ? സത്രമല്ലേ? അതിന്റെ വാതിലുകൾ അടച്ചു ബന്ധിക്കുവാൻ പാടില്ലല്ലോ. അതുകൊണ്ടു രാത്രി വേറെ വല്ലവരും വന്നിട്ടു കട്ടുകൊണ്ടുപോയതാണെങ്കിലോ?

അന്യായക്കാരൻ: അതെങ്ങനെയാണെന്നിനിക്കറിയാൻ പാടില്ല.

മജിസ്ട്രേട്ട്: പിന്നെന്തുകൊണ്ടാണിവരെ സംശയിപ്പാൻ കാരണം?

അന്യായക്കാരൻ: പോലീസുകാരുടെ ഊഹത്തിന്മേൽ ഇവരെ പിടിച്ചതാണ്. അതല്ലാതെ ഞാൻ ഇവരാണെന്നു പറഞ്ഞിട്ടില്ല.

മജിസ്ട്രേട്ട്: ശരി. കൊള്ളാം, പോണം.

എന്നുപറഞ്ഞപ്പോൾ അന്യായക്കാരൻ കൂട്ടിൽനിന്നിറങ്ങിപ്പോയി. ഇതിന്നുശേഷം സാക്ഷികളുടെ വിസ്താരം കഴിഞ്ഞിട്ട് ഒന്നാംപ്രതി ലക്ഷ്മിക്കുട്ടിയെ കൂട്ടിൽ കയറ്റി.

മജിസ്ട്രേട്ട്: എന്താണ് പേര്?

ലക്ഷ്മിക്കുട്ടി: (വളരെ പേടിച്ചും വ്യസനിച്ചും) ലക്ഷ്മിയെന്നാണ്.

മജിസ്ട്രേട്ട്: ഒട്ടും പേടിക്കേണ്ടാ. അന്യായക്കാരനെ അറിയുമോ?

ലക്ഷ്മിക്കുട്ടി: അറിയില്ല.

മജിസ്ട്രേട്ട്: വല്ല സ്ഥലത്തുംവെച്ചിതിന്നു കീഴിൽ കണ്ടിട്ടുണ്ടോ?

ലക്ഷ്മിക്കുട്ടി: ഇന്നലെ കാലത്തു സത്രത്തിൽവെച്ചു കണ്ടതല്ലാതെ ഞാൻ മുമ്പു കണ്ടിട്ടില്ല.

മജിസ്ട്രേട്ട്: സത്രത്തിൽവെച്ചു കാണാൻ കാരണമെന്ത്?

ലക്ഷ്മിക്കുട്ടി: ഞാനും 2–ാം പ്രതിയും കൂടി മിനിഞ്ഞാന്നു രാത്രി തീവണ്ടിയിൽ നിന്നിറങ്ങീട്ട് ആ സത്രത്തിലാണ് വന്നു കിടന്നത്. രാവിലെ എഴുനീറ്റപ്പോൾ അന്യായക്കാരൻ അവിടെ നില്ക്കുന്നതു കണ്ടു.

മജിസ്ട്രേട്ട്: എവിടുന്നാണ് വരുന്നത്?

ലക്ഷ്മിക്കുട്ടി: ഞങ്ങൾ പാലക്കാട്ടുനിന്നാണ് വരുന്നത്.

മജിസ്ട്രേട്ട്: എവിടയ്ക്കായിട്ടു പോകുന്നു?

ലക്ഷ്മിക്കുട്ടി: ഇന്ന ദിക്കിലേയ്ക്കെന്നു നിശ്ചയിച്ചിട്ടില്ല. ദേശസഞ്ചാരത്തിന്നായി പുറപ്പെട്ടതാണ്.

മജിസ്ട്രേട്ട്: പാലക്കാട്ടാണോ ഭവനം?

ലക്ഷ്മിക്കുട്ടി: പാലക്കാട്ടിന്നു സമീപം ഏകദേശം 16 നാഴിക ദൂരേയാണ്.

അന്യായവക്കീൽ: ഏതു ഭാഗത്താണ്?

ലക്ഷ്മിക്കുട്ടി: പടിഞ്ഞാറായിട്ടാണ്.

വക്കീൽ: ഭർത്താവിനെക്കൂടാതെ നിങ്ങൾ രണ്ടു സ്ത്രീകൾതന്നെ ദേശസഞ്ചാരത്തിന്നു പുറപ്പെട്ടതെന്താണ്?

ലക്ഷ്മിക്കുട്ടി: ഞങ്ങൾക്കു ഭർത്താക്കന്മാർ ഇല്ലാത്തതുകൊണ്ടും അധികം ആളായാൽ ഉറുപ്പിക ചെലവുചെയ്യുന്നതിനു ത്രാണിയില്ലാത്തതിനാലും ആകുന്നു.

വക്കീൽ: ഇതുവരെ കല്യാണം കഴിക്കാതിരിക്കാൻ കാരണമെന്ത്?

മജിസ്ത്രേട്ട്: ഛി! അനാവശ്യം. ഈ രണ്ടാപ്രതി നിങ്ങടെ ആരാണ്?
ലക്ഷ്മിക്കുട്ടി: എന്റെ ഒരു സഖിയാണ്.
വക്കീൽ: ചൊവ്വാഴ്ച ഇവിടെ എത്തുവാൻവേണ്ടി ഞായറാഴ്ചതന്നെ പുറപ്പെട്ടില്ലേ പാലക്കാട്ടുനിന്ന്?
ലക്ഷ്മിക്കുട്ടി: ഇല്ല. ചൊവ്വാഴ്ച പകൽ ഒരു മണിക്കാണ് വണ്ടി കയറിയത്.
വക്കീൽ എന്നാലിടയ്ക്കെങ്ങും താമസിച്ചില്ലായിരിക്കാം.
ലക്ഷ്മിക്കുട്ടി: താമസിച്ചില്ല.
വക്കീൽ–പാലക്കാട്ടു തീവണ്ടിസ്റ്റേഷ്യൻ വഴിയുടെ ഏതു ഭാഗത്താണ്?

ഈ ചോദ്യത്തിനുത്തരം പറയുവാൻ അവൾ കിടന്നു പരുങ്ങന്നതിനെ കണ്ടു മജിസ്ത്രേട്ടിന്നു ദയ തോന്നീട്ട്–

മജിസ്ത്രേട്ട്: ആ ചോദ്യം ആവശ്യമില്ല. അതത്ര ഓർമ്മവെച്ചിട്ടില്ലായിരിക്കാം.
വക്കീൽ: കേസ്സിലേയ്ക്കു വളരെ ആവശ്യമാണ് ആ ചോദ്യം.
ലക്ഷ്മിക്കുട്ടി: വഴിയുടെ ഏതു ഭാഗത്താണെന്നിനിക്കോർമ്മയില്ല.
വക്കീൽ: നിങ്ങൾ സത്രത്തിൽ വന്നപ്പോൾ അവിടെ ആരും ഉണ്ടായിരുന്നില്ലല്ലോ.
ലക്ഷ്മിക്കുട്ടി: ഉണ്ടായിരുന്നു. ഞങ്ങൾ വരുമ്പോൾത്തന്നെ ചിലരവിടെ കിടപ്പുണ്ടായിരുന്നു.
വക്കീൽ: അതിൽ അന്യായക്കാരൻ ഉണ്ടായിരുന്നോ?
ലക്ഷ്മിക്കുട്ടി: അതു ഞങ്ങൾ നോക്കിയില്ല.
വക്കീൽ: അവരുടെ ഭാണ്ഡം എവിടെയാണ് വെച്ചിരുന്നത്?
ലക്ഷ്മിക്കുട്ടി: അതും ഞങ്ങൾ കണ്ടില്ല.
മജിസ്ത്രേട്ട്: അന്യായക്കാരന്റെ ഉറുപ്പിക കളവുപോയ വിവരം നിങ്ങളൊടു പറയുകയുണ്ടായോ?
ലക്ഷ്മിക്കുട്ടി: അന്യായക്കാരൻ പറഞ്ഞില്ല.
മജിസ്ത്രേട്ട്: പിന്നെ ആരാണ് പറഞ്ഞത്?
ലക്ഷ്മിക്കുട്ടി: രണ്ടു പോലീസുകാർ അന്യായക്കാരനൊടുകൂടി വന്നു ഞങ്ങളോടു ചോദിക്കയാണുണ്ടായത്.
മജിസ്ത്രേട്ട്: എന്താണ് ചോദിച്ചത്?
ലക്ഷ്മിക്കുട്ടി:"ഇയ്യാളുടെ കുറെ ഉറുപ്പിക ഇന്നലെ രാത്രി ഇവിടെവെച്ചു കളവുപോയിരിക്കുന്നു. അതിൽ നിങ്ങൾക്കു വല്ല അറിവും ഉണ്ടോ?" എന്ന്.
വക്കീൽ: അതു ചോദിക്കുമ്പോൾ നിങ്ങൾ എവിടെ നിന്നിരുന്നു?
ലക്ഷ്മിക്കുട്ടി: സത്രത്തിന്റെ വ്രാന്തയിലാണ് നിന്നിരുന്നത്.
വക്കീൽ: സത്രത്തിന്റെ പടി ഏതു ഭാഗത്തേയ്ക്കാണ്?
മജിസ്ത്രേട്ട്: എന്തിനനാവശ്യചോദ്യങ്ങൾ ചോദിച്ചു സമയം കളയുന്നു?
വക്കീൽ: അനാവശ്യമല്ല. കേസ്സിന്റെ തെളിവിലേയ്ക്കു മുഖ്യമായൊരു ഭാഗമാണത്.

മജിസ്ത്രേട്ട്: പോലീസുകാർ ചോദിച്ചപ്പോൾ എന്തു മറുപടി പറഞ്ഞു?

ലക്ഷ്മിക്കുട്ടി: "ഞങ്ങൾക്കു യാതൊരറിവും ഇല്ല" എന്ന്.

വക്കീൽ: എന്നാലെന്തിനാണ് ആദ്യംതന്നെ നുണ പറഞ്ഞത്?

ലക്ഷ്മിക്കുട്ടി: ആദ്യം നുണ പറഞ്ഞിട്ടില്ല; ഒടുക്കമാണ് പറഞ്ഞത്.

മജിസ്ത്രേട്ട്: ഒടുക്കം നുണ പറഞ്ഞതെന്താണ്?

ലക്ഷ്മിക്കുട്ടി: "ഞങ്ങളാണ് കളവുചെയ്തത്" എന്നു പറഞ്ഞതു നുണ യാണ്.

മജിസ്ത്രേട്ട്: ഈ തൊണ്ണൂറ്റൊന്നേ കാലുറുപ്പിക നിങ്ങൾ അന്യായക്കാ രന്റെ ഭാണ്ഡത്തിൽനിന്നെടുത്തതല്ലേ?

ലക്ഷ്മിക്കുട്ടി: അല്ല, ഈ ഉറുപ്പിക ഞങ്ങളുടെ സ്വന്തമാണ്.

വക്കീൽ: എന്നാൽ മറ്റേ ഉറുപ്പികയെവിടെ?

ലക്ഷ്മിക്കുട്ടി: മറ്റേ ഉറുപ്പിക ഞങ്ങൾ എടുത്തിട്ടില്ല.

മജിസ്ത്രേട്ട്: ഇതു നിങ്ങൾ കട്ടതാണെന്നു പോലീസുകാരുടെ അടുക്കൽ സമ്മതിച്ചിട്ടുണ്ടല്ലോ.

ലക്ഷ്മിക്കുട്ടി: അവരുടെ അടുക്കൽ അതു സമ്മതിക്കേണ്ടിവന്നു. അവർ കഠിനമായ ചില ഭേദ്യങ്ങൾ ചെയ്‌വാൻ ഭാവിച്ചപ്പോൾ ഞാൻ പേടി ച്ചിട്ടങ്ങനെ സമ്മതിച്ചതാണ്. അതല്ലാതെ ഈ കളവിനെപ്പറ്റി ഞങ്ങൾക്കു യാതൊന്നും അറിവില്ല.

വക്കീൽ: പൊളിയായിട്ടു യാതൊന്നെങ്കിലും കോടതിയിൽ ബോധിപ്പി ച്ചാൽ കഠിനമായ ശിക്ഷയ്ക്കു പാത്രമാകും. സത്യം ബോധിപ്പി ക്കണം. അങ്ങട്ടു കോടതിയുടെ നേരെ നോക്കി പറയണം. നിങ്ങൾ തന്നെ അല്ലേ അന്യായക്കാരന്റെ ഉറുപ്പിക മോഷണം ചെയ്തത്?

ലക്ഷ്മിക്കുട്ടി: അല്ല. ഞങ്ങൾ മോഷണം ചെയ്തിട്ടില്ല.

മജിസ്ത്രേട്ട്: പോലീസുകാർ ഭേദ്യംചെയ്യുമെന്നു പേടിച്ചിട്ട് കുറ്റം സമ്മതി ച്ചതാണല്ലേ?

ലക്ഷ്മിക്കുട്ടി: അതേ.

മജിസ്ത്രേട്ട്: നിങ്ങൾ ഉറുപ്പിക എടുത്തിട്ടില്ലെങ്കിൽ വേറെ വല്ലവരും എടു ക്കുന്നതു കണ്ടിട്ടുണ്ടോ?

ലക്ഷ്മിക്കുട്ടി: കണ്ടിട്ടില്ല.

വക്കീൽ: അപ്പോൾ ഇതു നിങ്ങൾ കളവുചെയ്ത ഉറുപ്പികയല്ലെന്നാണ് പറയുന്നത്, അല്ലേ?

ലക്ഷ്മിക്കുട്ടി: ഇതു കളവുചെയ്ത ഉറുപ്പികയല്ലെന്നുതന്നെയല്ല, ഞങ്ങൾ കളവുചെയ്തിട്ടും ഇല്ല.

മജിസ്ത്രേട്ട്: ഈ പറഞ്ഞതൊക്കയും സത്യംതന്നെയല്ലേ?

ലക്ഷ്മിക്കുട്ടി: സത്യമാണ്.

മജിസ്ത്രേട്ട്: പോണം. ഈ കേസ്സിൽ വേണ്ട തെളിവൊക്കയും ഇപ്പോൾ ത്തന്നെ കിട്ടിയിരിക്കുന്നതിനാൽ ഇനി രണ്ടാംപ്രതിയെ വിസ്തരി ക്കേണ്ട ആവശ്യമില്ല. നാളെ പത്തുമണിക്കു വിധി പറയും. പ്രതി കൾക്കു ജാമ്യമുണ്ടോ?

ലക്ഷ്മിക്കുട്ടി: ഈ ദിക്കിൽ ഞങ്ങൾക്കു യാതൊരു പരിചയവും ഇല്ലാത്തതുകൊണ്ട് ആൾജാമ്യത്തിന്നു പ്രയാസമാണ്.

മജിസ്ത്രേട്ട്: 500 ഉറുപ്പിക ജാമ്യം കെട്ടിവെച്ചാൽ മതി. ഗുമസ്ഥൻ, ജാമ്യം മേടിച്ച് അവരെ വിടണം

എന്നു പറഞ്ഞു മജിസ്ത്രേട്ടു പോയതിന്റെശേഷം ലക്ഷ്മിക്കുട്ടി 500 ഉറുപ്പികയ്ക്കുള്ള നോട്ടുകൾ ഗുമസ്ഥന്റെ പക്കൽ ജാമ്യം കൊടുത്തു. എല്ലാവരും കോടതിയിൽനിന്നു പിരിയുകയും ചെയ്തു. പിറ്റേ ദിവസം കോടതികൂടിയതിന്റെശേഷം മജിസ്ത്രേട്ട് "അമ്പത്തൊൻപതാം നമ്പർ കേസ്സിൽ അന്യായം പ്രതികൾ ഹാജരുണ്ടോ" എന്നു ചോദിച്ചു വിധി ഉച്ചരിക്കുന്നു–

"അൻപത്തൊമ്പതാം നമ്പ്രായി ഈ കോർട്ടിൽ ഫയൽചെയ്തിട്ടുള്ള കേസ്സിൽ ഇരുഭാഗവും വിസ്തരിച്ചു. അന്യായക്കാരന്റെ ഒരുനൂറ്റിപ്പത്തുറുപ്പിക ഈമ്മാസം 16–ാംതീയ്യതി രാത്രി സത്രത്തിൽനിന്നു കളവുപോയി എന്നാകുന്നു അന്യായം. 17–ാംതീയ്യതി കാലത്താറു മണിക്കു പോലീസുകാർ സത്രത്തിൽ ചെന്നപ്പോൾ അന്യായക്കാരനും അയാളുടെ ഭാര്യയും ഒഴികെ പ്രതികൾമാത്രം അവിടെ ഉണ്ടായിരുന്നതിനാൽ അവരെക്കുറിച്ചു സംശയം തോന്നിയതാണെന്നു പോലീസ് ചാർജ്ജുകൊണ്ടു കാണുന്നു. പോലീസുകാരുടെ അടുക്കൽ പ്രതികൾ കുറ്റം സമ്മതിച്ചു. തൊണ്ണൂറ്റൊന്നേകാൽ ഉറുപ്പികമാത്രമേ അന്യായക്കാരന്റെ ഭാണ്ഡത്തിൽ ഉണ്ടായിരുന്നുള്ളൂ എന്നു പറഞ്ഞ് ഉറുപ്പിക ഹാജരാക്കീട്ടുണ്ട്. ഈ ഉറുപ്പികമാത്രമേ പ്രതികളുടെ പക്കൽ ഉണ്ടായിരുന്നുള്ളൂ എന്നും ശേഷം നോട്ടുകളായിരുന്നു എന്നും മറ്റും പോലീസുകാരുടെ യാദാസ്സുകൊണ്ടും കാണുന്നുണ്ട്. കളവുപോയിരിക്കുന്നത് ഉറുപ്പികയായിട്ടാണെന്ന് അന്യായക്കാരൻ പറയുന്നു. കളവുപോയതു നൂറ്റിപ്പത്തുറുപ്പികയായിരിക്കുമ്പോൾ തൊണ്ണൂറ്റൊന്നേകാൽ ഉറുപ്പിക ഹാജരാക്കീട്ടുള്ളതു കഴിച്ചു ശേഷം ഏതുവിധത്തിൽ പ്രതികൾ ചെലവു ചെയ്‌വാനിടയുണ്ടെന്നാണ് കോടതി വിചാരിപ്പാനുള്ളത്. രാത്രി പന്ത്രണ്ടുമണിക്കുശേഷം കളവുപോയിട്ടു പിറ്റേ ദിവസം കാലത്താറു മണിക്കു പോലീസുകാർ പ്രതികളെ പിടിച്ചിരിക്കുന്നു. അതിൽ പിന്നെ യാതൊരു ചെലവും ചെയ്‌വാൻ തരമില്ലെന്നു നിശ്ചയം തന്നെ. കളവുചെയ്ത ഉടനെതന്നെ വേറെ വല്ല ദിക്കിലും ഒളിച്ചുവെച്ചിട്ടുണ്ടോ എന്നു വിചാരിപ്പാനും തരമില്ല. അങ്ങനെയാണെങ്കിൽ മുഴുവൻ ഒളിച്ചുവെയ്ക്കാനേ ഇടയുള്ളൂ. അല്ലാതെ വേറെ വല്ല ദുഷ്ടവിചാരത്തിന്മേൽ അങ്ങനെ ചെയ്‌വാനുള്ള മുൻകരുതലോടുകൂടി പ്രവർത്തിക്കത്തക്ക സാമർത്ഥ്യം ഈ പ്രതികൾക്കുണ്ടെന്നും തോന്നുന്നില്ല. ഇപ്രകാരമുള്ള സ്ഥിതിക്ക് ഈ തൊണ്ണൂറ്റൊന്നേകാൽ ഉറുപ്പിക കളവുചെയ്തതാണെന്നു പ്രതികൾ പോലീസുകാരൊടു സമ്മതിച്ചത് അവരുടെ കഠിനമായ ഭേദ്യങ്ങളെ പേടിച്ചിട്ടാണെന്നു കോടതി പൂർണ്ണമായി വിശ്വസിക്കുന്നു. ഇതിന്നും പുറമേ കളവു നടന്നിരിക്കുന്ന സ്ഥലം സത്രമായിരുന്നതുകൊണ്ടു വാതിൽ അടച്ചു ബന്ധിച്ചു കിടപ്പാൻ പാടില്ലാത്തതിനാൽ

വേറെ വല്ല കള്ളന്മാരം രാത്രിയിൽവന്ന് ഉറുപ്പിക മോഷ്ടിച്ചു കൊണ്ടുപോവാൻ ഇടയുണ്ടെന്നുതന്നെയല്ല, ഇത് അങ്ങനെ സംഭവിച്ചതുമായിരിക്കണം. എല്ലാ സംഗതികളും ആലോചിച്ചുനോക്കിയാൽ ഈ പ്രതികളാണ് കളവുചെയ്തതെന്നു വിചാരിപ്പാൻ യാതൊരു മാർഗ്ഗവും കാണുന്നില്ല. അതുകൊണ്ടു 1816-ലെ 9-ാം റഗുലേഷൻ 24-ാം വകുപ്പുപ്രകാരം പ്രതികളെ കുറ്റത്തിൽനിന്ന് ഒഴിവാക്കിവിട്ടിരിക്കുന്നു."

ഇങ്ങനെ വിധി പറഞ്ഞതിന്റെശേഷം പ്രതികളുടെ ജാമ്യം മടക്കികൊടുക്കുവാനായിട്ടു കല്പനയാകുകയും ചെയ്തു. ലക്ഷ്മിക്കുട്ടിയുടെയും മീനാക്ഷിയുടെയും സ്വഭാവത്തെ കണ്ടിട്ട് ഈ കളവുകുറ്റം ഇവർ ചെയ്‌വാൻ ഒരിക്കലും ഇടയില്ലെന്നും ഇവർക്കതിന്നു ത്രാണിയും ധൈര്യവും ഇല്ലെന്നും മറ്റും ബോധ്യമുണ്ടായിരുന്ന ജനങ്ങൾ വിധിപറഞ്ഞതിനെ കേട്ടപ്പോൾ മജിസ്ത്രേട്ടിന്റെ ബുദ്ധിസാമർത്ഥ്യം, അറിവ്, ദയ-ഇതുകളെക്കുറിച്ചെത്രയും പുകഴ്ത്തുവാൻ തുടങ്ങി. ജലാർപ്പേട്ടയിൽ രണ്ടുദിവസംകൂടി താമസിച്ചിട്ടു പോവാമെന്നു നിശ്ചയിച്ചു ലക്ഷ്മിക്കുട്ടിയും മീനാക്ഷിയും ആ സത്രത്തിൽത്തന്നെ താമസിച്ചു. കുറച്ചു ദിവസങ്ങൾക്കുമുമ്പേതന്നെ ദിനംപ്രതി ഓരോ സമയത്തു ക്ലിപ്തമില്ലാതെ കുറേശ്ശെ പനി ഉണ്ടാവുകയും അതു സാരമില്ലെന്നു വിചാരിച്ചിട്ട് ഒട്ടും വർജ്ജിക്കാതെ കൊണ്ടുനടക്കുകയും ചെയ്തിരുന്ന മീനാക്ഷിക്കന്നു രാത്രി വളരെ ശക്തിയോടെ ഒരു പനി തുടങ്ങുകയും തലേക്കുത്തും മേൽവേദനയും സഹിക്കുവാൻ പാടില്ലാതെ ബുദ്ധിമുട്ടുകയും ചെയ്യുന്നതിനെ കണ്ടിട്ടു ലക്ഷ്മിക്കുട്ടി എത്രയും വ്യസനിച്ചു മീനാക്ഷിയുടെ ശരീരം തലോടിക്കൊണ്ടരികത്തു രാത്രി മുഴുവനും ഉറങ്ങാതെ സൂക്ഷിച്ചിരുന്നു. പിറ്റേ ദിവസം ഇവളുടെ പനിക്ക് അല്പമെങ്കിലും ഒരു ഭേദം ഉണ്ടായിട്ടില്ലെന്നുതന്നെയല്ല, അവൾ തന്റേടമില്ലാതെയുള്ള ഒരു സ്ഥിതിയിൽ കിടപ്പുമായി. "ഇവളെ തനിച്ചു കിടത്തിക്കൊണ്ടു ഞാൻ ആ ഹോട്ടലിൽപ്പോയി എങ്ങനെയാണ് അസാരം കഞ്ഞിമേടിച്ചു കൊണ്ടുവരുന്നത്? തന്റേടമില്ലാതെ കിടക്കുന്ന ഇവൾക്കെങ്ങനെയാണ് കഞ്ഞി കൊടുക്കുന്നത്? പനിയുടെ രൂക്ഷതകൊണ്ടു മുമ്പേതന്നെ ക്ഷീണിച്ചിരിക്കുന്ന ഇവൾക്കു കുറച്ചെങ്കിലും കൊടുക്കാഞ്ഞാൽ എത്ര അധികം ക്ഷീണിക്കും!"എന്നിപ്രകാരം ലക്ഷ്മിക്കുട്ടി വ്യസനിച്ചിരിക്കുമ്പോൾ വയസ്സനായ ഒരു വഴിപോക്കൻ കടന്നു വന്നതിനെ കണ്ടിട്ടു "നിങ്ങൾ ദയവുചെയ്ത് അല്പനേരം ഇവിടെ ഇരിക്കാമോ? ഞാൻ ആ ഹോട്ടലിൽ പോയി കുറെ കഞ്ഞി മേടിച്ചുകൊണ്ടുവന്നിവൾക്കു കൊടുക്കട്ടെ" എന്നു പറഞ്ഞതിനെ കേട്ട് "ഇനിക്കു പോകുവാൻ തിടുക്കമുണ്ട്" എങ്കിലും അല്പനേരം ഇരിക്കാം. നിങ്ങൾ ശീഘ്രം വരണം" എന്നു വഴിപോക്കൻ പറഞ്ഞു. ലക്ഷ്മിക്കുട്ടി വേഗത്തിൽ പോയി കഞ്ഞിമേടിച്ചു കൊണ്ടുവന്നു മീനാക്ഷിയുടെ വായിൽ കുറച്ചുകുറച്ചായി ഒഴിച്ചുകൊടുത്തതിനെ അവൾ കുറേ ഇറക്കുകയും ശേഷം തുപ്പിക്കളയുകയും ചെയ്തു. "പനി കുറെ കലശലായിട്ടുണ്ട്, നല്ലവണ്ണം സൂക്ഷിക്കണം" എന്നു പറഞ്ഞു വഴിപോക്കൻ പോയ

തിന്റെശേഷം ലക്ഷ്മിക്കുട്ടി കണ്ണുനീർ ഒലിപ്പിച്ചുംകൊണ്ട് ഊണുമുത ലായ്തുപേക്ഷിച്ചു മീനാക്ഷിയെ ശുശ്രൂഷിച്ചരികത്തുതന്നെ ഇരുന്നു. മണിക്കൂറുതോറും ദീനം വർദ്ധിച്ചു വർദ്ധിച്ചുവരുന്നതിനെ കണ്ടിട്ടുള്ള വ്യസനത്താലും സ്നാനം, ഭക്ഷണം മുതലായ ശരീരരക്ഷകൾ വേണ്ടതു പോലെ ഇല്ലാത്തതിനാലും ലക്ഷ്മിക്കുട്ടിയുടെ കാര്യവും മഹാമോശ മായിത്തീർന്നു. ഇങ്ങനെ മൂന്നു നാലു ദിവസം കഴിഞ്ഞതിന്റെശേഷം ഒരു നാൾ കാലത്തേകദേശം എട്ടു മണിയായപ്പോൾ അവൾ വഴി യിൽക്കൂടി കടന്നു പോയിരുന്ന ഒരു കുട്ടിയെ വിളിച്ച് ദീനക്കാരത്തിയുടെ അടുക്കൽ ഇരുത്തി പതിവുപോലെ ഹോട്ടലിലേയ്ക്കു കഞ്ഞി മേടിക്കു വാൻ പോയി. ലക്ഷ്മിക്കുട്ടി തിരിയെ വന്നിട്ടു ദീനക്കാരത്തിയുടെ അടു ക്കൽ ഇരുന്നു കഞ്ഞി കോരിക്കൊടുക്കുവാൻ ഭാവിച്ചപ്പോൾ അവൾ കണ്ണ ടച്ചനങ്ങാതെ കിടക്കുന്നതിനെ കണ്ടിട്ടു രണ്ടുമൂന്നു പ്രാവശ്യം വിളിക്കു കയും ശരീരം പിടിച്ചുകുലുക്കുകയും ചെയ്തുനോക്കിയ സമയം മീനാക്ഷി ദീർഘനിദ്രയെ പ്രാപിച്ചിരിക്കുന്നു എന്നു തോന്നീട്ട് "അയ്യോ! പ്രിയസഖീ! നീയ്യെന്നെ ചതിച്ചുവല്ലോ! ഇതിന്നാണോ നീയ്യെന്റെകൂടെ പോന്നത്! ഈ മഹാപാപിയായ എന്നെ വിട്ടേച്ചു നീയ്യെവിടേയ്ക്കാണ് പോയത്! നീയ്യല്ലാതെ ഇനിക്കാരും ഒരു സഹായമുണ്ടായിരുന്നില്ലല്ലോ! ഞാൻ ഇനി എന്തു ചെയ്യട്ടെ! ദൈവമേ! നിന്നെ പിരിഞ്ഞു ഞാനെങ്ങെ നെയാണ് ജീവിച്ചിരിക്കുന്നത്! സഹിച്ചുകൂടാത്ത വ്യസനങ്ങളിൽ എന്നെ എന്നെ ആശ്വസിപ്പിക്കുന്നതിന്ന് ഇനി ഇനിക്കാരുണ്ട്! എന്നെ ആരുടെ പക്കൽ ഭാരമേല്പിച്ചിട്ടാണ് നീ പോയത്! നിന്റെ കളിവചനങ്ങളെ കേൾക്കുന്നതിനിനിക്കിനി സംഗതിവരുമോ! കഷ്ടം! ദൈവമേ! എന്നെ ശിക്ഷിച്ചതു മതിയേ! അയ്യോ! പ്രിയസോദരീ! ഞാൻ കാരണമായി ട്ടെന്തെല്ലാം ബുദ്ധിമുട്ടുകൾ നീ സഹിച്ചു! അയ്യോ! പ്രാണതുല്യേ! ഞാൻ കാരണമായിട്ടെന്തെല്ലാം അവമാനങ്ങൾക്കു നീയും പാത്രമായി! തിരിയെ നാട്ടിലേയ്ക്കു പോവാൻ സംഗതിവന്നാൽ ഞാൻ തനിച്ച് അവിടെ ചെല്ലുമ്പോൾ അവർ എന്തു ചോദിക്കും? നിന്നെ ചോദിക്കുമ്പോൾ ഞാനെ ന്താണ് പറയേണ്ടത്! നിന്റെ വ്യസനകരമായ ഈ അവസ്ഥയെ കേട്ടാൽ അവർ എത്ര ദുഃഖിക്കും!" എന്നിപ്രകാരമുള്ള ലക്ഷ്മിക്കുട്ടിയുടെ വിലാപങ്ങളെ കേട്ടിട്ടു വഴിയിൽക്കൂടി പോയിരുന്ന ചിലർ സത്ര ത്തിൽവന്നു വർത്തമാനം അറിഞ്ഞ് അവളെ പറഞ്ഞാശ്വസിപ്പിക്കുകയും ശവസംസ്ക്കാരം ചെയ്യുന്നതിന്നു രണ്ടു കൂലിക്കാരെ ഏല്പിക്കുകയും ചിലർ ലക്ഷ്മിക്കുട്ടിയെ ഹോട്ടലിലേയ്ക്കു കൂട്ടിക്കൊണ്ടുപോയി കുളി പ്പിച്ചു ഭക്ഷണം കഴിപ്പിക്കുകയും മറ്റും ചെയ്തതിന്റെശേഷം അവൾ രണ്ടു ദിവസം മുഴുവനും ദുഃഖപരവശയായി എന്തു ചെയ്യേണ്ടൂ എന്നറിയാതെ ആ ഹോട്ടലിൽത്തന്നെ താമസിച്ചു. ഹോട്ടൽ ഉടമസ്ഥന്മാർക്കിവളുടെ അവസ്ഥയെക്കണ്ടെത്രയും ദയതോന്നി സന്താപശമനത്തിന്നു വേണ്ടുന്ന സകലപ്രവൃത്തികളും വഴിപോലെ ചെയ്തു. അവർ എന്തുതന്നെ ചെയ്തിട്ടും ഇവളുടെ ദുഃഖത്തിന്നു ലവലേശംപോലും ഭേദമില്ലാതിരുന്നത്

ആശ്ചര്യമല്ല. അങ്ങനെ വ്യസനിച്ചിട്ടു യാതൊരു ഫലവും ഇല്ലെന്ന് ഒടുക്കം തനിക്കുതന്നെ തോന്നി, ദുഃഖത്തെ ലക്ഷ്മിക്കുട്ടി ഒരുവിധത്തിൽ അടുക്കിവെച്ചിട്ട്, "ഇനി പൂനാ എന്ന പട്ടണം കാണണം" എന്നു വിചാരിച്ചു മൂന്നാം ദിവസം രാത്രി ഹോട്ടൽ ഉടമസ്ഥന്മാരോടു യാത്ര പറഞ്ഞു തീവണ്ടിസ്റ്റേഷ്യനിൽ ചെന്നു ബംഗളൂരിലേയ്ക്കു ടിക്കറ്റു വാങ്ങി വണ്ടി കയറി പോകയും ചെയ്തു. രാത്രി ഏകദേശം നാലുമണി സമയത്തു ബംഗളൂരിന്നടുത്തുള്ള കഡ്ഡോഡിസ്റ്റേഷ്യനിൽ ചെന്നപ്പോൾ ലക്ഷ്മിക്കുട്ടി മൂത്രം വിസർജ്ജിപ്പാനായി വണ്ടിയിൽനിന്നിറങ്ങിപ്പോയി തിരിയെ വരുമ്പോഴേയ്ക്കു വണ്ടി പോയതിനാൽ "വരാവുന്നേടത്തോളം ആപത്തൊക്കെയും ഇനിക്കു സംഭവിച്ചു. ഇനി എന്താണ് വേണ്ടത്?" എന്നു വ്യസനിച്ചുകൊണ്ടു പ്ലാറ്റുഫോമിൽ നില്ക്കുമ്പോൾ ഒരു പട്ടാണി മുഖം മാത്രം കാണത്തക്കവണ്ണം ഒരു വലിയ കച്ചകൊണ്ടു പുതച്ച് അവളുടെ സമീപത്തു വന്നിട്ട്–

പട്ടാണി: ആരാണത്?

ലക്ഷ്മിക്കുട്ടി: ഞാൻതന്നെ.

പട്ടാണി: 'ഞാൻതന്നെ' എന്നു വെച്ചാൽ?

ലക്ഷ്മിക്കുട്ടി: ഒരു സ്ത്രീയാണ്. മൂത്രശങ്കയ്ക്കായി വണ്ടിയിൽനിന്നിറങ്ങുകയും തിരിയെ വരുമ്പോഴേയ്ക്കു വണ്ടി പോകുകയും ചെയ്തു. അതുകൊണ്ടു വ്യസനിച്ചു നില്ക്കയാണ്.

പട്ടാണി: എവിടുന്നാണ് വരുന്നത്. എങ്ങട്ടാണ് പോകുന്നത്?

ലക്ഷ്മിക്കുട്ടി: ജലാർപ്പേട്ടയിൽനിന്നു വരുന്നു. ബംഗളൂരിലേക്കു പോണം.

പട്ടാണി: ഏതെങ്കിലും വ്യസനിക്കണ്ടാ. ഇനി പന്ത്രണ്ടു മണിക്കുള്ള വണ്ടി കയറി പോവാം.

ലക്ഷ്മിക്കുട്ടി: നിങ്ങൾ ആരാണ്? ഇനിക്കൊരു ദിക്കിൽ അസാരം ഇരിക്കണമല്ലോ?

പട്ടാണി: ഞാനിവിടെ ഒരു ശിപായിയാണ്. നിങ്ങടെ ജാതിക്കാരുടെ വീട് ഇവിടെ അടുക്കെ ഉണ്ട്. ഞാൻ അവിടേയ്ക്കു വഴി കാണിച്ചു തരാമല്ലോ.

ലക്ഷ്മിക്കുട്ടി: അങ്ങനെ ഒരു ദയ ചെയ്താൽ വളരെ നന്ന്. ഇനിക്കിവിടെ യാതൊരു പരിചയവും ഇല്ല.

പട്ടാണി: അതുകൊണ്ടൊന്നും വേണ്ടില്ല. കൂടെ പോരൂ.

എന്നു പറഞ്ഞു അവൻ ലക്ഷ്മിക്കുട്ടിയെ കൂട്ടിക്കൊണ്ടുപോയി. ഏകദേശം അര നാഴിക ദൂരം പോയപ്പോൾ "ഇനി എത്രോണ്ടു പോണം" എന്നു ലക്ഷ്മിക്കുട്ടി ചോദിക്കുകയും "ഇതാ ഇവിടെ, അടുത്തു" എന്നവൻ പറയുകയും രണ്ടുപേരുംകൂടി പിന്നെയും നടന്ന് ഒരു നാഴികദൂരം പോയതിന്റേശേഷം അവൾ വീണ്ടും ആ ചോദ്യം ചോദിച്ചതിന്നു പട്ടാണി അതേ ഉത്തരം പറകയും ചെയ്തപ്പോൾ അവൾ "ഇനിയും വല്ല

ആപത്തും എനിക്കായിക്കൊണ്ടു ശേഖരിച്ചു വെച്ചിട്ടുണ്ടോ, ദൈവമേ" എന്നു വിചാരിച്ച് അവന്റെ കൂടെ പിന്നെയും നടക്കുവാൻ തുടങ്ങി. നേരം രാത്രി നാലു മണി സമയമായിരുന്നതിനാലും തിരിയെ പിന്നാക്കം പോകുന്നതിനു വഴി നിശ്ചയമില്ലാതിരുന്നതിനാലും വഴിക്കു സമീപം ആളുകളാകട്ടെ വീടുകളാകട്ടെ യാതൊന്നും കാണാതിരുന്നതിനാലും ആ സമയം അവനെ വിട്ടുപോകയോ വല്ല വിധത്തിലും മുഷിപ്പിക്കുകയോ ചെയ്താൽ അധികമായ ദുർഘടത്തിൽ ഉൾപ്പെടുത്തുന്നതിന്നു നിശ്ചയമായും സംഗതി വരുമെന്നു കരുതിയും അവൾ ആറു മണിയാവുന്നതു വരെയും തന്നെ രക്ഷിക്കുമെന്നു വിശ്വാസം തോന്നത്തക്ക വേറെ വല്ലവരെയും കാണുന്നതുവരെയും യാതൊരപ്രീതിയും തോന്നിക്കാതെ അവന്റെകൂടെ പോകുവാൻ നിശ്ചയിച്ചു.

പട്ടാണി: ഇനി ബംഗളൂരിലേയ്ക്കു പോയില്ലെങ്കിലെന്താ?

ലക്ഷ്മിക്കുട്ടി: അയ്യോ! അതൊരിക്കലും പാടില്ല. എന്റെ അമ്മ, അച്ഛൻ മുതലായവർ ബംഗളൂരിൽ ചെന്ന് എന്റെ വരവിനെ കാത്തു താമസിക്കും.

പട്ടാണി: ഇവിടെ സുഖമായിട്ടു വല്ലവിടെയും താമസിക്കാം.

ലക്ഷ്മിക്കുട്ടി: മാതാപിതാക്കന്മാർ അറിയാതെ ഇനിക്കിവിടെ താമസിപ്പാൻ പാടില്ല. അതിന്നും പുറമെ, എന്റെ കല്യാണവും കഴിഞ്ഞിട്ടില്ല.

പട്ടാണി: അതിനെന്താ? കല്യാണം ഇവിടെ കഴിച്ചാൽ പോരേ?

ലക്ഷ്മിക്കുട്ടി: നിങ്ങളൊക്കെയും വളരെ അറിവുള്ളവരല്ലേ? പിന്നെന്താണിങ്ങനെ പറയുന്നത്?

പട്ടാണി: ആട്ടെ, അതു വേണ്ടാ. ഞാനിപ്പോൾ ചെയ്യുന്ന ഉപകാരത്തിന്നെന്തൊരു പ്രതിഫലമാണ് ഇനിക്കു തരുന്നത്?

ലക്ഷ്മിക്കുട്ടി: ഈ ഉടുത്ത ചേല ഒഴികെ യാതൊന്നും എന്റെ പക്കലില്ലല്ലോ. ഞാൻ ബംഗളൂരിൽ ചെന്നതിന്റേശേഷം എന്താണ് നിങ്ങൾ ആവശ്യപ്പെടുന്നത് എന്നുംവെച്ചാൽ അതയച്ചു തരുന്നതിന്നു തയ്യാറാണ്.

പട്ടാണി: ഇനിക്കു കാശും പണവും യാതൊന്നും വേണ്ടാ.

ലക്ഷ്മിക്കുട്ടി: പിന്നെന്താ വേണ്ടത്?

പട്ടാണി: നിങ്ങടെ ദേഹംകൊണ്ടു വല്ല ഉപകാരവും ചെയ്താൽ മതി.

ലക്ഷ്മിക്കുട്ടി: ഞാൻ ഈ ദിക്കിൽ താമസിച്ച് എന്റെ ദേഹംകൊണ്ടു വല്ല ജോലികളും ചെയ്തു നിങ്ങൾക്കു പ്രതിഫലം തരുന്നതിന്നിനിക്കിടയില്ലല്ലോ.

ഇങ്ങനെ പറഞ്ഞുനടക്കുമ്പോൾ നേരം ഏകദേശം അഞ്ചര മണിയാകുകയും അവർ കഡ്ഡോഡിസ്റ്റ്രേഷ്യനു തെക്കുപടിഞ്ഞാറു മൈസൂർരാജ്യത്തിന്റെ അതിർക്കകത്ത് ഒരു കുറുങ്കാട്ടിൽ എത്തുകയും ചെയ്തു.

പട്ടാണി: ഇവിടെവെച്ചിപ്പോൾ എന്റെ ആഗ്രഹം സാധിപ്പിക്കണം.

ലക്ഷ്മിക്കുട്ടി: അയ്യോ! എന്റെമേൽ നിങ്ങൾ ദയ വിചാരിക്കണേ! ഈ അനാഥയായ എന്നെ വിട്ടുകളയണേ!

എന്നു പറഞ്ഞപ്പോൾ അവൻ വലുതായ ഒരു കത്തി അരയിൽ നിന്നൂരി കയ്യിൽ പിടിച്ച് "എന്റെ ആഗ്രഹം തത്ക്ഷണം സാധിപ്പിച്ചില്ലെങ്കിൽ ഞാനിതുകൊണ്ട് നിന്റെ ജീവനാശം സംശയമെന്നിയേ ചെയ്യുന്നുണ്ട്" എന്നു പറഞ്ഞു തർക്കിച്ചുംകൊണ്ടു നില്ക്കുമ്പോൾ അടുക്കെയുള്ള വയലുകളിൽ നെല്ലു തിന്നുവാൻ വരുന്ന മാൻകിടികളെ വെടിവയ്ക്കുന്നതിന്നായി ഒരു കുറ്റിക്കാട്ടിൽ ഒളിച്ചിരുന്നിരുന്ന ഒരു നായാട്ടുകാരൻ ഇവരുടെ സംവാദങ്ങളെ കേട്ടു പട്ടാണി ആ സ്ത്രീയെ വെട്ടിക്കൊല്ലാതിരിക്കുകയില്ല എന്നു തീർച്ചയാക്കി അവൻ കത്തി ഊരിപ്പിടിച്ചിരുന്ന കയ്യിന്മേൽ വെടിവെച്ചു. വെടി കൊണ്ട ഉടനെ പട്ടാണിയുടെ കയ്യിൽനിന്നു കത്തി താഴത്തുവീഴുകയും അവൻ വലുതായ ഒരു ശബ്ദം പുറപ്പെടുവിച്ചു നിലത്തു മലർന്നുവീഴുകയും ചെയ്തു. നായാട്ടുകാരൻ ഓടി വന്നപ്പോൾ ലക്ഷ്മിക്കുട്ടിക്കാകട്ടെ പട്ടാണിക്കാകട്ടെ ഒരു വാക്കുപോലും സംസാരിപ്പാൻ പാടില്ലായിരുന്നു. പട്ടാണിക്കു പെട്ടെന്നുണ്ടായ വെടിഹേതുവാൽ ബുദ്ധിഭ്രമിച്ചുപോയതിനാലും വ്രണത്തിൽനിന്നു രക്തം പ്രവഹിച്ചതുകൊണ്ടുളവായ ക്ഷീണത്താലും ലക്ഷ്മിക്കുട്ടിക്ക് ഇത്ര ക്ഷണത്തിൽ രണ്ടാമതൊരു ജന്മംകൊടുത്ത ബ്രഹ്മാവു തന്റെ മുമ്പിൽ പ്രത്യക്ഷമായിരിക്കുന്നതിനാലുണ്ടായ സന്തോഷാധിക്യംഹേതുവാലും സംസാരിപ്പാൻ പാടില്ലാതായതാണ്. കുറച്ചു കഴിഞ്ഞിട്ടു നായാട്ടുകാരൻ ലക്ഷ്മിക്കുട്ടിയോടു വർത്തമാനങ്ങൾ ചോദിച്ചറിഞ്ഞു. പട്ടാണിയെ പിടിച്ചെഴുന്നീല്പിച്ചു രണ്ടുപേരെയും പോലീസ് സ്റ്റേഷഷ്യനിൽ കൊണ്ടുപോയി സ്റ്റേഷ്യനാപ്പീസരുടെ പക്കൽ തന്റെ വായ്മൊഴി കൊടുക്കുകയും ലക്ഷ്മിക്കുട്ടിയുടെ വായ്മൊഴി കൊടുപ്പിക്കുകയും ചെയ്തതിന്റേശേഷം പട്ടാണിയെ സ്റ്റേഷ്യനിൽ ഏല്പിക്കുകയും ലക്ഷ്മിക്കുട്ടിയെ തന്റെ വീട്ടിൽകൊണ്ടുപോയി താമസിപ്പിക്കുകയും ചെയ്തു. ഈ സമയത്തു ബംഗളൂരിൽ താമസിച്ചിരുന്ന രാജകുമാരനെ ഈ വിശേഷവർത്തമാനം അറിയിച്ചു രാജസമ്മാനങ്ങളെ വാങ്ങിക്കേണ്ടതിനു നായാട്ടുകാരൻ വേഗത്തിൽ ബംഗളൂരിലേയ്ക്കു പോകയും അവിടെ ചെന്നതിന്റെ ശേഷം രാജകുമാരനും രാജകുമാരിക്കും കഠിനമായ സന്താപാനന്ദങ്ങളെ തോന്നിക്കത്തക്കവണ്ണമുള്ള ഈ വിശേഷവർത്തമാനത്തെ അറിയിക്കുകയും ചെയ്തിട്ട് അവരിൽനിന്നു വളരെ സമ്മാനങ്ങളെ വാങ്ങിച്ചുംകൊണ്ടു തിരിയെ പോരുവാനായി ഭാവിച്ചപ്പോൾ "ആ സ്ത്രീയെ ഇനിക്കു കാണുന്നതിനായി വേഗത്തിൽ ഇവിടേയ്ക്കു കൂട്ടി അയയ്ക്കണം" എന്നു രാജകുമാരി കല്പനയായതിനെകേട്ട് അവൻ തന്റെ ഭവനത്തിൽ വന്ന് ഉടനെ ലക്ഷ്മിക്കുട്ടിയെ ബാംഗ്ലൂരിലേയ്ക്ക് അയച്ചു. അവൾ ബാംഗ്ലൂരിൽ എത്തി രാജധാനിയിൽ ചെന്നതിന്റേശേഷം വിവരം രാജകുമാരിയെ അറിയിച്ചപ്പോൾ "അവൾ വഴി നടന്നു ക്ഷീണിച്ചിരിക്കും. വേഗത്തിൽ കുളിയും ഊണും കഴിക്കട്ടെ എന്നിട്ടു കാണാം." എന്നു കല്പനയാകയാൽ അവൾ സ്നാനഭക്ഷണങ്ങളെ കഴിച്ചു രാജകുമാരിയുടെ അടുക്കൽ ചെന്നിട്ട്–

രാജകുമാരി: ആ നായാട്ടുകാരൻ പറഞ്ഞറിഞ്ഞതുകൊണ്ട് ഇനിക്കു തൃപ്തിയായില്ല. നിന്നോടുതന്നെ ചോദിച്ചറിഞ്ഞെങ്കിലേ സുഖമാവൂ എന്നു വിചാരിച്ചാണ് വരാൻ പറഞ്ഞയച്ചത്.

ലക്ഷ്മിക്കുട്ടി: അടിയന്നിവിടെ കാണുവാൻ സംഗതി വന്നതു മഹാഭാഗ്യം തന്നെ.

രാജകുമാരി: വളരെ അപകടത്തിൽ പെടുവാൻ ഭാവിച്ചു. ഇല്ലേ?

ലക്ഷ്മിക്കുട്ടി: ഭാവിച്ചു. എന്നാൽ ദൈവഗത്യാ അതൊന്നും കൂടാതെ കഴിഞ്ഞു.

രാജകുമാരി: അതിന്നു സംശയമില്ല. ദൈവകാരുണ്യംകൊണ്ടുതന്നെ രക്ഷപ്പെട്ടതാണ്.

ലക്ഷ്മിക്കുട്ടി: 'ആരുമില്ലാത്തവർക്കു ദൈവം തുണ" എന്നുണ്ടല്ലോ.

രാജകുമാരി: ഏതാണ് സ്വന്തരാജ്യം?

ലക്ഷ്മിക്കുട്ടി: അടിയൻ ഒരു മലയാളിയാണ്. പാലക്കാട്ടിന്നു സമീപമാണ് ഭവനം. ദേശസഞ്ചാരത്തിന്നു പോകുന്നു.

രാജകുമാരി: വേറെ ആരെല്ലാമുണ്ട് കൂടെ?

ലക്ഷ്മിക്കുട്ടി: ഒരു സഖിമാത്രമേ ഉണ്ടായിരുന്നുള്ളൂ. അവൾ ജലാർപ്പേട്ട യിൽവെച്ചു പനിപിടിച്ചു മരിച്ചു.

ഇതിന്നുശേഷം അവൾ ജലാർപ്പേട്ടയിൽ വന്നിട്ടു ബംഗളൂരിൽ എത്തിയതുവരെ ഉണ്ടായ സകലവർത്തമാനങ്ങളെയും രാജകുമാരിയെ വളരെ വ്യസനത്തോടെ അറിയിച്ചപ്പോൾ–

രാജകുമാരി: കഷ്ടം! കഷ്ടം! ദൈവത്തിന്റെ ബുദ്ധികാഠിന്യം ഇത്രയു ണ്ടല്ലോ! ഭർത്താവിനെ കൂടാതെ ദേശസഞ്ചാരത്തിന്നു പുറപ്പെട്ടതെ ന്താണ്?

ലക്ഷ്മിക്കുട്ടി: അടിയന്നു ഭർത്താവുണ്ടായില്ല. വീട്ടുകാർ ഒരു പ്രഭുവിനെ ആശ്രയിച്ചു നില്ക്കുന്നവരാണ്. ആ പ്രഭുവിന്റെ ഭാര്യയായിരിക്ക ണമെന്ന് അവരും അദ്ദേഹവും നിർബ്ബന്ധിച്ചു. അതിന്നുമുമ്പേതന്നെ, അടിയന്നെത്രയും പ്രീതിയുള്ളതായ ഒരാളായി ആരും അറിയാതെ മോതിരം കൈമാറിക്കഴിഞ്ഞിട്ടുണ്ടായിരുന്നതിനാൽ, വീട്ടുകാരുടെ നിർബ്ബന്ധത്തിൽനിന്നൊഴിഞ്ഞുനിൽക്കേണ്ടത് അത്യാവശ്യമായി ത്തീർന്നു. എന്നാൽ മോതിരം കൈമാറിയ ആൾക്ക് ഒരു കൊല്ലം കൂടി കഴിഞ്ഞല്ലാതെ അടിയനെ ഭാര്യയായി സ്വീകരിപ്പാൻ തരമില്ലാ ത്തതിനാൽ അതിന്നിടയിൽ ദേശസഞ്ചാരം ചെയ്യാമെന്നു നിശ്ചയിച്ച് അടിയൻ വീട്ടിൽ ആരും അറിയാതെ പോന്നിരിക്കുകയാണ്. ഇപ്ര കാരമെല്ലാമാകുന്നു അടിയന്റെ സ്ഥിതി.

രാജകുമാരി: ഈ അവസ്ഥകളെല്ലാം കേട്ടിട്ട് ഇനിക്കു പറഞ്ഞറിയിപ്പാൻ പാടില്ലാത്ത സ്ഥിതിയിൽ ഉള്ള സന്തോഷവും പ്രീതിയും നിന്റെ മേൽ ജനിച്ചിരിക്കുന്നതിനാൽ നിയ്യ് കുറഞ്ഞതു രണ്ടു മാസമെ ങ്കിലും എന്റെകൂടെ താമസിച്ചിട്ടല്ലാതെ പോകുവാൻ ഒരിക്കലും പാടില്ല. എന്താ, അതിനു വല്ല വിരോധവും ഉണ്ടോ?

ലക്ഷ്മിക്കുട്ടി: അടിയന്നു വളരെ സന്തോഷമാണ് അങ്ങനെ കല്പന യാകുന്നത്. ഇവിടുത്തെ അടുക്കൽ കുറച്ചു ദിവസമെങ്കിലും താമസി ച്ചിട്ടു പോയാൽ കൊള്ളാമെന്ന് അടിയന്നും പെരുത്തു താത്പര്യ മുണ്ട്.

എന്നിപ്രകാരം അവർ ഓരോന്നു പറഞ്ഞുകൊണ്ടിരിക്കുമ്പോൾ നേരം അസ്തമയസമയമായതിനാൽ ലക്ഷ്മിക്കുട്ടിയോടൊന്നിച്ചു രാജകുമാരി കുളിപ്പുരയിലേയ്ക്കു പോകയും ചെയ്തു.

8

കേശവനുണ്ണിനായരുടെ തടവിൽനിന്നുള്ള മോചനവും ലക്ഷ്മിക്കുട്ടിയുടെ വിവാഹവും

അംഗനാമൂലമുള്ള ദുഷിവാക്കുകളെ നേരെന്നു വിശ്വസിച്ചു ക്രോധവശനായ ദേവരാജനായിഡുവിന്റെ കപടവചനങ്ങളെമാത്രം ഗണ്യമാക്കിച്ചെയ്തു വേറെ യാതൊരന്വേഷണവും നടത്താതെ മകരധ്വജ രാജകുമാരന്നു ദുർബ്ബോധനകൾ ചെയ്യുന്നു എന്നുള്ള കാരണത്തിന്മേൽ രാജകുമാരന്റെ ആത്മസ്നേഹിതനായ കേശവനുണ്ണിനായരെ പെട്ടെന്നു പിടിച്ചു തടവിൽ പാർപ്പിച്ചിരിക്കുന്ന വിവരം മുമ്പേ പറഞ്ഞുവെച്ചിട്ടു ണ്ടല്ലോ. ഒരു സമയത്തല്ലെങ്കിൽ മറ്റൊരിക്കൽ കളവും സത്യവും വെളിപ്പെടാതെ കഴികയില്ല. കേശവനുണ്ണിനായരെ അകാരണമായി തടവിലാക്കിയതിന്റെ ശേഷം രാജകുമാരന്റെ താമസം ബംഗളൂരിലാക്കി തന്റെ നിർദ്ദോഷിയായ സ്നേഹിതനെ മോചിപ്പിക്കേണ്ടതിന്നുള്ള ഓരോ മാർഗ്ഗങ്ങളെ ആലോ ചിച്ചും വ്യസനിച്ചും ഇരിക്കുന്ന സമയത്തിങ്കൽ ഒരു ദിവസം "മഹാരാ ജാവ്, പുറത്ത് ഒരു കുരുവിന്റെ അസഹ്യതയാൽ, തീരെ കിടപ്പാകുന്നു. അവിടുത്തെ കാണേണമെന്നും ഉടനെ വരുത്തേണമെന്നും മറ്റും കല്പന യായിരിക്കുന്നതിനാൽ തത്ക്ഷണം ഇങ്ങോട്ടു പുറപ്പെടുമല്ലോ" എന്നു മൈസൂരിൽനിന്നു മന്ത്രിയുടെ ഒരു കമ്പി കിട്ടിയതിനാൽ രാജകുമാരിയെ ബംഗളൂരിൽത്തന്നെ താമസിപ്പിച്ചിട്ടു രാജകുമാരൻ മൈസൂരിലേയ്ക്കു പോരികയും ചെയ്തു. ഇതു ലക്ഷ്മിക്കുട്ടി ബംഗളൂരിൽ വന്നിട്ടു മൂന്നോ നാലോ ദിവസം കഴിഞ്ഞിട്ടാണുണ്ടായത്. രാജകുമാരൻ മൈസൂരിൽ ചെന്നു മഹാരാജാവിനെ കണ്ടപ്പോൾ കുരു കുറെ ശക്തിയുള്ളതാണെന്നറിഞ്ഞ്, കൂടെ ഇരുന്നു താതനെ ശുശ്രൂഷിക്കണമെന്നു നിശ്ചയിച്ചു. രണ്ടുമൂന്നു ദിവസം മന്ത്രിയോട് അധികമായി യാതൊന്നും സംസാരിക്കാതെതന്നെ കഴിച്ചു, എങ്കിലും മഹാരാജാവിന്റെ അടുക്കൽ രണ്ടുപേരും ഒരുമിച്ചിരുന്നു സദായ്പോഴും ഓരോ ശുശ്രൂഷകൾ ചെയ്തിരുന്നതിനാലും ഓരോ

മരുന്നുകൾ ചെയ്യേണ്ടതിനെപ്പറ്റിയും മറ്റു രാജ്യകാര്യങ്ങളെപ്പറ്റിയും ധാരാളമായി അന്യോന്യം സംസാരിക്കേണ്ടിവന്നതിനാലും കുറച്ചുദിവസം കഴിഞ്ഞപ്പോഴേയ്ക്കു രാജകുമാരനും മന്ത്രിയും തടസ്സംകൂടാതെ തമ്മിൽ എന്തും സംസാരിച്ചുതുടങ്ങി. ഇങ്ങനെ കഴിയുമ്പോൾ ഒരു ദിവസം രാജകുമാരൻ മഹാരാജാവിനെ ഭക്ഷണം കഴിപ്പിക്കുകയും കുരുവിന്മേൽ മരുന്നിടുകയും മറ്റും ചെയ്തതിന്റെശേഷം കുളി, ഊണു മുതലായ്തു കഴിച്ചു തനിക്കിരിപ്പാനുള്ള സ്ഥലത്ത് ചെന്ന് ഒരു ചാരുകസേരയിന്മേൽ കിടന്നു വർത്തമാനക്കടലാസ്സുകൾ വായിക്കുമ്പോൾ മന്ത്രി അരികെ വന്നതിനെ കണ്ടിട്ട്–

രാജകുമാരൻ: എന്താ, അച്ഛൻ വിളിക്കുന്നുണ്ടോ?

മന്ത്രി: ഇല്ല. ഇപ്പോൾ ആ മരുന്നു മാറിയിട്ടതുകൊണ്ടു വേദനയ്ക്ക് അല്പം ആശ്വാസം തോന്നീട്ടു കിടന്നു പള്ളിക്കുറിപ്പാണ്. ഇനിക്കു ചില സംശയങ്ങളൊക്കെയും ഇവിടെ ചോദിക്കാനുണ്ടായിരുന്നു.

രാജകുമാരൻ: മന്ത്രിക്കെന്നോടു സംശയം ചോദിക്കത്തക്കവണ്ണം എന്തൊരു കാര്യമാണുള്ളത്?

മന്ത്രി: ആ കേശവനുണ്ണിനായരുടെ കാര്യത്തിൽ ചിലതൊക്കെയും അറിയിക്കാനുണ്ടായിരുന്നു.

രാജകുമാരൻ: ആ കാര്യത്തിൽ എന്നോടെന്താണ് ചോദിക്കാനുള്ളത്? അയാൾ ചെയ്ത കുറ്റങ്ങൾക്കു തക്കതായ ശിക്ഷ കൊടുത്തില്ലേ?

മന്ത്രി: അയാൾ കുറ്റം ചെയ്തു എന്നു വിചാരിച്ചാണ് ശിക്ഷിച്ചത്?

രാജകുമാരൻ: അതിനെന്താണിപ്പോൾ സംശയം വന്നത്?

മന്ത്രി: അയാൾ അങ്ങനെ ഒന്നും ചെയ്തിട്ടില്ലെന്നു ജനങ്ങൾ ഇപ്പോൾ ധാരാളമായി സംസാരിക്കുന്നുണ്ട്.

രാജകുമാരൻ: അയാൾ കുറ്റം ചെയ്തിട്ടുണ്ടെന്നു ഞാൻ പറഞ്ഞിട്ടാണോ ശിക്ഷിച്ചിരിക്കുന്നത്?

മന്ത്രി: അതല്ല. എങ്കിലും അതിന്റെ നേരറിയാമല്ലോ എന്നു വിചാരിച്ചാണ് ചോദിക്കുന്നത്.

രാജകുമാരൻ: നേരറിയാതെ എന്തെങ്കിലും പ്രവർത്തിക്കുന്ന ഒരാളാണാണ് മന്ത്രി എന്നുള്ള വിചാരം ഇനിക്കു മുമ്പെതന്നെയില്ല.

മന്ത്രി: ഈ കാര്യത്തിൽ കുറെ തെറ്റിപ്പോയോ എന്നു സംശയമുണ്ട്.

രാജകുമാരൻ: അതെന്തുകൊണ്ട്? ആദ്യംതന്നെ നല്ലവണ്ണം ആലോചിച്ചില്ലേ?

മന്ത്രി: അത്ര ആലോചിച്ചിട്ടല്ല ചെയ്തത്.

രാജകുമാരൻ: ഒരു രാജ്യത്തിലെ പ്രജകളുടെ മുഴുവനും ശിക്ഷാരക്ഷകൾക്കുത്തരവാദിയായിരിക്കുന്ന മന്ത്രി അത്ര ആലോചിച്ചിട്ടല്ല ആദ്യം പ്രവർത്തിച്ചതെന്നു പറയുവാൻ ലജ്ജയാകുന്നില്ലേ?

മന്ത്രി: ആ ദേവരാജനായിഡുവിന്റെ വാക്കുകൾ കേൾക്കകാരണമായിട്ടാണ് ഈ അപകടമൊക്കെയും പിണഞ്ഞത്.

രാജകുമാരൻ: എന്തായിരുന്നു അയാൾ പറഞ്ഞത്?

മന്ത്രി: കേശവനുണ്ണിനായർ, ഇവിടേയ്ക്കു ദുർബ്ബോധനകൾ ചെയ്യുന്നു എന്ന്.

രാജകുമാരൻ: അതിന്നയാൾക്കെന്തു ദൃഷ്ടാന്തമാണ് കിട്ടീട്ടുള്ളത്?

മന്ത്രി: ദൃഷ്ടാന്തം കിട്ടിയതൊന്നും അയാൾ പറഞ്ഞില്ല. നിശ്ചയമായും അറിയാമെന്നുമാത്രമേ പറഞ്ഞുള്ളൂ.

രാജകുമാരൻ: എന്നാൽ മന്ത്രി അതു വേറെ അന്വേഷിച്ചു സത്യം അറിയേണ്ടതല്ലേ?

മന്ത്രി: അറിയേണ്ടതായിരുന്നു. പക്ഷേ അയാളുടെ വാക്കിനെ തത്കാലം വിശ്വസിച്ചുപോയി.

രാജകുമാരൻ: എത്രയും മഹത്തായ മന്ത്രിസ്ഥാനത്തേയ്ക്കുള്ള വലിയ അധികാരങ്ങളെ യാതൊരു വീണ്ടുവിചാരവുംകൂടാതെ ഇപ്രകാരം ദുർവ്യാപരിക്കുന്നുവല്ലോ എന്നു ഞാൻ വ്യസനിക്കുന്നു. രാജ്യത്തിലെ അസംഖ്യം പ്രജകളെപ്പറ്റിയുള്ള പലവിധകാര്യങ്ങളെ സത്യമാകുംവണ്ണവും ന്യായമാകുംവണ്ണവും ആലോചിച്ചു പൂജ്യന്മാരെ പൂജിക്കുവാനും ശിക്ഷാർഹന്മാരെ ശിക്ഷിക്കുവാനും വധ്യന്മാരെ വധിക്കുവാനും സമ്മാനിക്കത്തക്കവരെ സമ്മാനിക്കുവാനും ഉള്ള അധികാരങ്ങളെ തനിക്കു നല്കിയിരിക്കെ താൻ കാര്യങ്ങളുടെ യഥാർത്ഥസ്ഥിതിയെ അഗാധാലോചനകൾ ചെയ്തിട്ടെങ്കിലും അറിയാതെ ചില കുടിലന്മാരുടെ അസൂയവാക്കുകളെമാത്രം വിശ്വസിച്ചു സംഗതികളെ തീർച്ചയാക്കിയാൽ എത്ര അനവധി ജനങ്ങൾക്കാകുന്നു കഠിനമായ കഷ്ടനഷ്ടങ്ങൾ സംഭവിപ്പാൻ ഇട വരുന്നത്!

മന്ത്രി: ഈ കാര്യത്തിൽ മഹാരാജാവിന്റെ അഭിപ്രായത്തോടുകൂടിയാണ് ഞാൻ പ്രവർത്തിച്ചിട്ടുള്ളത്.

രാജകുമാരൻ: രാജാവു ചെയ്യുന്ന സകലകാര്യങ്ങൾക്കും ബാധ്യസ്ഥനായിത്തീരുന്നതു മന്ത്രിയാണെന്നുള്ളത് അറിഞ്ഞിട്ടില്ലേ? അഥവാ രാജാവു തീരെ തെറ്റായിത്തന്നെ ഒരു കാര്യം പ്രവർത്തിക്കുവാനുത്സാഹിച്ചാൽ അതിന്റെ വൈഷമ്യങ്ങളെ വേണ്ടുംവണ്ണം പറഞ്ഞ ദ്ദേഹത്തെ മനസ്സിലാക്കി നേരെ നടത്തിക്കേണ്ടുന്ന ബാധ്യത മന്ത്രിക്കല്ലേ? ഞാൻ അറിവു പറഞ്ഞുതരത്തക്കവണ്ണമല്ലല്ലോ നമ്മുടെ രണ്ടുപേരുടെയും പ്രായത്തിന്നുള്ള അന്തരം.

മന്ത്രി: ഞാൻ എന്തെങ്കിലും തെറ്റായി പ്രവർത്തിച്ചിട്ടുണ്ടെങ്കിൽ അതെല്ലാം ഇവിടുന്നു ദയവുചെയ്തു ക്ഷമിക്കണം. ഈ വിവരം മഹാരാജാവിനെ തിരുമനസ്സറിയിച്ചു കഴിയുന്നതും വേഗത്തിൽ കേശവനുണ്ണിനായരെ തടവിൽനിന്നു വിടുവിക്കുന്നുണ്ട്.

രാജകുമാരൻ: ഞാനെന്താണ് ക്ഷമിക്കാനുള്ളത്? എന്നോടു യാതൊരു തെറ്റും ചെയ്തിട്ടില്ലല്ലോ. ഞാൻ പറഞ്ഞിട്ടു കേശവനുണ്ണിനായരെ വിടുകയും വേണ്ടാ. എന്നോടു ചോദിച്ചതിന്റെശേഷം അല്പം പറഞ്ഞു എന്നേ ഉള്ളൂ. പിന്നെ അയാളുടെ സ്വഭാവത്തെപ്പറ്റി അറിയണമെന്നുണ്ടെങ്കിൽ അതും അസാരം പറയാം. അയാൾക്കു ചെറുപ്പമാണെന്നുള്ളതു വിചാരിക്കേണ്ടാ. ചെറുപ്പമായ ശരീരത്തിന്മേൽ വയസ്സായ ശിരസ്സാണുള്ളത്. അയാളുടെ പ്രായത്തിൽ ഇത്ര സത്

സ്വഭാവങ്ങളെക്കൊണ്ടു വിളങ്ങുന്നതായ ഒരു പുരുഷനെ ഞാൻ കണ്ടിട്ടില്ലെന്നുതന്നെ പറയണം. കാര്യങ്ങളുടെ ഗുണദോഷങ്ങളെ തിരിച്ചറിയേണ്ടതിന്നുള്ള ബുദ്ധിസാമർത്ഥ്യവും വിവേകവും അതിശയിക്കത്തക്കതുതന്നെ. അതാതാളുകളുടെ അവസ്ഥയെ അറിഞ്ഞു താരതമ്യപ്രകാരം പ്രവർത്തിപ്പാനുള്ള ചതുരത അതിവിശേഷമാണ്. ദുഷ്പ്രവൃത്തികളുടെ ഹീനമായും അയോഗ്യമായും ഉള്ള സത്ക്കാരങ്ങളെ ഒരിക്കലും സ്വീകരിക്കയില്ലെന്നുള്ള പ്രതിജ്ഞയോടുകൂടിത്തന്നെയാണ് ജനിച്ചിരിക്കുന്നതെന്നു തോന്നുന്നു. അയാളുടെ സ്വകാര്യനടപടിയെപ്പറ്റിയാണ് നിങ്ങൾക്കു സംശയം ജനിച്ചിരിക്കുന്നത്. നിരപരാധിയായ അയാൾ ഇപ്പോൾ അനുഭവിക്കുന്ന കഷ്ടതയ്ക്കും ആ സംശയംതന്നെയാണ് കാരണമെന്നിനിക്കറിയാം. ഇനിക്കഞ്ചാറു കൊല്ലത്തെ പരിചയമുള്ളതിനാൽ ഇതുവരെയും യാതൊരു ദുർന്നടപ്പും അയാളുടെമേൽ ആരോപിക്കുവാനില്ലെന്നുള്ളതിലേയ്ക്കു ബലപ്പെട്ട സാക്ഷി ഞാൻ തന്നെയാണ്. സംഗീതത്തിലുള്ള അതിതാത്പര്യംഹേതുവാൽ അയാൾ ആ മുത്തുമാണിക്യം എന്ന തേവിടിശ്ശിയുടെ അടുക്കൽ കൂടെക്കൂടെ പാട്ടു കേൾക്കുവാനായിട്ടുമാത്രം പോവാറുണ്ടായിരുന്നു. എന്നാൽ അതിൽ വേറെ യാതൊരു ദുർവ്വിചാരവും ഇല്ല. അവളായിട്ടു ദേവരാജനായിഡുവിന്ന് എന്തോ ഗൂഢസംസർഗ്ഗം ഉണ്ടത്രേ. അതുകാരണമായിട്ടു വേറേ ചില ദുർജ്ജനങ്ങൾ അയാളെക്കുറിച്ചു ദേവരാജനായിഡുവിന്നാണ് ദുർബ്ബോധനകൾ ചെയ്തിട്ടുള്ളത്. അല്ലാതെ കേശവനുണ്ണിനായർ ഇനിക്കല്ല ദുർബ്ബോധനകൾ ചെയ്തിരിക്കുന്നത്. അങ്ങനെ ചെയ്യുന്നതിനാലുള്ള പതിത്വത്തിൽ പ്രാപിക്കത്തക്ക നീചമനസ്സ് അയാൾക്കില്ലെന്നുള്ളതു നിസ്സംശയംതന്നെ. ഈ ദുർബ്ബോധന അനേകവിധാകൃതികളെ ധരിച്ചു നായിഡുവിന്റെ പക്കൽനിന്നു മന്ത്രിയുടെ അടുക്കലേയ്ക്കും മന്ത്രിയുടെ പക്കൽനിന്നു മഹാരാജാവിന്റെ അടുക്കലേയ്ക്കും കൈമാറിപ്പോയതാണ്. ഇപ്രകാരം ചെയ്യണമെന്നു നായിഡുവിന്നു തോന്നിക്കത്തക്കവണ്ണം യാതൊരു ദുർവ്വിചാരത്തോടുകൂടിയും കേശവനുണ്ണിനായർ ആ വേശ്യയുടെ അടുക്കൽ പോയിട്ടില്ലെന്നുള്ള നിരാക്ഷേപമാകുന്നു. ഇങ്ങനെ ഒക്കയും ഇരിക്കുന്ന അവസ്ഥയ്ക്കു കാര്യത്തിന്റെ യഥാർത്ഥ സ്ഥിതി ഏതുപ്രകാരമെന്നു നല്ലവണ്ണം ആലോചിച്ചറിയാതെ മന്ത്രി ഇത്ര അവിവേകമായി പ്രവർത്തിച്ചതിന്മേൽ ഞാൻ അതിശയിക്കുന്നു.

ഇങ്ങനെ പറഞ്ഞു നില്ക്കുമ്പോൾ ഒരുവൻ വന്നു “മഹാരാജാവു പള്ളിക്കുറിപ്പുണർന്നു” എന്നു പറഞ്ഞതുകേട്ടു “മന്ത്രി അച്ഛന്റെ അടുക്കലേയ്ക്കു ചെല്ലൂ. ഞാൻ അല്പം വായിച്ചിട്ടു വേഗം വരാം” എന്നു രാജകുമാരൻ മന്ത്രിയെ പറഞ്ഞയച്ചു. മന്ത്രി മഹാരാജാവിന്റെ അടുക്കൽ ചെന്ന് ഓരോ കാര്യങ്ങളെപ്പറ്റി സംസാരിച്ചുകൊണ്ടു നില്ക്കുമ്പോൾ–

മന്ത്രി: ഞാൻ ചില സംഗതികൾ ഒക്കെയും നല്ലവണ്ണം ആലോചിക്കാതെ ഇവിടെ തിരുമനസ്സറിയിക്കയുണ്ടായിട്ടുണ്ട്.

മഹാരാജാവ്: എന്തെല്ലാമാണത്?

മന്ത്രി: രാജകുമാരന്റെ സേവനായ ആ കേശവനുണ്ണിനായരുടെ നടപ്പ് അത്ര തൃപ്തികരമായിട്ടുള്ളതല്ലെന്നും അയാൾ രാജകുമാരന്ന് ഓരോ ദുർബ്ബോധനകൾ ചെയ്യുന്നു എന്നും മറ്റും ഇവിടെ അറിയിക്കുകയും അതു ഹേതുവായിട്ട് അയാളെ തടവിൽ പാർപ്പിക്കുകയും ചെയ്തതു കുറേ സാഹസമായി എന്നു തോന്നുന്നു.

മഹാരാജാവ്: ഇപ്പോളെന്താണതിനെപ്പറ്റി ഇങ്ങനെ തോന്നാൻ കാരണം?

മന്ത്രി: അയാൾ തീരെ നിർദ്ദോഷിയാണെന്നു ജനങ്ങൾ സംസാരിക്കുന്നതിനെ കേട്ടു ഞാൻ ഈ കാര്യത്തെപ്പറ്റി രാജകുമാരനോടു ചോദിക്കയുണ്ടായി.

മഹാരാജാവ്: എന്നിട്ടോ?

മന്ത്രി: കുറച്ചു പരിചയമുള്ളോരാൾ അയാളുടെ സ്വഭാവത്തെപ്പറ്റി യാതൊരു ദോഷവും പറകയില്ലെന്നുതന്നെയല്ല, അയാളുടെ സത്സ്വഭാവങ്ങളെപ്പറ്റി പുകഴ്ത്താത്ത ആളുകൾ നന്നെ ചുരുക്കമാണെന്നും വേറെ ഒരാൾക്കു ദുർബ്ബോധനകൾ ചെയ്യത്തക്ക ചപലബുദ്ധി അയാൾക്കില്ലെന്നും അയാൾ അങ്ങനെ ചെയ്തിട്ടില്ലെന്നും അത്ര ബുദ്ധിവൈഭവത്തോടുകൂടിയ മറ്റൊരാളെ അയാളുടെ പ്രായത്തിൽ കാണുന്നത് പ്രയാസമായിട്ടുള്ളതാണെന്നും അറിയാതെയുള്ള ദോഷങ്ങൾ അയാളുടെമേൽ ആരോപിക്കപ്പെട്ടതു മറ്റു ചില കുമതികളുടെ അസൂയകൊണ്ടാണെന്നും മറ്റുമാകുന്നു അവിടുന്നു കല്പനയായത്. ഞാൻ വേറെ ചില അന്വേഷണങ്ങൾ ചെയ്തപ്പോഴും ഇങ്ങനെതന്നെയാണ് കേട്ടത്.

മഹാരാജാവ്: പിന്നെ എന്തറിവിന്മേലാണ് മന്ത്രി ആദ്യം എന്നോടു പറഞ്ഞത്?

മന്ത്രി: ആ ദേവരാജനായിഡു എന്നോടു പറഞ്ഞതിനെ വിശ്വസിച്ചു ഞാൻ തിരുമനസ്സറിയിച്ചതാണ്. നായിഡുവിന്നു കേശവനുണ്ണിനായരോടു ഗൂഢമായിട്ടു ചില മുഷിച്ചിലുകൾ ഉണ്ടാകുവാൻ ഇടയായിട്ടുണ്ടത്രേ. അതുകൊണ്ടാകുന്നു ഇങ്ങനെ പറഞ്ഞതെന്നു ജനങ്ങൾ ഇപ്പോൾ ധാരാളമായി സംസാരിക്കുന്നുണ്ട്.

മഹാരാജാവ്: ഞാനുംകൂടി ഇപ്പോൾ ചീത്തയാവാറായില്ലേ? ഇതുവരെ ഇപ്രകാരമുള്ള അവിവേകങ്ങൾക്കു യാതൊന്നിന്നും ഇടവരുത്താതെ കഴിച്ചുകൂട്ടിയ ഇനിക്കിപ്പോൾ ഈ വയസ്സുകാലത്ത് ഇതിന്നു സംഗതിവന്നുവല്ലോ! കഷ്ടം! ഇപ്പോൾത്തന്നെ പോയി അയാളെ തടവിൽനിന്നു തത്ക്ഷണം വിടീക്കാൻ കല്പന കൊടുക്കൂ. അതിന്നും പുറമെ ദേവരാജനായിഡു ഇനി കോട്ടയ്ക്കകത്തു കേറുവാൻ പാടില്ലെന്നും തീർച്ചയാക്കുന്നു.

എന്നതിനെ കേട്ടു മന്ത്രി പോയതിന്റെശേഷം രാജകുമാരനെ അടുക്കൽ വിളിച്ചിട്ട്–

മഹാരാജാവ്: ഉണ്ണിക്കശേഷം ഖേദം വേണ്ടാ. അയാളെ ഈ ക്ഷണത്തിൽ വിടുവിക്കുന്നണ്ട്. ഞാനിപ്രകാരമൊന്നുമല്ല ധരിച്ചിരുന്നത്.

രാജകുമാരൻ: അച്ഛൻ ഇതിന്റെ നേരറിഞ്ഞിട്ടുണ്ടെന്ന് എനിക്ക് അപ്പോൾ ത്തന്നെ ബോധ്യമില്ല. എങ്കിലും അച്ഛന്റെ കല്പനയ്ക്കു വിരോധം പറയുവാൻ ആരാണുള്ളത്?

മഹാരാജാവ്: അയാളെ തടവിൽനിന്നു വിട്ടതിന്റെശേഷം ഇങ്ങോട്ടു കൂട്ടിക്കൊണ്ടുവരുവാനായിട്ട് ഒരു വില്ലക്കാരനെ വേഗത്തിൽ അയയ്ക്കൂ.

രാജകുമാരൻ വില്ലക്കാരനെ വിളിച്ചു "കേശവനുണ്ണിനായരെ ഇങ്ങോട്ടു കൂട്ടിക്കൊണ്ടുവരുവാനായി മഹാരാജാവു കല്പനയായിരിക്കുന്നതിനാൽ അയാളെ ജെയിലിൽനിന്നു വിട്ട ഉടനെ നീ പോയി ഇങ്ങോട്ടു കൂട്ടിക്കൊണ്ടുവരണം" എന്നു കല്പിച്ചതിനെ കേട്ട് അവൻ ഓടിപ്പോയി ജെയിലിൽ ചെന്നപ്പോൾ മന്ത്രിയുടെ ഉത്തരവുപ്രകാരം കേശവനുണ്ണിനായർ തടവിൽ നിന്നു സ്വാതന്ത്ര്യപ്പെട്ടു ജെയിൽസൂപ്രണ്ടിനോടു സംസാരിച്ചു നില്ക്കുന്നതിനെ കണ്ടു വിവരം അറിയിച്ച് അയാളെ രാജസന്നിധിയിലേയ്ക്കു കൂട്ടിക്കൊണ്ടുപോന്നു. തന്റെ പ്രിയസ്നേഹിതന്റെ വ്യസനകരമായ വിയോഗം ഹേതുവായിട്ട് ആകുലമാനസനായിരിക്കുന്ന മകരധ്വജരാജകുമാരൻ കേശവനുണ്ണിനായരുടെ വരവിനെ അത്യാർത്തിയോടെ നോക്കിക്കൊണ്ടു വ്രാന്തയിൽത്തന്നെ നില്ക്കുമ്പോൾ അയാൾ അരമനയിൽ വന്നുകയറിയതിനെ കണ്ടു താഴത്തിറങ്ങിച്ചെന്നിട്ട്–

രാജകുമാരൻ: ശരീരത്തിന്നു യാതൊരു സുഖക്കേടും ഉണ്ടായില്ലെന്നു വിശ്വസിക്കുന്നു.

കേശവൻ: ദൈവാനുഗ്രഹംകൊണ്ടു യാതൊന്നും ഉണ്ടായില്ല.

രാജകുമാരൻ: ഞാൻ കാരണമായിട്ടു താങ്കൾ ഇതൊക്കെയും അനുഭവിക്കേണ്ടിവന്നല്ലോ!

കേശവൻ: ഇവിടുന്നുകാരണമായിട്ടതിലധികവും അനുഭവിക്കാൻ അടയൻ തയ്യാറായിരിക്കുന്നു. ഓരോരോ കാലത്ത് അനുഭവിക്കാൻ വെച്ചിട്ടുള്ളതൊക്കെയും അനുഭവിച്ചേ തീരൂ. ശിരസ്സിലെഴുത്തു നീക്കാവുന്നതല്ലല്ലോ.

രാജകുമാരൻ: ദേവരാജനായിഡുവായിട്ടുണ്ടായ സ്നേഹത്തിന്റെ പ്രതിഫലം ഇങ്ങനെയല്ലേ അനുഭവിപ്പാൻ സംഗതി വന്നത്? തോളിൽ ഇരുന്നു ചെവി തിന്നുന്ന ആളുകളായിട്ടു സംസർഗ്ഗം ഉണ്ടായാൽ ഇങ്ങനെ ഒക്കെയും വരും.

കേശവൻ: എന്തെല്ലാം ബുദ്ധിമുട്ടുകൾക്കും അവമാനങ്ങൾക്കും പാത്രമായിത്തീർന്നാലും ഇവിടുത്തെ പ്രീതി ഒരു കൂട്ടംമാത്രം ഉണ്ടായിരിക്കണമെന്നേ അടിയന്നു സദാ പ്രാർത്ഥനയുള്ളൂ.

രാജകുമാരൻ: അച്ഛൻ താങ്കളെ കാണണമെന്നു പറക ഉണ്ടായി. ഞാൻ മുകളിൽ പോയി വിവരം അറിയിക്കട്ടെ.

എന്നു പറഞ്ഞു രാജകുമാരൻ പോയി വിവരം അറിയിച്ചതിന്റെ ശേഷം കേശവനുണ്ണിനായരെ മഹാരാജാവിന്റെ തിരുമുമ്പിലേയ്ക്കു കൂട്ടിക്കൊണ്ടുപോയി.

മഹാരാജാവ്: വർത്തമാനങ്ങൾ ഒക്കെയും ഉണ്ണി പറഞ്ഞറിഞ്ഞിരിക്കുന്നു. അറിയാതെകണ്ടു ചില വിഡ്ഢിത്തമൊക്കെ പറ്റി. ഇനി അതു വിചാരിച്ചിട്ടു നിവൃത്തിയില്ലല്ലോ.

കേശവൻ: ഉർവ്വശീശാപം അർജ്ജുനന്നുപകാരമായിത്തീർന്നതുപോലെ ഈ സംഗതി അടിയന്നു ഭാഗ്യോദയമായിത്തന്നെ തീർന്നു.

മഹാരാജാവ്: അതെന്തുകൊണ്ടാണ്?

കേശവൻ: അതുഹേതുവായിട്ടല്ലേ ഈ നിസ്സാരനായ അടിയന്ന് ഇവിടെ തിരുമുമ്പിൽ വരുന്നതിന്നും രണ്ടു വാക്കുണർത്തിപ്പാനും ഇട വന്നത്? സാമാന്യം ഒരുവന്നു സാധിപ്പാൻ അശക്യമായിരിക്കുന്ന തിരുമനസ്സിലെ ഈ ദർശനംകൊണ്ട് അടിയൻ ഇതുവരെ ചെയ്തിട്ടുള്ള പാപങ്ങളിൽനിന്നു നിസ്സംശയം മോചിക്കപ്പെട്ടിരിക്കുന്നു.

മഹാരാജാവ്: ഇനിക്കധികമായിട്ടു സംസാരിപ്പാൻ വയ്യാ. ക്ഷീണം നന്നെ ഉണ്ട്. എന്റെ ദീനംമാറുന്നതുവരെ കേശവനുണ്ണി ഇവിടുന്നു പോവാൻ പാടില്ല. ഉണ്ണിക്കു സഹായമായി എല്ലായ്പ്പോഴും അരികത്തുണ്ടായിരിക്കണം.

കേശവൻ: ഇവിടുത്തെ ദാസനായിരിക്കുന്ന അടിയൻ കല്പനപോലെ ചെയ്യാം.

കേശവനുണ്ണിനായർ രാജകുമാരനോടൊന്നിച്ചു മഹാരാജാവിനെ വളരെ ഭക്തിയോടും ശ്രദ്ധയോടും കൂടി ശ്രുശ്രൂഷിച്ചും സകലജനങ്ങളുടെ പ്രീതിയെയും അനുഗ്രഹത്തെയും അശേഷം സ്വീകരിച്ചും "ഇത്ര യോഗ്യനായിരിക്കുന്ന ഇദ്ദേഹത്തിന്റെമേൽ ഇപ്രകാരമുള്ള ദോഷാരോപണം ചെയ്തുവല്ലോ"എന്ന് അയാളായിട്ടു പരിചയത്തിന്നിടവരുന്ന ജനങ്ങളെ വ്യസനിപ്പിച്ചും സ്വേച്ഛാവിചാരമില്ലാത്ത പരികർമ്മങ്ങളെക്കൊണ്ടു മഹാരാജാവിനെ ഏറ്റവും സന്തോഷിപ്പിച്ചും ആ രാജധാനിയിൽ താമസിച്ച് അങ്ങനെ കഴിഞ്ഞുകൊണ്ടിരിക്കുമ്പോൾ മഹാരാജാവിന്റെ കുരു ദിവസംതോറും വർദ്ധിക്കുകയും കുറച്ചു നാൾ കഴിഞ്ഞപ്പോഴേയ്ക്കു ഭയങ്കരമാംവണ്ണവും ദുസ്സഹമാകുംവണ്ണവും ഉള്ള സ്ഥിതിയിൽ ആയതിന്റെശേഷം ഒരു ദിവസം പകൽ പന്ത്രണ്ടുമണിക്കു ക്ഷപാകരമഹാരാജാവു സ്വർഗ്ഗാരോഹണംചെയ്കയും ചെയ്തു. അച്ഛന്റെ മരണംഹേതുവായിട്ടുണ്ടായ കഠിനമായ വ്യസനത്തെ തന്റെ ബുദ്ധിവൈഭവംകൊണ്ടും കേശവനുണ്ണിനായരുടെ സമയോചിതങ്ങളായ ആശ്വാസകരവാക്കുകളെകൊണ്ടും രാജകുമാരൻ ഒരുവിധം മനസ്സിൽ ഒതുക്കിവെച്ചിട്ടു മന്ത്രിയായ വിജയരങ്കയ്യഗാറുവിനോടാലോചിച്ചു വിധിപ്രകാരം സംസ്കാരാദികർമ്മങ്ങളെ ചെയ്തതിന്റെശേഷം ഈ വിവരം അറിയിച്ചു രാജകുമാരിയെ വരുത്തേണ്ടതിന്നായി ബംഗളൂരിലേയ്ക്കു കമ്പിയടിച്ചു. കമ്പി കിട്ടിയ ഉടനെ രാജകുമാരി ലക്ഷ്മിക്കുട്ടിയോടുകൂടെ മൈസൂരിലേയ്ക്കു പോന്നു. രാജകുമാരന്റെ സേവനായ ഒരു മലയാളിയെ

തടവിൽ പാർപ്പിക്കുകയും കുറച്ചു ദിവസം കഴിഞ്ഞപ്പോൾ തടവിൽനിന്നു വിടുകയും ചെയ്തതിന്റെശേഷം അയാൾ ഇപ്പോൾ രാജകുമാരനോടൊന്നിച്ചു മൈസൂരിൽ താമസിക്കുന്നുണ്ടെന്നും മറ്റും ലക്ഷ്മിക്കുട്ടി ബംഗളൂരിൽനിന്നുതന്നെ പറഞ്ഞു കേട്ടിട്ടുണ്ടായിരുന്നു. അന്തഃപുരം രാജകുമാരൻ ഇരിക്കുന്ന വിശേഷപ്പെട്ട കോവിലകത്തിന്നു വളരെ അടുത്തായിരുന്നതുകൊണ്ടു ലക്ഷ്മിക്കുട്ടിക്കു കേശവനുണ്ണിനായരെ പലപ്പോഴും കാണുന്നതിന്നിടവന്നു. അയാളെ ആദ്യം കണ്ട സമയത്തുതന്നെ തന്റെ പ്രാണനാഥനാണിത് എന്ന് അവൾ അറിഞ്ഞു എങ്കിലും അവളുടെ ഉടുപ്പുകൾ അപ്പോഴും പരദേശമട്ടിലുള്ളവയായിരുന്നതുകൊണ്ടും അവൾ അവിടെ വരുവാൻ ഒരിക്കലെങ്കിലും സംഗതിയുണ്ടെന്നുള്ള വിചാരത്തിന്റെ ലവലേശംപോലും മനസ്സിൽ ഉണ്ടായിരിക്കാത്തതുകൊണ്ടും തന്റെ നടപ്പു 'മാതാവെപ്പോലെ കാണണം പരസ്ത്രീയെ' എന്നുള്ള മാർഗ്ഗത്തെ ഒട്ടും ലംഘിക്കാതെ ആയിരുന്നതുകൊണ്ടും കേശവനുണ്ണിനായർക്കു ലക്ഷ്മിക്കുട്ടി ഇന്നവളാണെന്നു മനസ്സിലായില്ല. യാതൊരു സമയത്തെങ്കിലും വല്ല ജനാലയിൽക്കൂടിയോ മറ്റുവല്ല ദൂരസ്ഥലത്തുവെച്ചോ അവളെ കാണുന്ന സമയം അയാളുടെ മുഖത്തു യാതൊരോർമ്മ ചിഹ്നങ്ങളും സ്ഫുരിക്കാതെ അലക്ഷ്യമായും ഉദാസീനമായും ഉള്ള നോട്ടങ്ങളെകണ്ട് അവൾ 'ഇദ്ദേഹത്തിനെന്നെ മനസ്സിലായില്ല. കഷ്ടം!' എന്നിങ്ങനെ വിചാരിച്ചും തരം വരുമ്പോൾ ഒക്കെയും കേശവനുണ്ണിനായരുടെ സകലവർത്തമാനങ്ങളും പലരോടും ചോദിച്ചറിഞ്ഞും "ഇനി എന്താണ് ഞാൻ വേണ്ടത്" എന്നാലോചിച്ചും വ്യസനിച്ചുംകൊണ്ടു തന്നെ മൂന്നു ദിവസം കഴിച്ചുകൂട്ടി. നാലാം ദിവസം രാത്രി എല്ലാവരും ഭക്ഷണം കഴിച്ചുകിടന്നു നിദ്രയെ പ്രാപിച്ചതിന്റെശേഷം ഏകദേശം പത്തര മണിയായപ്പോൾ മദനപീഡിതയായ അവൾ തന്റെ ഉടുപ്പുകൾ മാറി മലയാളമട്ടിലുള്ളവയെ ധരിച്ച് ആരും അറിയാതെ അന്തഃപുരത്തിൽനിന്നു കോവിലകത്തേയ്ക്കുള്ള ഗൂഢമാർഗ്ഗത്തിൽക്കൂടി പോയി കേശവനുണ്ണിനായർ ഇരിക്കുന്ന മുറിയുടെ വാതില്ക്കൽ ചെന്നു ചാരിയിരിക്കുന്ന വാതിലുകൾ മെല്ലെത്തുറന്ന് അകത്തേയ്ക്കു കടക്കുകയും ഉടനെ വാതിൽ ചാരുകയും ചെയ്തു. കേശവനുണ്ണിനായർ ഒരു കോച്ചിന്മേൽ വർത്തമാനക്കടലാസ്സുകൾ വായിച്ചുകൊണ്ടു കിടക്കുമ്പോൾ ശങ്കയെന്നിയെ വാതിൽ തുറന്ന് അകത്തേയ്ക്കു കടന്ന വിശേഷപ്പെട്ട സ്ത്രീരൂപത്തെ കണ്ടിട്ട് "ഇതെന്തൊരു മായയാണ്? എന്നെ നശിപ്പിക്കുന്നതിന്നുവേണ്ടി ദേവരാജനായിഡു ക്ഷുദ്രപ്രയോഗംകൊണ്ടയച്ച വിഷകന്യകയോ? ഒരു മലയാളസ്ത്രീ ഇവിടെ വരുവാനെന്തു കാരണം? ഇവളെ എനിക്കു ധാരാളമായി കണ്ടു പരിചയം തോന്നുന്നുണ്ടല്ലോ! ഇവളെന്റെ പ്രിയതമയെപ്പോലെ ഇരിക്കുന്നുവല്ലോ! അവൾ ഇവിടെ വരുന്നതിന്നു യാതൊരു കാരണവും ഇല്ലല്ലോ! ഇവൾ എന്നെ മോഹിപ്പിക്കുന്നു! ഇതേതൊരാഭിചാരകന്റെ പ്രയോഗമാണ്, ദൈവമേ! അല്ല, ഇവൾ ലക്ഷ്മിക്കുട്ടിയെപ്പോലെ കാണപ്പെടുന്നു; സംശയമില്ല. എന്തായാലും

വേണ്ടതില്ല, ഇങ്ങനെ ചോദിക്കതന്നെ" എന്നിപ്രകാരം ഓരോന്നു ക്ഷണ നേരത്തിൽ വിചാരിച്ച് "എവിടുന്നാണ് വരുന്നത്?" എന്നു ചോദിക്കുവാൻ ഭാവിച്ചപ്പോൾ ലക്ഷ്മിക്കുട്ടി "അയ്യോ! പ്രിയഭർത്താവേ! എന്നെ രക്ഷിക്കണേ! എന്നു പറഞ്ഞു കേശവനുണ്ണിനായരുടെ മാറത്തു ചെന്നു വീണു കരയുവാൻ തുടങ്ങി. അപ്പോൾ അയാളുടെ സംശയങ്ങളെല്ലാം തീർന്നു. ഈ സൗന്ദര്യവതി അന്യപ്രകാരത്തിലുള്ള യാതൊരു മോഹിനിയായിരുന്നാലും പ്രത്യേകിച്ചു വിഷകന്യകയായിരുന്നു എങ്കിലും എന്റെ മനസ്സിനെ ഭ്രമിപ്പിച്ചു ഞാൻ അങ്ങോട്ടവളുടെ ശരീരത്തെ സ്പർശിച്ചല്ലാതെ ഈ വിധത്തിൽ ഒരിക്കലും എന്നെ തൊടുവാൻ സംഗതിയില്ല. അതുകൊണ്ടന്യഥാ ശങ്കിക്കുവാനവകാശമില്ല എന്നു വിചാരിച്ചു ലക്ഷ്മിക്കുട്ടിയെ ഗാഢമായാലിംഗനം ചെയ്ത് "അയ്യോ! പ്രാണനാഥേ! എന്റെ ഹൃദയത്തെ പിളർക്കല്ലേ. ഒരിക്കലും സംഭവിപ്പാൻ ഇടയുണ്ടെന്നു വിചാരിപ്പാൻ പാടില്ലാത്ത നിന്റെ ഈ അവസ്ഥാന്തരങ്ങളെ സത്വരം വിസ്തരിച്ചുരചെയ്ത് എന്റെ വ്യസനത്തെ ശമിപ്പിക്കണേ!" എന്നു പറഞ്ഞ് ലക്ഷ്മിക്കുട്ടിയെ പിടിച്ചുനിവർത്തി കണ്ണുനീർ തുടച്ചു ലാവണ്യാതിശയംകൊണ്ടു പരിശോഭിതമായിരിക്കുന്ന അവളുടെ നിസ്തുല്യ വക്ത്രാംബുജത്തിങ്കൽ അനവധി ചുംബനങ്ങളെ ചെയ്തു. അവൾ മദിരാശിയിൽനിന്നു പോന്നതിൽ പിന്നെ ഇതുവരെ തനിക്കോരോസമയത്തു സംഭവച്ചിട്ടുള്ള വ്യസനാവസ്ഥകളെ ആസകലം ബാഷ്പധാരയോടുകൂടെ പറഞ്ഞറിയിച്ചപ്പോൾ കേശവനുണ്ണിനായർക്കുണ്ടായ മനോവ്യഥയുടെ സഹസ്രാംശംപോലും യഥാർത്ഥാനുഭൂതയായ അവൾക്കു തന്നത് കാലങ്ങളിൽ ഉണ്ടായിട്ടില്ല.

അവധിയില്ലാത്ത ദ്രവ്യത്തിന്റെ പുഷ്ടികൊണ്ടു നാടൊക്കെയും കീർത്തിപ്പെട്ടിരിക്കുന്നവനും ചെമ്പകശ്ശേരിവീട്ടുകാരുടെ ജീവിതസർവ്വസ്വത്തിനേകകർത്താവായിരുന്നവനും ആയ ആ മഹാപ്രഭുവിന്റെ അപേക്ഷയെയും അമ്മാവന്റെ ശാസനയെയും താൻഹേതുവായിട്ടു തൃണീകരിച്ചിപ്രകാരമുള്ള ബുദ്ധിമുട്ടുകൾക്കും ആപത്തുകൾക്കും ആത്മാവിനെ പാത്രമാക്കിച്ചെയ്യുകയും അതുകളിൽനിന്നദ്ഭുതമാകുംവണ്ണം ദൈവാനുകൂലതയാൽ രക്ഷിക്കപ്പെടുകയും ചെയ്ത ഇവളെ ഏതെല്ലാം പ്രകാരങ്ങളിലാകുന്നു പൂജിക്കേണ്ടതെന്നുള്ള ദൃഢനിർണ്ണയം കേശവനുണ്ണി നായർക്കുണ്ടായില്ല. അനന്തരം അവരവരുടെ കാലഗതികളെ അന്യോന്യം പറഞ്ഞു വ്യസനിച്ചും സന്തോഷിച്ചും ഇരിക്കുമ്പോൾ–

ലക്ഷ്മിക്കുട്ടി: ഞാൻ ഇനി എന്താണ് ചെയ്യേണ്ടത്?

കേശവൻ: നീയ്യിനി ഒന്നും ചെയ്യേണ്ടതില്ല. മഹാരാജാവിന്റെ തിരുവന്തളിയടിയന്തിരാദികൾ കഴിയുന്നതുവരെ അഞ്ചെട്ടു ദിവസംകൂടി ഇവിടെ താമസിച്ചാൽ മതി.

ലക്ഷ്മിക്കുട്ടി: എന്നിട്ടോ?

കേശവൻ: പിന്നെ നമുക്കു രണ്ടുപേർക്കുംകൂടി മദിരാശിയിലേയ്ക്കു പോവാം.

ലക്ഷ്മിക്കുട്ടി: മദിരാശിയിൽ ചെന്നാൽ ഞാൻ ഇനിയും അച്ഛന്റെ അടുക്കൽത്തന്നെ താമസിക്കണ്ടേ? (ലജ്ജിച്ചധോമുഖിയായിരിക്കുന്നു.)

കേശവൻ: ഇനി അച്ഛന്റെ അടുക്കലോ! എനിക്കു പ്രത്യേകിച്ചു സ്ഥലം ഉണ്ടല്ലോ" (എന്നു പറഞ്ഞു ലക്ഷ്മിക്കുട്ടിയുടെ കാഠിന്യമേറുന്ന കുചകുംഭങ്ങളെ മാറിൽ ചേർത്തമർത്തി, താഴ്ത്തിയിരിക്കുന്ന മുഖത്തെ അനേകം ചുംബനങ്ങളെക്കൊണ്ടൂന്നു കൊടുത്തുയർത്തുന്നു.)

ലക്ഷ്മിക്കുട്ടി: രണ്ടുമൂന്നു ദിവസമായിട്ടു കൂടെക്കൂടെ കണ്ടിട്ടും എന്നെ അറിഞ്ഞില്ലല്ലോ.

കേശവൻ: എങ്ങനെയാണറിയുന്നത്? നിന്റെ പതിവുപോലെയുള്ള ഈ മട്ടിലായിരുന്നു എങ്കിൽ ഞാൻ അറിയാതെയിരിക്കുമോ?

ലക്ഷ്മിക്കുട്ടി: എത്രയായാലും മുഖപരിചയം തോന്നാതിരിക്കുമോ?

കേശവൻ: മുഖപരിചയം തോന്നത്തക്കവണ്ണം നമ്മൾ അത്ര അടുത്തു കാണുക ഉണ്ടായിട്ടുണ്ടോ?

ലക്ഷ്മിക്കുട്ടി: അത്ര അടുക്കെ കണ്ടിട്ടു വേണോ?

കേശവൻ: അല്ലെങ്കിൽ പിന്നെ കുറെ ശ്രദ്ധയോടെ സൂക്ഷിച്ചു നോക്കണം.

ലക്ഷ്മിക്കുട്ടി: സാധാരണയായിട്ടു യൗവനയുക്തന്മാരായിരിക്കുന്ന പുരുഷന്മാർ അങ്ങനെ നോക്കാറില്ലേ?

കേശവൻ: സാധാരണമായിട്ടാ പതിവില്ല. ചില ധൂർത്തന്മാർ അങ്ങനെ ചെയ്യാറുണ്ടെന്നു വിചാരിച്ച് അത് എല്ലാവർക്കും സംബന്ധിക്കുമോ? എന്റെ സ്വഭാവത്തെക്കുറിച്ചധികപരിചയം ഉണ്ടാവാനിടയുണ്ടായിട്ടില്ലല്ലോ. അതുകൊണ്ടായിരിക്കും നിയ്യങ്ങനെ വിചാരിച്ചത്.

ലക്ഷ്മിക്കുട്ടി: നേരം വൈകിയല്ലോ. ഞാനെങ്ങനെയാണിനി അന്തഃപുരത്തിലേയ്ക്കു പോകുന്നത്?

കേശവൻ: നിയ്യെങ്ങനെയാണിങ്ങോട്ടു പോന്നത്?

ലക്ഷ്മിക്കുട്ടി: ഇങ്ങോട്ടു പോന്നതെങ്ങനെയാണെന്നറിഞ്ഞുകൂടാ. എനിക്കു യാതൊരു ഭയവും അപ്പോൾ തോന്നിയില്ല.

കേശവൻ: ഒരിക്കലും നീ തന്നെ പോവാൻ പാടില്ല. ഞാൻ കൂടെ വരാം.

ലക്ഷ്മിക്കുട്ടി: എന്നാൽ നമുക്കു പോവുക. നേരം വൈകി.

എന്നു പറഞ്ഞു രണ്ടുപേരുംകൂടിപ്പോയി അന്തഃപുരത്തിൽ ആരും അറിയാതെ ചെന്നു. ലക്ഷ്മിക്കുട്ടി അകത്തുകടന്നു തന്റെ ഉടുപ്പുകൾ മാറി വാതിൽ അടച്ചതിന്റേശേഷം കേശവനുണ്ണിനായർ തിരിയെ പോരുകയും ചെയ്തു. മഹാരാജാവു തീപ്പെട്ടതിന്റെ പന്ത്രണ്ടാം ദിവസം തിരുവന്തളിയടിയന്തിരാദികൾ കഴിച്ച് അനവധി ദ്രവ്യം ചെലവുചെയ്ത് അതാതു ജാതിക്കാർക്കു പ്രത്യേകിച്ചു വേറെവേറെ കോലഹലമാകുംവണ്ണം സദ്യ കഴിക്കുകയും വിശേഷതരപദാർത്ഥങ്ങളെ കൂട്ടി അതിസന്തോഷത്തോടെ തൃപ്തിയാകുംവണ്ണം ഭക്ഷണം കഴിച്ചുവരുന്ന ബ്രാഹ്മണോത്തമന്മാർക്ക് അവരവരുടെ യോഗ്യതപോലെയും ശ്രേഷ്ഠതപോലെയും ദക്ഷിണ കൊടുക്കുകയും ചെയ്തു. പിറ്റേ ദിവസം മൈസൂർ രാജ്യത്തിലുള്ള പ്രഭുക്കന്മാർ, സ്ഥാനികൾ, ശാസ്ത്രജ്ഞന്മാർ, സേനാ

ധിപന്മാർ, ന്യായാധിപന്മാർ മറ്റു പ്രജകൾ മുതലായവരോടൊന്നിച്ചു മന്ത്രി രാജകുമാരന്റെ സന്നിധിയിങ്കൽ വന്ന് ആചാര്യന്മാരെ വരുത്തി അവരെക്കൊണ്ടു മകരധ്വജരാജകുമാനെ മഹാരാജാവായി പട്ടാഭിഷേകം ചെയ്യിക്കയും ചെയ്തു. രണ്ടു ദിവസം കഴിഞ്ഞപ്പോൾ കേശവനുണ്ണിനായർ മദിരാശിയിലേയ്ക്കു പോവാനായി അനുവാദം മേടിക്കേണ്ടതിന്നുവേണ്ടി മഹാരാജാവിന്റെ അടുക്കൽ ചെന്നു വിവരം തിരുമനസ്സറിയിച്ചപ്പോൾ "പത്തുദിവസംകൂടി ഇവിടെ താമസിച്ചിട്ടേ പോവാൻ പാടുള്ളൂ" എന്നരുളിച്ചെയ്തതിനെ കേട്ട് അപ്രകാരം തന്നെയാവാമെന്നു തീർച്ചയാക്കി. പട്ടാഭിഷേകാനാന്തരം നാലോ അഞ്ചോ ദിവസം കഴിഞ്ഞിട്ടു മന്ത്രി വിജയരങ്കയ്യഗാറു വാർദ്ധക്യംഹേതുവാൽ "ഇനി മന്ത്രിസ്ഥാനത്തെ വഹിച്ചു രാജ്യകാര്യങ്ങൾ നടത്തുന്നതിന്നു തീരെ അശക്തനായിത്തീർന്നു" എന്നു കണ്ടിട്ടു രാജസന്നിധിയിൽ ചെന്നു വിവരം ബോധിപ്പിച്ചതിന്റെ ശേഷം മഹാരാജാവു വളരെ തടസ്സങ്ങൾ പറഞ്ഞു എങ്കിലും തന്റെ പണി രാജികൊടുക്കുകയും അനവധി രാജസമ്മാനങ്ങളെ സ്വീകരിച്ച് ഉദ്യോഗത്തിൽനിന്ന് പിരിയുകയും പിറ്റേ ദിവസം പകൽ നാലു മണിക്കു മഹാരാജാവ് അവിടെയുള്ള വലിയ ഉദ്യോഗങ്ങളിൽ ഇരിക്കുന്നവരും മറ്റു സ്വസ്ഥന്മാരും ആയ വളരെ യോഗ്യന്മാരെ വരുത്തി വിജയരങ്കയ്യഗാറുവിനോടുകൂടെ ആലോചിച്ച് അവരുടെ അനുവാദപ്രകാരം കേശവനുണ്ണിനായരെ വരുത്തി മന്ത്രിസ്ഥാനം ഭരിപ്പാനായിക്കൊണ്ടു കല്പിച്ചു നിശ്ചയിച്ച് അദ്ദേഹത്തിന്നു തീട്ടൂരം കൊടുക്കുകയും ചെയ്തു.

അനന്തരം ഒരു നാൾ മഹാരാജാവും കേശവനുണ്ണിനായരും ഓരോ നേരമ്പോക്കുകൾ പറഞ്ഞു രസിച്ചുകൊണ്ടിരിക്കുന്ന സമയത്തു കേശവനുണ്ണിനായർ ലക്ഷ്മിക്കുട്ടിയുടെ സകലവൃത്താന്തങ്ങളും അവളായിട്ടു താൻ അതുവരെ നടത്തീട്ടുള്ള സകലനടപടികളെയും തിരുമനസ്സറിയിച്ചപ്പോൾ "എന്നാൽ ഇനി അവളെ ഭാര്യയാക്കുന്നതിനൊട്ടും താമസിപ്പാൻ പാടില്ല. അവളുടെ അച്ഛനും മറ്റും എഴുത്തുകൾ അയച്ച് അവരെ ഉടനെ വരുത്തണം" എന്നരുളിച്ചെയ്തു. അന്നുമുതൽ ലക്ഷ്മിക്കുട്ടി തന്റെ പരദേശമട്ടിലുള്ള വേഷം മാറ്റി മലയാള ഉടുപ്പുകളെയും ആഭരണങ്ങളെയും ധരിച്ച് അന്തഃപുരത്തിലുള്ള സകലസ്ത്രീകളുടെയും ബഹുമാനത്തിന്നും ഉപചാരാദരവുകൾക്കും പാത്രമായിത്തീർന്നു. കേശവനുണ്ണിനായർ ഉടനെതന്നെ ലക്ഷ്മിക്കുട്ടിയുടെ അച്ഛൻ മദിരാശി ഹൈക്കോർട്ടുവക്കീൽ കന്മാരന്നായരെ വിവരം അറിയിച്ചു മൈസൂറിലേയ്ക്കു വരുത്തേണ്ടതിനായി അദ്ദേഹത്തിന്നയച്ച എഴുത്തിന്റെ താത്പര്യംമാത്രം വായനക്കാരെ പറഞ്ഞറിയിക്കുന്നതിനെക്കാൾ അവരവർതന്നെ എഴുത്തു മുഴുവനും വായിച്ചറിയുന്നതാണ് നല്ലതെന്നു വിചാരിച്ച് അതിന്റെ ഒരു നേരുപകർപ്പു താഴെ ചേർത്തിരിക്കുന്നു.

"–മാണ്ടു ഫിബ്രുവരിമാസം 19–നു
മൈസൂരിൽനിന്ന്–"

അല്ലയോ സ്നേഹിതരേ,

കുറെ ദിവസം മുമ്പേ കോടതി പൂട്ടി മദിരാശിയിൽനിന്നു നമ്മൾ തമ്മിൽ പിരിഞ്ഞതുമുതല്ക്കു നിങ്ങളുടെ യാതൊരു വർത്തമാനവും അറിയുന്നതിന്നിനിക്ക് ഒഴിച്ചുകൂടാത്ത ചില ദുർഘടങ്ങൾ നേരിടുക ഹേതുവായിട്ട്, സംഗതി വരാഞ്ഞതിനാൽ എത്രയും വ്യസനിക്കുന്നു. മഹാത്മാവായ മൈസൂർമഹാരാജാവിന്റെ കരുണാകടാക്ഷമുണ്ടാവാനായിട്ടു സർവ്വശക്തനായ ഈശ്വരൻ തുണച്ചതിനാൽ ഇയ്യിടയിൽ ഞാൻ ഇവിടെ സാമാന്യം ഒരു ഉദ്യോഗത്തിൽ പ്രവേശിച്ചിരിക്കുന്നു. മദിരാശിയിൽവെച്ച് എത്രയും ഗൂഢമായി നിങ്ങളുടെ പ്രിയപുത്രി ലക്ഷ്മിക്കുട്ടിയിൽ എന്റെ മനസ്സു മുഴുവനും തിരിയെ എടുക്കുവാൻ പാടില്ലാത്ത വിധത്തിൽ പതിപ്പിച്ചിട്ടുള്ള വിവരം നിങ്ങൾ ഇതുവരെ അറിഞ്ഞിട്ടുണ്ടായിരിക്കയില്ല. എന്നാൽ ഇപ്പോൾ അവളും ഇവിടെത്തന്നെ ഉള്ളതിനാലും ഞങ്ങൾ രണ്ടുപേർക്കും അന്യോന്യം അതിയായ സ്നേഹം ഉദ്ഭവിച്ചിരിക്കുന്നതിനാലും വിവാഹവയസ്സു രണ്ടുപേരെയും ആക്രമിച്ചിരിക്കുന്നതിനാലും ഞാൻ അവളെ എന്റെ പത്നിയായി സ്വീകരിക്കുന്നതിൽ നിങ്ങൾക്കു യാതൊരു തടസ്സവും ഉണ്ടാവില്ലെന്നു വിചാരിച്ചും നിങ്ങളോടൊരുമിച്ചു നിങ്ങളുടെ അനുവാദത്തോടെ വേണം സംബന്ധം നടത്തുവാൻ എന്നു കരുതിയും നിങ്ങളുടെ വേഗത്തിൽ ഇങ്ങോട്ടുള്ള വരവിനെമാത്രം കാത്തിരിക്കുന്നു. ആയതുകൊണ്ട് ഈ എഴുത്തു കിട്ടിയതിന്റെശേഷം അടുത്തവസരത്തിൽ ഇങ്ങോട്ടു പുറപ്പെടുമെന്നു വിശ്വസിക്കുന്നു. ലക്ഷ്മിക്കുട്ടി ഏതുകാരണത്തിന്മേൽ എങ്ങനെ എപ്പോൾ ഇവിടെവന്നു എന്നും മറ്റും എഴുതി അറിയിക്കുന്നതു തീരെ പ്രയാസമായിരിക്കുന്നതിനാൽ അതുകൾ തമ്മിൽ കാണുന്ന സമയം പറഞ്ഞറിയിപ്പാൻമാത്രമേ തരമാവുള്ളൂ. അവളുടെ വീട്ടുകാരായിട്ട് എനിക്കു യാതൊരു പരിചയവും ഇല്ലാത്തതിനാൽ അവർക്കു ഞാൻ ഇപ്പോൾ എഴുത്ത് അയയ്ക്കുന്നില്ല. വർത്തമാനങ്ങൾ ഒക്കെയും നിങ്ങൾ അവർക്കുടനെ അറിവുകൊടുത്ത് ഇങ്ങോട്ടു വരുന്ന സമയം അവളുടെ അമ്മാവനെക്കൂടെ കൊണ്ടുപോരുവാനും അമാന്തിക്കയില്ലല്ലോ. ഞങ്ങളുടെ രണ്ടുപേരുടെയും ശരീരസുഖത്തെപ്പറ്റി യാതൊന്നും പ്രത്യേകിച്ചെഴുതുവാനില്ല. നിങ്ങളുടെയും ഇക്കാവമ്മ മുതലായ ലക്ഷ്മിക്കുട്ടിയുടെ വീട്ടുകാരുടെയും ക്ഷേമാവസ്ഥയെപ്പറ്റി കേൾക്കുവാനേറ്റവും ആഗ്രഹിക്കുന്നു. ശേഷം സംഗതികളെല്ലാം കാഴ്ചയിൽ എന്നു വെച്ച് എഴുത്തു ചുരുക്കുന്നു.

എന്ന് സ്നേഹിതൻ
അരുണോദയത്തു കേശവനുണ്ണിനായർ
(ഒപ്പ്)

ദീർഘനിദ്രയെ പ്രാപിച്ചു എന്നു ലക്ഷ്മിക്കുട്ടിയും ചില പാന്ഥന്മാരും വിചാരിച്ചുപേക്ഷിച്ചു കൂലിക്കാരെ ഏല്പിച്ചുകൊടുക്കപ്പെട്ട മീനാക്ഷിയുടെ സ്ഥിതികൂടി ഇനി അല്പം പറയാം. സന്നിയുടെ രൂക്ഷതകൊണ്ടു യാതൊരു ചേഷ്ടകളുംകൂടാതെ മരിച്ചതുപോലെ കിടന്നിരുന്ന മീനാക്ഷിയുടെ ശരീരം എടുത്തു വണ്ടിയിൽ കയറ്റി കൊണ്ടുപോയി ഏകദേശം

രണ്ടു നാഴിക ദൂരത്തുള്ള ശ്മശാനഭൂമിയിൽ എത്തി ശവം താഴത്തിറക്കുമ്പോൾ കൂലിക്കാർക്കെന്തോ സംശയം തോന്നി സൂക്ഷിച്ചു നോക്കിയ സമയം മീനാക്ഷി മരിച്ചിട്ടില്ലെന്നും കുറേശ്ശെ ശ്വാസം ഉണ്ടെന്നും അറിഞ്ഞു ശ്മശാനഭൂമിക്കു കുറേ അടുത്തിരിക്കുന്ന ധർമ്മശാലയിൽ കൊണ്ടുപോയി സംഗതികൾ പറഞ്ഞറിയിച്ച് അവളെ ആ ധർമ്മശാലയിൽ ഏല്പിച്ചുകൊടുത്തു. മീനാക്ഷിക്കു വല്ല ഉടമസ്ഥന്മാരും ഉണ്ടോ എന്നു കൂലിക്കാർക്കു നിശ്ചയമില്ലാതിരുന്നതിനാലും ഉണ്ടെങ്കിൽതന്നെ രണ്ടു നാഴികയോളം വഴി തിരിയെ പോന്ന് അവരെ അന്വേഷിച്ചറിഞ്ഞു വിവരം അറിയിക്കുന്നതു ബുദ്ധിമുട്ടെന്നു വിചാരിച്ചും അവർ വേറെ ജോലികളെ നോക്കുന്നതിന്നു പോയതിനാൽ ലക്ഷ്മിക്കുട്ടിക്ക് ഈ സംഗതി അറിയുന്നതിനിടവന്നില്ല. രോഗങ്ങളായ സർപ്പങ്ങൾക്കു കീരികളായിരിക്കുന്നവരും പരതാപത്തിൽ ആർദ്രതയുള്ളവരും ആയ മഹാ ഡോക്ടർമാരുടെ ദിവ്യൗഷധങ്ങളുടെ സമർത്ഥപ്രയോഗങ്ങളെക്കൊണ്ടു മീനാക്ഷിയുടെ ദീനത്തിന്ന് ആശ്ചര്യപ്പെടത്തക്ക ഒരാശ്വാസം അല്പ ദിവസംകൊണ്ടുണ്ടായി. എങ്കിലും തീരെ ഭേദമാവുന്നതിന് ഏകദേശം ഒന്നരമാസത്തിൽ അധികം വേണ്ടിവന്നു. അവൾക്കു സുബോധം ഉണ്ടായി കുറച്ചു സംസാരിക്കാറായപ്പോൾ “എന്റെ ലക്ഷ്മിക്കുട്ടിയെ കാണാനില്ലല്ലോ. അവൾ എവിടേയ്ക്കാണ് പോയത്?” എന്നും മറ്റും ധർമ്മശാലയിൽ ഉണ്ടായിരുന്നവരോടു ചോദിച്ചതിന്ന് “അങ്ങനെ ഒരുത്തി ഉണ്ടെന്നു ഞങ്ങൾ അറിഞ്ഞിട്ടില്ലെന്നുതന്നെയല്ല, അവളുടെ യാതൊരു വിവരവും ഞങ്ങൾക്കില്ല” എന്നു മറുപടി പറഞ്ഞതിനെയും പിന്നെ ഇവൾ ഏതുപ്രകാരത്തിൽ ധർമ്മശാലയിൽ വന്നു എന്നു വിവരമായി പറഞ്ഞറിയിച്ചതിനെയും കേട്ട സമയം മുതൽക്കു മീനാക്ഷിയ്ക്കുണ്ടായ അതികഠിനമായ വ്യസനം മരുന്നുകളോടു പൊരുതി നില്ക്കുവാൻ അവളുടെ ദീനത്തിന്ന് ഒരു സഹായിയായിത്തീർന്നതിനാലാകുന്നു സുഖപ്പെടുന്നതിന് ഇത്ര താമസം വേണ്ടിവന്നത്. ദീനമെല്ലാം സുഖമായതിന്റെ ശേഷം ദയാലുവും ദാനശീലനുമായിരിക്കുന്ന ഡോക്ടർ വഴിച്ചെലവിന്നു വേണ്ടുന്ന ഉറുപ്പിക കൊടുത്തതിനെ വാങ്ങിച്ചുകൊണ്ട് അവൾ മദിരാശിയിലേയ്ക്കു പോയി. മീനാക്ഷി മദിരാശിയിൽ എത്തി സകലവിവരവും അവൾക്കറിവുള്ളിടത്തോളം കന്മാരന്നായരെ പറഞ്ഞറിയിച്ചപ്പോൾ അതുവരെ താൻ ചെയ്തതുപോലെ ഇനിയും ലക്ഷ്മിക്കുട്ടിയുടെ വരവിനെ കാത്തും ചില ഗൂഢാന്വേഷണങ്ങൾ ചെയ്തും അവിടെത്തന്നെ താമസിക്കുന്നതിന്ന് അദ്ദേഹത്തിന്റെ മനസ്സു യാതൊരു വിധത്തിലും സമ്മതിക്കാഞ്ഞതിനാൽ അവളെ അന്വേഷിക്കുന്നതിന്നായി പിറ്റേ ദിവസം ജലാർപ്പേട്ടയിലേയ്ക്കു പോകുവാൻ നിശ്ചയിച്ചു ജലാർപ്പേട്ടയിൽ പോയി പല പ്രകാരത്തിൽ പലരോടും അന്വേഷണം ചെയ്താൽ ലക്ഷ്മിക്കുട്ടി ഏകദേശം ഇന്ന ദിക്കിലേയ്ക്കാകുന്നു പോയിരിക്കുന്നതെന്നറിവാൻ ഇടയുണ്ടാവുമെന്നു വിചാരിച്ചു യാത്ര പുറപ്പെട്ട സമയത്താണ് കേശവനുണ്ണിനായർ അയച്ച പത്രം കന്മാരന്നായരുടെ പക്കൽ കിട്ടിയത്.

ആ പത്രം കിട്ടിയപ്പോൾ അദ്ദേഹത്തിന്നും അവളുടെ വിവരം വീട്ടുകാരെ അറിയിച്ചപ്പോൾ അവർക്കും ഉണ്ടായ അത്യാനന്ദത്തെ പറഞ്ഞറിയിക്കുന്നതിന്നു തക്കതായ അത്ര അനവധി വാക്കുകളുടെ ആധിപത്യം ഇനിക്കില്ലെന്നു ഞാൻ സവിനയം സമ്മതിക്കുന്നതിനെ വായനക്കാർ മാപ്പുചെയ്തു സ്വീകരിക്കുമെന്നു വിശ്വസിക്കുന്നു. എഴുത്തു കിട്ടിയതിന്റെ പിറ്റേ ദിവസം കന്മാരന്നായർ മീനാക്ഷിയോടുകൂടെ മദിരാശിയിൽനിന്നു പുറപ്പെട്ടു തന്റെ കളത്രഭവനത്തിൽ വന്നു പുത്രീമാതുലൻ ചാത്തര മേനെയും അവരോടുകൂടെ പുറപ്പെട്ട ഇക്കാവമ്മയെയും കൂട്ടിക്കൊണ്ടു മൈസൂരിലേയ്ക്കു പോയി. അന്യന്മാരായ സ്വസ്ഥന്മാർക്കുപോലും അതിയായ മനസ്സന്തോഷത്തെ ജനിപ്പിക്കുന്ന ലക്ഷ്മിക്കുട്ടിയുടെ ദർശനം ഈ അവസരത്തിൽ അവളുടെ മാതുലമാതാപിതാക്കന്മാർക്കും മീനാക്ഷിക്കും എത്ര ആനന്ദജനകമായ്ത്തന്നെ ഇരിക്കും! ഇവർ മൈസൂരിൽ എത്തി കേശവനുണ്ണിനായരുടെ ഭവനത്തിൽ ചെന്നപ്പോൾ അദ്ദേഹം ഇവരെ ആദരപൂർവ്വം കുശലപ്രശ്നാദിസല്ക്കാരങ്ങൾ വേണ്ടതുപോലെ ചെയ്തു സ്വീകരിച്ചശേഷം ഇവർക്കു കുളിച്ചൂണു കഴിക്കുന്നതിന്നു മുമ്പേതന്നേ ലക്ഷ്മിക്കുട്ടിയെ കാണണമെന്നാഗ്രഹത്താൽ അവളെ കൂട്ടിക്കൊണ്ടുവരുന്നതിനായി ഒരാളെ അയച്ചതോടുകൂടി മീനാക്ഷിയും അന്തഃപുരത്തിലേയ്ക്കു പോയി. ഇവളെക്കണ്ട സമയം ലക്ഷ്മിക്കുട്ടി സംശയിച്ചും അത്യത്ഭുതപ്പെട്ടും സൂക്ഷിച്ചു നോക്കുന്നതിനെ കണ്ടിട്ട് "ഈ മഹാപാപി ഇനിയും ജീവിച്ചിരിക്കുന്നുണ്ട്' എന്നു പറഞ്ഞപ്പോൾ അവൾക്കുണ്ടായിരുന്ന സംശയം തീർന്ന് ഓടിച്ചെന്നു മീനാക്ഷിയെ കെട്ടിപ്പിടിച്ചരനാഴികനേരത്തോളം രണ്ടുപേരും ഒന്നും മിണ്ടാതെ അന്യോന്യം കണ്ണുനീരിനാൽ കുളിപ്പിച്ചുംകൊണ്ടു നിന്നു. അനന്തരം ഏതാനും വർത്തമാനങ്ങൾ ചോദിച്ചറിഞ്ഞശേഷം പിന്നെയാവാമെന്നുവെച്ചു രണ്ടുപേരും കൂടി കേശവനുണ്ണിനായരുടെ ഭവനത്തിലേയ്ക്കു പോരികയും ചെയ്തു. ലക്ഷ്മിക്കുട്ടിയും മീനാക്ഷിയും തമ്മിലുള്ള സ്നേഹത്തിന്റെ ശക്തിയേയും ഇതുവരെ അവർ തമ്മിൽ കഴിഞ്ഞിരിക്കുന്ന സകലഅവസ്ഥകളേയും വായനക്കാർക്കു നല്ലവണ്ണം അറിയാമല്ലോ. അങ്ങനെയെല്ലാം ഇരിക്കുന്ന സ്ഥിതിക്ക് ഇപ്പോൾ അവർ ഒരുമിച്ചു കൂടുവാൻ ദൈവഗത്യാ സംഗതി വന്നതിനാൽ രണ്ടുപേർക്കും ലക്ഷ്മിക്കുട്ടിക്കു പ്രത്യേകിച്ചും ഉണ്ടാവാനിടയുള്ള അത്യാമോദം ഇത്രയെന്നു പറഞ്ഞാൽ വിഡ്ഢിത്തമായിത്തീരുമെന്നുള്ളതുകൊണ്ട് അതിനെപ്പറ്റി വിവരിക്കാതിരിക്കുന്നതാണ് നല്ലത്. തന്നിൽ വാത്സല്യമേറിയ അമ്മ അച്ഛനമ്മാമന്മാരെ കണ്ടിട്ട് അവൾ അവരുടെ മുമ്പിൽ സാഷ്ടാംഗം നമസ്ക്കരിച്ചു. "എന്റെ ബുദ്ധിമോശംകൊണ്ടു ഞാൻ വല്ല തെറ്റും ചെയ്തിട്ടുണ്ടെങ്കിൽ അതു നിങ്ങൾ ക്ഷമിക്കണമെന്നു ഞാൻ വണക്കത്തോടെ അപേക്ഷിക്കുന്നു" എന്നു പറഞ്ഞപ്പോൾ ഇക്കാവമ്മ ഓടിച്ചെന്നു തന്റെ പുത്രിയെ പിടിച്ചെഴുനീല്പിച്ചാലിംഗനം ചെയ്ത് അവളെ ആപാദചൂഡം കൈകൊണ്ടു തലോടുമ്പോൾ കന്മാരന്നായരുടെയും ചാത്തരമേന്റെയും "ഞങ്ങൾക്കു നിയ്യു യാതൊരു തെറ്റും ചെയ്തിട്ടില്ല. അതിനെപ്പറ്റി വല്ല വിഷാദവും ഉണ്ടെ

ങ്കിൽ അതു ദൂരേ ത്യജിക്കേ വേണ്ടൂ. നിന്റെ അഭിവൃദ്ധിയിൽ സർവ്വദാ അക്ഷീണതത്പരന്മാരായിരിക്കുന്ന ഞങ്ങളുടെ നയനഹൃദയങ്ങളെ നിന്റെ നിരന്തരമായ ദർശനംകൊണ്ടു മാത്രം ആനന്ദിപ്പിക്കാനിടവരുത്തേണമെന്നു സർവ്വേശ്വരനെ സദാ ഞങ്ങൾ പ്രാർത്ഥിക്കുന്നു" എന്നിപ്രകാരമുള്ള വചനങ്ങൾ കേട്ട് അവർ എല്ലാവരുംകൂടി അവിടെ ഇരുന്നു മുൻകഴിഞ്ഞ സംഗതികളെപ്പറ്റി സംസാരിച്ചതിൽ ലക്ഷ്മിക്കുട്ടിയുടെയും മീനാക്ഷിയുടെയും വിയോഗഹേതുവിനെയും അനന്തരം ലക്ഷ്മിക്കുട്ടിക്കുണ്ടായ ബുദ്ധിമുട്ടുകളെയും അപകടങ്ങളെയും പറഞ്ഞു കേട്ടപ്പോൾ അവർക്കുണ്ടായ വ്യസനം പറയാവതല്ല. ഇതിന്നുശേഷം ലക്ഷ്മിക്കുട്ടി തന്റെ മാതാവോടും പ്രിയസഖി മീനാക്ഷിയോടും ഒന്നിച്ച് അന്തഃപുരത്തിലേയ്ക്കു പോകയും ചെയ്തു. നീതിശാസ്ത്രവിജ്ഞാനത്തോടുകൂടി രാജ്യകാര്യങ്ങളെ അതിശയിക്കത്തക്ക ബുദ്ധിസാമർത്ഥ്യത്തോടെ നടത്തുന്നതിൽ അദ്വിതീയനും സുകുമാരനും ആയിരിക്കുന്ന അമാത്യവീരൻ കേശവനുണ്ണിനായർ പിറ്റേ ദിവസം തിങ്കളാഴ്ച മട്ടോലുംമൊഴിമാരുടെ ശിരോരത്നമായ ആ ധൈര്യശാലിനി ലക്ഷ്മിക്കുട്ടിയെ അനല്പസന്തോഷമാകുംവണ്ണം ശുഭകരസമയത്തിങ്കൽ വിവാഹം ചെയ്തു. ഈ വിവാഹം മൈസൂരിൽവെച്ചാകുന്നു ഉണ്ടായതെങ്കിലും ദമ്പതിമാർ മലയാളികളായിരുന്നതിനാൽ അതു തീരെ മലയാളമട്ടിനെ അനുസരിച്ചായിരുന്നതുകൊണ്ടു വിവാഹഘോഷങ്ങളെപ്പറ്റി അധികമായിട്ടു യാതൊന്നും വർണ്ണിപ്പാനില്ല. അനുരൂപന്മാരായ ഈ ഭാര്യാഭർത്താക്കന്മാരുടെ മുമ്പിലത്തെ സകലകഷ്ടാവസ്ഥകളെയും ശ്ലാഘനീയങ്ങളായ സ്വഭാവവൈഭവങ്ങളെയും നല്ലവണ്ണം അറിഞ്ഞിരിക്കുന്ന അഖിലജനങ്ങളും ഈ മംഗളകരമായ സംഗതിയെ കേട്ടെത്രയും യുക്തമായി എന്നു പുകഴ്ത്തുവാൻ തുടങ്ങി.

ഒരു ദിവസം കേശവനുണ്ണിനായരും കന്മാരന്നായരും കൂടി ലക്ഷ്മിക്കുട്ടിയുടെ കുടുംബാവസ്ഥകളെപ്പറ്റി ഓരോന്നു സംസാരിക്കുമ്പോൾ–

കേശവൻ: ഇവരുടെ ജന്മിയായ ആ പ്രഭുവിനു ഭാര്യയെ ഉണ്ടാക്കിയോ?

കന്മാരൻ: ഉണ്ടാക്കീട്ടില്ല, 'അങ്ങാടിയിൽ തോറ്റാൽ അമ്മയോട്' എന്ന മട്ടാണ് പ്രഭു എടുത്തിരിക്കുന്നത്.

കേശവൻ: അതെന്താണ്?

കന്മാരൻ: ഇവരുടെ സകലവസ്തുക്കളും പ്രഭുവിന്റേതായിരുന്നു എന്നുള്ളതറിയാമല്ലോ.

കേശവൻ: അതിനിക്കറിയാം–

കന്മാരൻ: ലക്ഷ്മിക്കുട്ടി അവിടന്നു പോന്നതിന്റെശേഷം വസ്തുക്കൾ മുഴുവനും തത്ക്ഷണം ഒഴിഞ്ഞുകൊടുക്കണമെന്നു പ്രഭു നിർബ്ബന്ധിക്കാൻ തുടങ്ങി. ഇവർക്കു വേറെ യാതൊരു മുതലും ഇല്ലതാനും. ചാത്തര മേനോൻ വളരെ ആശ്രയിച്ചു പറഞ്ഞിട്ടും അദ്ദേഹം കൈക്കൊണ്ടില്ല.

കേശവൻ: എന്നിട്ടോ? ഒക്കെ ഒഴിഞ്ഞുകൊടുത്തോ?
കന്മാരൻ: ഒഴിഞ്ഞുകൊടുത്തു.
കേശവൻ: എന്നാലിപ്പോളിവർ വളരെ ബുദ്ധിമുട്ടുള്ള സ്ഥിതിയിൽ ആയല്ലോ.
കന്മാരൻ: അതില്ലതാനും. കോഴിക്കോട്ടുള്ള എന്റെ ഒരു കളംകൃഷി മുഴുവനും ഞാൻ ഇക്കാവിന്നായിട്ടു കൊടുത്തു. ഇപ്പോൾ എല്ലാവരും അവിടെയാണ് താമസിക്കുന്നത്.
കേശവൻ: അതു നന്നായി. ആ പ്രഭുവിന്റെ വലയിൽനിന്നു വിട്ടു പോയല്ലോ. ഇങ്ങനെയുള്ള ജന്മികൾ മലയാളത്തിൽ ധാരാളമുണ്ട്.
കന്മാരൻ: അതോ, പറയാനില്ല! ഓരോരോ കുടിയാനവന്മാരെ ബുദ്ധിമുട്ടിക്കുന്നതെത്രയാണ്?
കേശവൻ: ഇപ്പോൾ നിങ്ങൾ കൊടുത്തിരിക്കുന്ന വസ്തുവിനെത്ര പാട്ടം കിട്ടും?
കന്മാരൻ: രണ്ടായിരത്തഞ്ഞൂറു പറനെല്ലു പാട്ടം കിട്ടും.
കേശവൻ: അതുകൊണ്ടു മതിയാകുമോ ഇവരുടെ ചെലവിന്?
കന്മാരൻ: മതിയാവും, ആളധികമില്ലല്ലോ. (എന്നിങ്ങനെ പറഞ്ഞിരിക്കുമ്പോൾ ചാത്തരമേനോൻ കടന്നു വന്നിട്ട്)
കേശവൻ: പ്രഭു വളരെ തകരാറൊക്കെയും ചെയ്തു, ഇല്ലേ?
ചാത്തര: കന്മാരന്നായരുടെ സഹായം ഉണ്ടായിരുന്നില്ലെങ്കിൽ ഞങ്ങൾ തീരെ വഴിയിലായിപ്പോകുമായിരുന്നു.
കേശവൻ: എങ്കിലും ഇനിയൊന്നും വ്യസനിപ്പാനില്ലല്ലോ.
ചാത്തരമേനോൻ: ഇനി വ്യസനിപ്പാനില്ല.
(ഹരിക്കാരൻ വാതുക്കൽ വന്നു നില്ക്കുന്നതു കണ്ടിട്ട്)
കേശവൻ: ഹരിക്കാരൻ, എന്താ നില്ക്കുന്നത്?
ഹരിക്കാരൻ: അങ്ങോട്ടു ചെല്ലുവാൻ മഹാരാജാവരുളിച്ചെയ്തു എന്നു പറഞ്ഞിട്ട് ഒരു വില്ലക്കാരൻ താഴത്തു വന്നുനില്ക്കുന്നുണ്ട്.
കേശവൻ: ഞാൻ കോവിലകത്തു പോയി ഉടനെ വന്നേയ്ക്കാം. (എന്നു പറഞ്ഞു പോയി)

കന്മാരന്നായർ, ഇക്കാവമ്മ, ചാത്തരമേനോൻ ഇവർ ഏകദേശം ഒരു മാസത്തോളം അവിടെത്തന്നെ ലക്ഷ്മീകേശവന്മാരോടൊന്നിച്ച് അതിരില്ലാത്ത സുഖത്തോടെ താമസിച്ചതിന്റേശേഷം തങ്ങളുടെ സ്വദേശത്തിലേയ്ക്കാനന്ദാബ്ധിയിൽ നിമഗ്നന്മാരായിട്ടു മടങ്ങിപ്പോരുകയും ചെയ്തു.

തന്റെ ഉന്നതസ്ഥാനസംബന്ധമായ സകലരാജ്യകാര്യങ്ങളെയും അത്യുത്സാഹത്തോടും നിഷ്പക്ഷമായും പരമാർത്ഥതയോടും വിവേകത്തോടും ഭയഭക്തിയോടുകൂടിയും നടത്തിവന്നതിനാൽ ജനങ്ങളുടെ തൃപ്തിവാത്സല്യങ്ങളെ സമ്പാദിച്ച മകരധ്വജമഹാരാജാവിന്റെനും രാജ്ഞിയുടെയും നിശ്ശേഷമായ സ്നേഹവിശ്വാസങ്ങൾക്കും കൃപാകടാക്ഷങ്ങൾക്കും ഉചിതമായ ഒരു പാത്രമായും കേശവനുണ്ണിനായർ തന്റെ പ്രിയപത്നി ലക്ഷ്മിക്കുട്ടിയോടും കൂടെ അനവധി ദുർല്ലഭസുഖങ്ങളെ അനുഭവിച്ചുംകൊണ്ട് അധികകാലം ജീവിച്ചിരുന്നു.

www.ingramcontent.com/pod-product-compliance
Lightning Source LLC
LaVergne TN
LVHW040746051026
849519LV00007BA/2458
* 9 7 8 9 3 8 2 1 6 7 3 6 5 *